I0126762

Phản tỉnh và Phản biện

Cùng một tác giả:

1. *Tìm hiểu nghệ thuật thơ Việt Nam* (Quê Mẹ, 1988)
2. *Nghĩ về thơ* (Văn Nghệ, 1989)
3. *Văn học Việt Nam dưới chế độ cộng sản* (Văn Nghệ, 1991, in lại 1996)
4. *Võ Phiến* (Văn Nghệ, 1996)
5. *Thơ, v.v.. và v.v..* (Văn Nghệ, 1996)
6. *Văn học Việt Nam, từ điểm nhìn h(ậu h)iện đại* (Văn Nghệ, 2000)
7. *Văn hoá văn chương Việt Nam* (Văn Mới, 2002)
8. *Sống với chữ* (Văn Mới, 2004)
9. *Thơ 'Con Cóc' và những vấn đề khác* (ấn bản mới của cuốn *Thơ, v.v... và v.v...* với một số sửa chữa và phần Phụ Lục trích từ hai cuốn *Tìm hiểu nghệ thuật thơ Việt Nam* và *Nghĩ về thơ* đã tuyệt bản, Văn Mới, 2006)
10. *Mấy vấn đề phê bình và lý thuyết văn học* (Văn Mới, 2007)
11. *Socialist Realism in Vietnamese Literature: An Analysis of the Relationship Between Literature and Politics* (VDM Verlag, 2008)
12. *Văn học Việt Nam thời toàn cầu hoá* (Văn Mới, 2010)
13. *Phản tỉnh và phản biện* (Văn Mới, 2011, Người Việt tái bản 2013)
14. *Phương pháp dạy tiếng Việt như một ngôn ngữ thứ hai* (Tiền Vệ, 2012)
15. *Thơ Lê Văn Tài* (Nguyễn Hưng Quốc biên tập & giới thiệu, Văn Mới & Tiền Vệ, 2013)
16. *Văn học Việt Nam tại Úc, chính trị và thi pháp của lưu vong* (Văn Mới & Tiền Vệ, 2013)

Một số tác phẩm của Nguyễn Hưng Quốc có thể xem trên http://tienve.org

hoặc trên http://www.voatiengviet.com/section/blog/2648.html

Nguyễn Hưng Quốc

Phản Tỉnh và Phản Biện

Một số ghi nhận
về văn hoá, giáo dục và chính trị Việt Nam
(Tái bản với nhiều bài mới)

Người Việt - Văn Mới - Tiền Vệ

First edition published in 2012 by Văn Mới (P.O.Box 287, Gardena, CA 90248, USA, phone: (1) (310) 366 6867, email: kimanquan@yahoo.com)

Second edition published in 2013 by Người Việt
14771-14772 Moran Street
Westminster, CA 92683-USA
Phone: + (1) 714-892-9414
Homepage: http://www.nguoi-viet.com/
in association with Trung Tâm Liên Mạng Tiền Vệ in Australia: http://tienve.org

Cover design by Nguyên Hưng

Cover picture: "Black Painting No. 80", oil on canvas, 130x100cm, by Nguyễn Thái Tuấn

Author photo by Phong Đỗ

National Library of Australia Cataloguing-in-Publication entry

Author:	Quoc, Nguyen Hung.
Title:	Phan tinh va phan bien = (self-reflection and counter-argument) / Nguyen Hung Quoc.
ISBN:	978-0-9884245-5-5
Notes:	Includes index.
Subjects:	Culture.
	Patriotism--Vietnam.
	Vietnam--Social conditions--21st century.
	Vietnam--Politics and government--21st century.
Dewey Number:	959.7044

MỤC LỤC

Cảm tạ

1.

Hầu hết các bài viết tập hợp trong cuốn sách này đều đã được đăng trên blog của tôi ở chương trình Tiếng Việt của đài Tiếng Nói Hoa Kỳ (VOA).[1] Khi đưa vào sách, tôi có sửa lại một ít. Ở chữ. Ở câu. Ở cấu trúc. Chủ yếu là làm cho gọn, sắc và mạch lạc hơn.

Tôi xin cám ơn Ban Việt ngữ của đài VOA, đặc biệt anh Nguyễn Đình Vinh, nguyên Trưởng ban, đã đọc kỹ và thỉnh thoảng chỉ ra những sai sót không đáng có trong một số bài viết. Tôi cũng xin cám ơn các độc giả đã đọc và đóng góp ý kiến cũng như động viên. Cả những ý kiến lẫn những sự động viên ấy, với tôi, đều vô cùng bổ ích. Ít nhất chúng cũng giúp việc viết lách bớt đi một chút hiu quạnh và hiu hắt.

2.

Cuốn sách này được Văn Mới xuất bản vào đầu năm 2012. Chỉ một thời gian ngắn sau, sách đã được bán hết. Nay, nhà xuất bản Người Việt đồng ý in lại với một số bổ sung và sửa chữa. Tôi xin chân thành cám ơn cả hai.

Nguyễn Hưng Quốc

---

[1]   http://www.voatiengviet.com/section/nguyen-hung-quoc-blog-page/2682.html

Thay lời nói đầu:
Phản tỉnh và phản biện

Một trong những hiện tượng nổi bật tại Việt Nam hiện nay là xu hướng toàn cầu hoá. Một trong những tác động lớn nhất của toàn cầu hoá là giúp người Việt thoát ra khỏi các luỹ tre làng và các loa phát thanh công cộng ở đầu ngõ để tiếp xúc với thế giới bên ngoài. Một trong những ảnh hưởng sâu sắc nhất của việc tiếp xúc ấy là, nhờ đó, người Việt Nam sẽ tự hiểu về mình hơn. Một trong những phản ứng cần thiết và chính đáng nhất của việc tự nhận thức ấy là sự cương quyết giành lại cái quyền được suy nghĩ, được phát biểu và được đóng góp vào quá trình xây dựng đất nước vốn từ lâu đã bị nhà cầm quyền tước đoạt dưới nhiều danh nghĩa như "đoàn kết" hay "làm chủ tập thể" hay "độc lập trước đã" hay "ổn định để phát triển", v.v..

Chính vì thế, có thể nói phản tỉnh và phản biện là hai xu thế quan trọng nhất tại Việt Nam hiện nay, ít nhất là trong giới trí thức.

Xu thế phản tỉnh gắn liền với câu hỏi "là gì" và xu thế phản biện gắn liền với câu hỏi "tại sao", đặc biệt, "tại sao không".

***

Cùng với câu hỏi "như thế nào", đó là những câu hỏi phổ biến và quan trọng nhất trong lịch sử nhân loại. Không có các câu hỏi ấy chắc chắn sẽ không có kiến thức. Không có kiến thức sẽ không có khoa học, và từ đó, kỹ thuật. Không có khoa học kỹ thuật sẽ không có tiến bộ. Không có tiến bộ sẽ không có văn minh. Không có văn minh sẽ không có lịch sử. Không có lịch sử, nhân loại sẽ không có quá khứ. Không có quá khứ sẽ không có ý niệm về bản sắc hay căn cước, nghĩa là con người sẽ không là gì cả. Sẽ không có gì khác với các loài động vật khác.

Trong lịch sử, câu hỏi xuất hiện sớm nhất có lẽ là câu hỏi "là gì". Triết học, nhất là triết học cổ đại vốn được xây dựng trên ba nền tảng chính: siêu hình học, đạo đức học và nhận thức luận; cả ba đều gắn liền chủ yếu với câu hỏi "là gì": Bản chất của vũ trụ là gì? Hiện thực là gì? Ý nghĩa cuộc sống là gì? Cái tốt là gì? Cái xấu là gì? Cái thiện là gì? Cái ác là gì? Chân lý là gì? Nghệ thuật là gì? Con người có thể biết được gì? Tiêu chuẩn để phân biệt đúng/sai là gì? Vấn đề mà Socrates cho là quan trọng nhất, "biết mình", cũng gắn liền với câu hỏi "là gì": Bản thể con người là gì? Những định nghĩa phổ quát (universal definition) làm tiêu chuẩn cho Sự thực và sự Công chính là gì? Khi Descartes chủ trương hoài nghi tất cả, ông cũng băn khoăn, trước hết, với câu hỏi hiện hữu là gì? Và cái thực là gì? Có thể nói câu hỏi "là gì", vốn mang tính bản thể luận, xuất phát từ nhu cầu và tham vọng định nghĩa bản thân mình cũng như thế giới bên ngoài và bên trong mình. Lịch sử tự nhận thức của nhân loại, ở một mặt nào đó, có thể nói là lịch sử những cuộc truy tầm mải miết những câu hỏi "là gì" ấy. Hỏi rồi lại hỏi. Chấp nhận rồi lại hoài nghi. Cứ thế, liên tục. Đời này sang đời khác.

Trong khoa học, câu hỏi "là gì" cũng rất quan trọng, nhưng quan trọng hơn có lẽ là câu hỏi "tại sao": sau khi nhận diện vấn đề hay sự kiện, các nhà khoa học nỗ lực tìm kiếm nguyên nhân chủ yếu qua con đường duy lý (rationalism) hoặc con đường thực nghiệm (empiricism). Tại sao con người sinh ra? Tại sao con người bị bệnh? Tại sao con người chết? Tại sao mặt trời mọc vào buổi sáng và lặn vào buổi tối? Tại sao mặt trăng có lúc tròn lúc khuyết? Tại sao nắng? Tại sao mưa? Tại sao trái táo lại rơi xuống đất? Tại sao chim bay được? Tại sao nước chảy xuôi và sôi khi được đun nóng? v.v.. Trả lời những câu hỏi tại sao ấy, chúng ta nắm bắt được cấu tạo, quy luật và nguyên tắc vận hành của tự nhiên, những điều làm nên cái chúng ta gọi là kiến thức khoa học. Trên cơ sở các kiến thức thu nhận được ấy, người ta đặt ra những câu hỏi khác xoay quanh mấy chữ "như thế nào", từ đó, kỹ thuật được ra đời và phát triển.

Câu hỏi "tại sao không" chắc chắn ra đời muộn hơn. Nó được đặt trên ba tiền đề chính: một, sự hiện hữu của một cái gì đó đã được công nhận; hai, sự hiện hữu của cái quyền được nói không; và ba, sự hiện hữu của một cái gì khác có khả năng thay thế cái hiện đang có. Ba tiền đề ấy đều có tính lịch sử: chúng được hình thành trong một giai đoạn nào đó với những điều kiện nhất định. Về phương diện nhận thức, số không là một phát hiện cuối cùng, sau các con số khác, từ 1 đến 9. Về phương diện văn hoá, quyền nói "không" gắn liền với quyền được từ chối và quyền được lựa chọn, nghĩa là gắn liền với ý niệm dân chủ. Bởi vậy, nếu câu hỏi "là gì" có tính bản thể luận (ontological), câu hỏi "tại sao" có tính chất nhận thức luận (epistemological), câu hỏi "như thế nào" có tính kỹ thuật, câu hỏi "tại sao không" có ý nghĩa chính trị rõ rệt. Nó nảy sinh từ ý thức về tự do và, ngược lại, nó có chức năng nuôi dưỡng và phát huy tự do.

Chúng ta là những cây sậy biết tư duy nếu chúng ta biết đặt những câu hỏi "là gì"; là những con người văn minh nếu biết đặt câu hỏi "tại sao"; là những con người hiện đại nếu biết đặt câu hỏi "như thế nào", nhưng chúng ta chỉ thực sự là những người tự do nếu chúng ta biết và được quyền đặt câu hỏi "tại sao không".

***

Hỏi "tại sao không" là bắt đầu phản biện.

Tôi không biết ở Việt Nam chữ "phản biện" xuất hiện từ lúc nào và ai là người đầu tiên dùng chữ ấy. Tôi chỉ đoán là nó có lịch sử không lâu lắm. Và nó được ra đời, trước hết, không phải trong lãnh vực chính trị, bởi, trước khi nó trở thành thịnh hành với những trang báo mạng kiểu Bauxite Việt Nam với tiêu đề "Tiếng nói phản biện nhiều mặt của người trí thức" thì nó đã được sử dụng khá nhiều trong lãnh vực giáo dục với những "giáo sư phản biện" và "Hội đồng phản biện".

Tôi rất thích cái chữ phản biện ấy.

Phản biện là dùng lý lẽ để chống lại một cái gì đó. Ở đây có hai điểm: chống và lý lẽ. Như vậy, sự chống đối ở đây chỉ dừng lại ở phạm vi tư tưởng và học thuật. Nó không có tính bạo động và cũng không nhắm đến bạo động. Những lời cáo buộc mà một số chính quyền độc tài thường sử dụng đối với những người phản biện chỉ là một lối vu khống.

Hơn nữa, "cái gì đó" trong định nghĩa trên không phải bao hàm con người hay sản phẩm (bất kể loại gì) của con người. Phản biện khác với chỉ trích: Chỉ trích nhắm vào người. Phản biện cũng khác với phê bình hay phê phán: Ở cả hai từ này, đối tượng có thể là người mà cũng có thể là vật thể (ví dụ tác giả và tác phẩm của họ).

Phản biện chủ yếu là chống lại một luận điểm. Nhưng phản biện lại khác với biện bác. Biện bác nhắm, trước hết, đến sự bác bỏ. Biện luận để bác bỏ. Sự bác bỏ là chủ đích, là mục tiêu duy nhất. Nó có tính cách tiêu cực. Người ta nói hay hay dở, đúng hay sai mặc kệ: người biện bác chỉ khăng khăng tìm cách phủ nhận. Phản biện thì khác. Nó chống đối một luận điểm bằng cách đề xuất một cách nhìn hay một góc nhìn khác để, thứ nhất, người bị phản biện phải cố gắng chứng minh quan điểm của mình là đúng đắn nhất, và thứ hai, để mọi người có thể lựa chọn.

Như vậy, phản biện được xây dựng trên tinh thần đối thoại, và do đó, có tính tích cực và xây dựng. Có thể nói mục tiêu đầu tiên của phản biện không phải là bác bỏ (như trong biện bác) hay đả kích (như trong chỉ trích) hay tìm khuyết điểm (như trong phê phán) hoặc cả khuyết điểm lẫn ưu điểm (như trong phê bình). Mục tiêu chính của phản biện là thúc đẩy mọi người cân nhắc lựa chọn cái tối ưu.

Mục tiêu thứ hai của phản biện là buộc đối tượng bị phản biện phải tăng cường sự thuyết phục cho các quan điểm của họ. Họ phải chứng minh là họ đúng hơn. Muốn chứng minh như thế, họ cần ít nhất hai điều:

Thứ nhất là minh bạch: Họ phải nêu đầy đủ các luận cứ và luận chứng để biện hộ cho luận điểm của họ. Ví dụ: liên quan đến vấn đề khai thác bauxite ở Việt Nam, người ta cần phải chứng minh các dự án ấy là có lợi, hoặc ít nhất, không có hại gì về các phương diện quốc phòng (chủ yếu trong quan hệ với Trung Quốc, nước đầu tư chính vào các dự án ấy), môi trường (để không xảy ra tai nạn lũ bùn đỏ như ở Hungary), xã hội (không làm rối loạn đời sống của cư dân địa phương), và kinh tế (liên quan đến vấn đề giá thành và lợi nhuận), v.v.. Chứng minh chứ không phải là khẳng định hay hứa hẹn suông.

Thứ hai là phải duy lý hoá: Đối diện với sự phản biện, tức sự chống đối bằng lý lẽ, người ta phải sử dụng lý lẽ để tự vệ. Đây chính là lý do khiến ở Tây phương, người ta thường khuyến khích học sinh và sinh viên tập trung rèn luyện kỹ năng phản biện bằng cách thường xuyên phản biện lại các luận điểm không những của người khác mà còn của chính mình trong các bài luận văn mình đang viết. Kỹ năng phản biện này thường được gọi là *counter-argument*.

Về phương diện chính trị và xã hội, với hai mục tiêu (tìm cái tối ưu và thuyết phục) cũng như hai yêu cầu (minh bạch và duy lý) nêu trên, phản biện rõ ràng là một điều cần thiết không những để tránh những chính sách sai lầm mà còn để thúc đẩy quá trình dân chủ hoá và duy lý hoá, tức, nói chung, quá trình hiện đại hoá của đất nước.

Phản biện, do đó, là trách nhiệm của trí thức.

***

Tất cả những sự phản tỉnh và đặc biệt, phản biện ấy chỉ có ý nghĩa khi nó gắn liền với quyền tự do ngôn luận.

Trong các quyền của con người, quyền tự do ngôn luận là điều tôi quan tâm nhất. Lý do, một phần, có lẽ vì tôi là nhà văn; phần khác, quan trọng hơn, theo tôi, không có tự do ngôn luận, rất nhiều quyền tự do khác sẽ trở thành vô nghĩa. Chẳng hạn, có thể nói đến tự do tư tưởng mà lại không có tự do ngôn luận được không? Tư tưởng là cái gì cần được bộc lộ và chia sẻ. Nghĩ ngợi sâu xa đến mấy mà không được quyền mở miệng ra nói với ai thì có tư tưởng để làm gì? Ngoài ra, không được tự do ngôn luận liệu có thể có tự do trong văn học nghệ thuật hay trong chính trị được không? Chắc chắn là không. Thiếu tự do ngôn luận, trong văn học, người ta chỉ có thể gặp những con vẹt; trong xã hội, chỉ gặp một đám câm điếc, và trong chính trị, chỉ gặp một bầy cừu.

Nhớ, sau năm 1975, quyền tự do ngôn luận ở Việt Nam bị giới hạn đến độ người ta không những không dám viết thật mà còn không dám nói thật với bạn bè những điều mình nghĩ nữa. Ngay trong giới sinh viên, nói năng bao giờ cũng đầy cảnh giác. Một câu nói đùa, với bạn bè, ngoài hành lang, cũng có thể bị báo cáo và có thể bị mang ra kiểm điểm trong chi hội, chi đoàn hay chi bộ. Nói năng ngoài các quán cà phê hay quán nhậu lại càng nguy hiểm. Ở đâu cũng có công an nhổng tai lên nghe ngóng. Có lần, vào một tiệm hớt tóc ở Phú Nhuận, tôi thấy ai đó viết hai câu thơ trên bức vách: "Ở đây tai vách mạch rừng / Nói năng cẩn thận, xin đừng ba hoa".

Trên thực tế, không hiếm người bị ở tù nhiều năm vì những sự ba hoa như thế.

Sau phong trào đổi mới từ giữa thập niên 1980, tình hình khá hơn nhiều. Lần đầu tiên về lại Việt Nam năm 1996, tôi ngạc nhiên thấy bạn bè mình, cả bạn cũ lẫn bạn mới, vừa khề khà uống bia vừa cười cợt chế độ một cách hể hả. Khác hẳn với ngày trước, lúc tôi chưa vượt biên. Nhưng sự thay đổi chỉ dừng lại ở đó. Ở các quán nhậu. Giữa bạn bè. Cái gọi là tự do ngôn luận ấy chỉ giới hạn ở một hình thức: xuất bản miệng. Nói thì được còn viết thì không. Đó là thứ luật lệ bất thành văn mà hầu như ai cũng biết. Và hầu hết đều dừng lại ở cái giới hạn ấy. Tức tối điều gì ư? Thì cứ chửi toáng lên. Bất mãn điều gì ư? Thì cứ phê bình, chỉ trích thả cửa. Nhưng đừng viết. Nếu viết thì đừng công bố ở đâu cả. Công bố là bị bắt, hay ít nhất, bị trù dập ngay tức khắc.

Một thứ tự do như vậy không thể gọi được là tự do. Tự do ngôn luận thực sự không thể giới hạn trong hình thức phát biểu: Nó phải bao gồm cả nói, từ nói ở chỗ riêng tư đến những chỗ công cộng, đến viết và công bố, từ trên sách báo đến trên mạng. Tự do ngôn luận thực sự không thể bị giới hạn trong phạm vi đề tài: Nó phải bao gồm quyền tự do phát ngôn về mọi vấn đề, kể cả về chính trị. Tự do ngôn luận thực sự cũng không thể bị giới hạn ở mức độ: Nó phải dung hợp cả sự phê phán và đả kích. Tự do ngôn luận cũng không thể bị giới hạn ở hoạt động: Nó phải bao gồm cả ba yếu tố, từ việc tìm kiếm đến việc tiếp nhận và tham gia phát tán thông tin cũng như ý tưởng.

Với cách nhìn như thế, không ai có thể nói là Việt Nam đã có tự do ngôn luận. Người Việt Nam biết rõ điều đó. Cả thế giới cũng biết rõ điều đó. Kết quả các cuộc điều tra về nhân quyền trên thế giới đều ghi nhận: Việt Nam không hề có tự do ngôn luận.

Báo chí và xuất bản thì đều nằm hết trong tay nhà nước. Nhà nước kiểm soát từ A đến Z. Internet cũng bị kiểm soát. Đầu năm 2010, báo cáo của tổ chức Phóng Viên Không Biên Giới (Reporters Sans Frontières) nêu tên Việt Nam trong danh sách "những kẻ thù của internet". Những nước đứng đầu gồm có: Trung Quốc, Việt Nam, Iran, Bắc Hàn, Cuba, Miến Điện, Saudi Arabia, v.v.. Trong danh sách ấy, Việt Nam "được" đứng vào vị trí thứ nhì với 17 người bị bắt vì những phát ngôn đòi hỏi tự do trên internet, chỉ đứng sau Trung Quốc nơi có 72 người bị bắt, và trên Iran với 13 người. Đầu năm 2011, trong một buổi nói chuyện về tự do ngôn luận và internet tại Đại học George Washington vào ngày 15 tháng 2, ngoại trưởng Mỹ, bà Hillary R. Clinton, nêu đích danh Việt Nam - cùng với Trung Quốc, Miến Điện, Cuba và Iran - là nơi internet bị kiểm soát nghiêm ngặt.

Trong một không khí chính trị ngột ngạt như thế, phản biện là là một điều cần thiết. Để vạch trần những sự dối trá. Để nhìn thẳng vào sự thật, từ đó, với bản thân mình, được làm một trí thức độc lập, và với đất nước, được đóng góp một chút gì đó.

Ít nhất một tiếng nói.

Phần 1:
Blog: cuộc khởi nghĩa của đám đông

Từ nhà phê bình đến một blogger

Từ tháng 6 năm 2009, tôi nhận làm một blogger cho chương trình Việt ngữ của đài VOA. Với tôi, đó quả là một chuyện bất ngờ và thú vị.

Kể ra, hình như tôi cũng khá có duyên với các đài phát thanh. Nhiều lần, một số đài phát thanh có chương trình tiếng Việt ở nhiều nơi trên thế giới mời tôi làm việc hoặc cộng tác. Lần nào tôi cũng từ chối. Lý do chính là vì tôi không thích cái giọng của tôi. Tôi sinh ra và lớn lên ở Quảng Nam, đến năm 19 tuổi, mới vào Sài Gòn. Chính ở Sài Gòn, lần đầu tiên tôi phát hiện mình nói tiếng Việt không… đúng. Không đúng từ những điều căn bản nhất: các nguyên âm, đặc biệt là nguyên âm a, ă và o. Nhớ, một lần, đâu vào khoảng cuối năm 1975, tôi và một người bạn ra chợ Trương Minh Giảng ở quận 3, Sài Gòn bán một số gạo mà chúng tôi, vốn là sinh viên ở trường Đại Học Sư Phạm, được mua với giá rẻ. Tôi hỏi người đàn bà đã khá lớn tuổi ở hàng gạo:

"Boác có mua gộ không, boác?"

Người bán gạo có vẻ ngơ ngác không hiểu. Tôi lặp lại:

"Gộ. Cháu có một bô gộ."

Bà vẫn không hiểu. Thằng bạn đi với tôi, cũng dân Quảng Nam nhưng bố mẹ lại là người Bắc di cư, vọt miệng làm… thông dịch viên:

"Gạo. Chúng cháu có một bao gạo."

Bà hiểu ngay tức khắc.

Tôi xấu hổ đến lặng người. Đó là lần đầu tiên tôi phát hiện ra là tiếng Việt của mình có... vấn đề.

Bây giờ, lớn tuổi rồi, nhìn lại, thấy, thật ra, vấn đề ấy cũng chẳng có gì trầm trọng. Có khi lại hay nữa. Một người bạn khác của tôi, gốc Quảng Nam, hiện đang sống và làm thơ ở Sài Gòn, có lần hùng dũng tuyên bố: "Mình có giọng noái là boảng séc; bỏ boảng séc ấy thì còn gì là mình nữa chứ!"

Tôi, một mặt, không muốn bỏ hẳn "bản sắc" của mình, nhưng mặt khác, lại cũng biết rõ là, nghề phát thanh viên là một trong những nghề ít thích hợp với mình nhất. Tốt nhất là không nên nghĩ đến.

Lại nhớ đến Hoài Thanh. Trong một lần đến nói chuyện với sinh viên Khoa Văn trường Đại Học Sư Phạm thành phố Hồ Chí Minh đâu khoảng vào năm 1978 hay 1979 gì đó, Hoài Thanh kể hồi nhỏ ông không mấy tự tin vào cái giọng Nghệ An của mình. Ông biết nó không hay. Hơn nữa, ông cũng biết nói giọng Nghệ An là một thiệt thòi. Bởi vậy, ông tập trung năng lực vào việc trau dồi khả năng viết lách để có thể truyền đạt một cách hiệu quả qua con đường văn chương. Tôi không có ý thức dùng văn viết để thay thế văn nói rõ rệt như ông. Bởi tôi mê viết văn (và làm thơ nữa, giời ạ!) khá lâu trước khi tôi nhận ra là mình nói dở. Chỉ có điều, sau khi nhận ra mình nói dở, tôi chỉ thích chọn những nghề... ít nói nhất.

Vậy mà tôi lại sa vào nghề dạy học. Cả đời tôi dạy học. Ở Việt Nam, dạy học. Ra đến nước ngoài, cũng dạy học. Như cái số, đành chịu. Nhưng nếu có cái nghề thứ hai nào cần làm và có thể làm, tôi dứt khoát chọn cái nghề ít nói; thậm chí, không nói: càng tốt.

May, nó tới: lần này Ban Việt ngữ đài VOA không mời tôi làm phát thanh viên mà lại làm một... blogger!

A! Cái chuyện này mới thú vị đấy. Chữ blog mới đến độ chưa có trong tiếng Việt. Ngay trên thế giới, blog cũng là một hiện tượng khá mới. Những blog đầu tiên chỉ xuất hiện từ cuối thế kỷ trước, cách đây mới hơn 10 năm. Mới, nhưng nó lại phát triển cực nhanh. Nhanh đến độ có nhiều người tiên đoán chính các blog sẽ là sát thủ của tất cả các tờ báo.

Mà cũng đúng.

Bức tranh về báo chí khắp nơi càng ngày càng ảm đạm. Ở Mỹ, từ năm 2008 đến 2010, có tám tờ báo lớn và hàng trăm tờ báo nhỏ lần lượt đóng cửa. Các chuyên gia tiên đoán ít nhất hơn một nửa số báo đang lưu hành hiện nay (khoảng 1.400 tờ) sẽ bị biến mất trong một thập niên tới. Số lượng độc giả của ngay những tờ báo lâu đời và có uy tín nhất như *New York Times, Los Angeles Times, USA Today, Washington Post*, v.v.. đều giảm, hơn nữa, càng ngày càng giảm sút nhanh chóng. Tỉ lệ người thành niên Mỹ đọc báo mỗi ngày vào năm 1998 là 58.6%, năm 2000 là 55.1%, năm 2005 là 51.6%, và năm 2007 là 48.4%. Theo đà suy giảm ấy, tỉ lệ người đọc báo hiện nay chắc chắn sẽ còn thấp hơn nhiều.[1]

Ở Việt Nam, tình hình cũng không khá hơn.

Theo tin từ trong nước, vào đầu năm 2009, tại Việt Nam có ít nhất 4 tờ báo xin ngừng hoạt động, 5 tờ xin giảm kỳ và 6

---

[1] Suzanne M. Kirchhoff, "The U.S. Newspaper Industry in Transition", Congressional Research Service. Xem trên http://www.fas.org/sgp/crs/misc/R40700.pdf

tờ xin giảm trang. Hầu hết các tờ báo khác đều gặp khó khăn, bị giảm số phát hành, có tờ bị giảm đến 50% so với thời điểm vàng son nhất của nó. Hậu quả là hầu hết các báo đều phải giảm nhân viên và cộng tác viên đồng thời giảm cả tiền nhuận bút cũng như vô số các chi phí khác.

Trước tình trạng đó, rất nhiều người nói đến cái chết của báo in.

Dĩ nhiên không phải ai cũng đồng ý. Nhưng không ai có thể phủ nhận được sự thật này: gần đây, số lượng các tờ báo phải bị đóng cửa hoặc đang sống ngoải khá nhiều. Kẻ thù chính là internet. Trong internet, kẻ thù chính là các blog.

Để tồn tại, hầu hết các tờ báo đều tìm cách online-hoá, và, gần đây, blog-hoá. Báo đưa lên mạng, chưa đủ. Trên mạng, người ta có thể cập nhật tin tức và bình luận thật nhanh, đáp ứng nhu cầu biết-ngay và biết-hết của con người thời cách mạng thông tin toàn cầu. Thế nhưng vẫn có cái gì đó chưa đủ. Ngày nay, độc giả hay thính giả không phải chỉ cần biết tin. Họ không muốn thụ động như trước. Họ có nhu cầu lên tiếng phản hồi hay tham gia vào các cuộc tranh luận. Các trang báo mạng thông thường (webpage) không đáp ứng được điều đó. Chính vì vậy các blog mới ra đời. Trên các tờ báo mạng, ngoài những trang tin tức hay bình luận theo kiểu truyền thống, người ta thấy lần lượt xuất hiện những trang blog của các bình luận gia hay ký mục gia (columnist) với một danh xưng mới: blogger.

Khác với các bình luận gia hay ký mục gia, các blogger không bao giờ đứng một mình. Bên cạnh họ bao giờ cũng có đông đúc bạn bè và độc giả, người thì khen, kẻ thì chê; người thì tán đồng, kẻ thì phản đối, lúc nào cũng có sự tương tác nhanh chóng và chặt chẽ. Có những blog, như blog của Mario Lavandeira, có đến hơn nửa triệu phản hồi từ độc giả. Khiếp. Sự góp mặt của những người phản hồi ấy góp phần tạo nên đặc trưng và diện mạo của blog: đó là một cuộc họp mặt và chuyện trò của những người đồng điệu. Đồng điệu không hẳn là đồng ý. Những người đồng điệu thường chỉ có một điểm chung: sự quan tâm đến một lãnh vực hay một vấn đề gì đó. Không nhất thiết phải chung về quan điểm.

Áp lực của các blog mạnh đến nỗi không phải chỉ có các tờ báo in mới blog hoá. Ngay cả báo mạng cũng blog hoá: tờ Talawas do Phạm Thị Hoài chủ trương ở Đức, sau tám năm hoạt động sôi nổi, đến cuối năm 2008, đã tự đình bản để sau đó, biến thành Talawas blog.[1] Rồi các đài phát thanh - một hình thức báo nói - cũng blog hoá. Liên quan đến tiếng Việt, trên phạm vi toàn cầu, không chừng VOA đang đi tiên phong. Cho đến giữa năm 2009, trang web của Ban Việt ngữ các đài phát thanh khác, có khi có cả hàng chục triệu lượt truy cập mỗi tuần, vẫn chưa có blog. Chỉ có mục Diễn đàn. Nhưng Diễn đàn không phải là blog.

Được tham gia vào diễn đàn có tính tiên phong như thế, vui chứ?

Ở diễn đàn ấy, mình chỉ cần viết chứ không cần nói: càng vui nữa.

---

[1] Tờ Talawas- blog đã đình bản hẳn vào ngày 3 tháng 11 năm 2010. Tuy nhiên tất cả bài vở vẫn được lưu giữ và có thể đọc được tại http://www.talawas.org/.

Thế thì tôi đâu có lý do gì để từ chối. Ừ thì làm. Từ nhà phê bình đến blogger, không chừng đó cũng sẽ là cuộc hành trình chung của nhiều người, sau này: một cuộc xuống đường của trí thức.

Cuộc khởi nghĩa của đám đông

Sau khi bắt đầu viết blog trên VOA, mỗi lần tôi nói chuyện với bạn bè hay có khi chỉ là người quen tình cờ gặp gỡ đâu đó, đề tài hầu như bao giờ cũng xoay quanh các bài viết trên blog của tôi. Thì cũng bình thường. Trước kia, cũng thế. Phần lớn các bài viết của tôi đăng hoặc trên báo in hoặc trên website đều có khá nhiều phản hồi và cũng là đề tài trong các buổi chuyện gẫu. Nhưng từ ngày tôi viết trên blog thì khác. Người ta không chỉ nói về bài viết của tôi. Mà còn, có khi, nhiều hơn, về các ý kiến phản hồi ở dưới mỗi bài. Nhiều người khoe là mỗi ngày họ vào blog không phải một mà là hai, ba, hoặc, thậm chí, năm bảy lần. Dĩ nhiên không phải để đọc lại bài viết của tôi. Mà là để theo dõi các ý kiến đóng góp của bạn đọc. Và người ta nhớ tên một số người thường đóng góp ý kiến. Người ta bình luận. Người ta phân tích không những cái đúng cái sai mà còn cả các hậu ý, có khi là hậu ý chính trị, đằng sau các ý kiến ấy. Nhiều buổi nói chuyện để lại trong tôi ấn tượng là người ta không quan tâm mấy đến bài viết của tôi mà chỉ tập trung vào các ý kiến của người đọc.

Đó là điều lạ.

Tôi làm báo từ lâu, ngay từ lúc mới rời Việt Nam sang định cư tại Pháp. Sang Úc, tôi cũng làm tờ *Việt* (1998-2001), tờ tạp chí văn học tiếng Việt thực sự chuyên nghiệp đầu tiên tại Úc. Ngoài ra, bài vở của tôi cũng được đăng tải trên hầu hết các tạp chí văn học ở hải ngoại. Rồi tôi viết sách. Viết khá nhiều. Và tất cả, theo các nhà xuất bản, đều thuộc loại bán được. Có thể nói, sau hơn hai mươi năm cầm bút, tôi có một lượng độc giả nhất định, chắc chắn không ít hơn bất cứ một cây bút chuyên về lý luận hay phê bình văn học nào. Vậy mà, trong một thời gian rất dài, tất cả các độc giả ấy đều giấu mặt, xa cách, vô danh, có cảm tưởng như không hề hiện hữu bao giờ.

Thì, thật ra, cũng có một số người lên tiếng đâu đó. Một số người viết thư hoặc gửi email đến tôi để bày tỏ cảm nghĩ này nọ. Nhưng, thứ nhất, con số ấy không nhiều; thứ hai, họ vẫn lên tiếng với tư cách cá nhân; thứ ba, hầu hết, nếu không nói là tất cả, đều là những người tán đồng hoặc ít nhiều mến mộ tôi; và thứ tư, họ vẫn là những độc giả cô đơn, khuất lánh: Tôi nghe họ như nghe những tiếng thầm thì, từ xa. Có khi xa lắc. Và chậm. Có khi thật chậm, nhiều lúc cả mấy năm, thậm chí, hàng chục năm sau khi bài viết đã đăng hoặc sách đã xuất bản. Nghe như những tiếng vọng muộn màng của một hòn đá ném vào hư không. Thăm thẳm.

Bây giờ thì khác. Độc giả không còn là một đám đông vô danh và thầm lặng nữa. Và không phải chỉ có những người ái mộ. Sau mỗi bài viết có khi có cả hàng chục, hay hàng trăm người phát biểu. Trong số đó, có một số ít người tôi biết; còn lại, hầu hết: hoàn toàn không. Không phải ai cũng đồng ý với tôi. Nhiều người phản bác, thậm chí, lúc nào cũng phản bác. Không phải ai cũng dịu dàng, lịch sự. Nhiều người rất sân si, đầy những hằn học. Điều thú vị là không phải ai cũng góp ý với tôi. Người ta còn góp ý với nhau. Cãi cọ nhau. Chửi bới nhau. Vô tình hình thành một trận tuyến giữa các độc giả.

Trên sân khấu văn học ngày xưa, giữa các tạp chí và sách, chỉ có một mình tác giả. Nói là "sân khấu", nhưng sân khấu ấy lại chìm khuất trong bóng tối. Người ta viết văn một mình. Lúc nào cũng một mình. Ngay cả khi, trong một số tác phẩm nào đó, viết chung với bạn bè hay đồng nghiệp, thì mỗi người vẫn viết một mình. Mỗi người ngồi trước một computer hay một xấp giấy. Chung quanh là sách. Chỉ có sách. Bài viết hay sách in ra, có khi chìm lìm trong im lặng mênh mông. Tôi biết nhiều người cầm bút thèm nghe một hồi âm, kể cả một tiếng chửi: Cũng không có. Người ta băn khoăn: Độc giả ở đâu rồi nhỉ?

Độc giả vẫn có đấy chứ. Đông nữa là khác. Hàng triệu, hàng chục triệu người. Nhưng họ chỉ là một đám đông vô danh và vô thanh. Có thể thấy điều đó ngay trong tiếng Việt: chữ "tác giả" bao giờ chỉ hàm ý số ít. Muốn nhấn mạnh đến số nhiều, chúng ta phải thêm số đếm (1,2,3..) hay các chữ "các", "những"... phía trước. Chữ "độc giả", ngược lại, bao giờ cũng hàm ý chỉ số nhiều. Muốn nhấn mạnh đến số ít, chúng ta phải thêm chữ "một" phía trước. Như vậy, có một nghịch lý: tác giả là một cá nhân nhưng lại là một công chúng (public) sừng sững trên sân khấu, trở thành trung tâm của mọi sự chú ý, trong khi công chúng thực sự, tức đám đông độc giả, thì lại là những gì hết sức riêng tư (private), hết sức âm thầm và lặng lẽ. Không ai nghe tiếng của họ cả.

Bây giờ thì khác.

Bây giờ, trên các trang blog, độc giả đồng khởi. Đúng là một cuộc khởi nghĩa của đám đông, vốn cả hàng ngàn năm nay, bị xem là thầm lặng, vô danh và vô thanh. Đọc xong, người ta không còn thụ động gật gù hay lắc đầu thở ra. Người ta có thể lên tiếng ngay. Đang ngồi trước computer nối mạng, chỉ cần vài ba động tác nhanh gọn, ý kiến của họ xuất hiện, có khi gần như ngay tức khắc. Và, điều đáng nói là, những ý kiến ấy cũng được đọc không kém gì các bài viết chính của các blogger. Họ cũng có người đọc của họ. Ý kiến của họ có khi cũng trở thành đề tài để bàn tán sôi nổi, trên blog cũng như ngoài xã hội. Như vậy, trên blog, không những tác giả mà cả độc giả cũng có độc giả.

A! Đó mới chính là điều lý thú: Độc giả cũng có độc giả.

Trước, những tưởng độc giả là đặc quyền và độc quyền của tác giả. Chỉ có tác giả mới có độc giả. Chỉ có những tác giả nổi tiếng mới có nhiều độc giả. Và chỉ có những tác giả lớn, thật lớn, mới có những độc giả trung thành, lâu dài, thuộc nhiều thế hệ. Bây giờ, trên blog, lạ chưa, ngay cả độc giả cũng có thể có độc giả của họ. Điều đó không những có thể làm cho các cụ Nguyễn Trãi hay Nguyễn Du sửng sốt. Mà ngay các vị vừa mới qua đời cách đây không lâu, từ Nguyễn Tuân đến Mai Thảo, từ Trần Dần đến Thanh Tâm Tuyền, có lẽ cũng không thể nào tưởng tượng nổi.

Khi độc giả cũng có độc giả, ranh giới giữa tác giả và độc giả có còn không? Còn, dĩ nhiên. Nhưng rất mờ. Trên nhiều blog, một số độc giả cũng lưu lại trong ký ức các độc giả khác một dấu ấn nhất định. Họ cũng trở thành những tên tuổi nhất định. Dĩ nhiên chỉ là tên tuổi ảo. Những tên tuổi ấy còn đọng lại trong ký ức tập thể lâu hay mau thì còn tuỳ. Chưa thể biết được. Có thể đó là điểm khác nhau giữa một tác giả-độc giả và một tác giả thực sự.

Nhưng trước mắt thì chúng ta có thể nhìn thấy có một cái gì giống như một diễn đàn hết sức dân chủ trên mạng lưới internet, ở đó, viết văn thực sự là tiến hành một cuộc đối thoại. Là đối thoại, mọi tiếng nói đều bình đẳng. Tác giả chỉ còn là người gợi đề tài và gợi ý chứ không phải là người quyết định. Chính vì vậy mà nhiều nhà nghiên cứu cho hai đặc điểm nổi bật nhất của blog là tính chất phi tâm (non-centralized) và phi-đẳng cấp (non-hierarchical). Và cũng chính vì thế, tôi tin blog là nơi diễn tập của tinh thần dân chủ.

Người ta hay nói các chế độ dân chủ ở phương Tây vững mạnh vì văn hoá dân chủ đã được bén rễ sâu rộng không phải chỉ trong giới làm chính trị hay quản trị mà còn cả trong quần chúng: Mọi người đều biết các quyền và giới hạn của các quyền mà mình có. Quan cũng như dân. Và một số người lo lắng: Việt Nam, nếu có được một chế độ dân chủ thì chưa chắc đã đứng vững được khi chính người dân, hầu hết người dân, chưa bao giờ được rèn luyện trong một nền văn hoá dân chủ.

Những quan niệm như vậy còn có thể tranh luận dài dài. Cũng như chuyện con gà và cái trứng, cái nào có trước?

Nhưng theo tôi, trong bất cứ trường hợp nào, thì blog, nơi chứng kiến các cuộc đồng khởi của các độc giả vốn thầm lặng, vẫn là một diễn tập tốt, từ đó, chúng ta hy vọng nhìn thấy sự hình thành và phát triển của một thứ văn hoá dân chủ, vốn là một trong những điều chúng ta cần nhất hiện nay.

Và mai sau nữa.

Cuộc chiến chống độc tài

Trong cuốn *Blogosphere, the New Political Arena* của Michael Keren do Lexington Books xuất bản năm 2006, có một trích dẫn tôi rất lấy làm tâm đắc: Theo Ted Landphair, nếu cuộc chiến Mỹ - Tây Ban Nha vào cuối thế kỷ 19 là cuộc chiến báo chí, Đệ nhị thế chiến là cuộc chiến radio, chiến tranh Việt Nam là cuộc chiến ti vi thì hai cuộc chiến tranh ở Iraq vào đầu thập niên 1990 và đầu thế kỷ 21 vừa qua là cuộc chiến tranh internet. (tr. 6)

Xin nói một chút về cuộc chiến ti vi.

Giới sử gia và nghiên cứu chính trị thường gọi chiến tranh Việt Nam là chiến tranh ti vi (television war) hay chiến tranh truyền thông (media war) hay chiến tranh trong phòng khách (lounge room war): Tất cả đều nhấn mạnh đến vai trò của ti vi trong cuộc chiến tàn khốc và kéo dài đằng đẵng ấy, trong đó nạn nhân chủ yếu là chính chúng ta, người dân ở cả hai miền Nam và Bắc, không những trước 1975 mà còn cả khá lâu sau đó nữa.

Thời ấy, vào đầu thập niên 1960, kỹ nghệ truyền hình ở Mỹ phát triển rất mạnh. Hầu hết các gia đình ở Mỹ đều có ti vi. Họ xem quảng cáo chủ yếu trên ti vi. Họ xem phim và các chương trình giải trí khác chủ yếu trên ti vi. Và, quan trọng nhất, họ xem tin tức ở Mỹ cũng như khắp nơi trên thế giới cũng chủ yếu trên ti vi. Đáp ứng nhu cầu ấy, vào khoảng giữa thập niên 1960, cả ba hệ thống truyền thông lớn ở Mỹ, ABC, NBC và CBS đều tăng thời lượng phát tin buổi tối từ 15 đến 30 phút.

Say mê trước phương tiện truyền thông đại chúng mới mẻ và hấp dẫn ấy, chính phủ Mỹ đã vấp phải một sai lầm tày đình trong chiến tranh Việt Nam: Họ cho phép các phóng viên chiến trường đến bất cứ nơi nào các phóng viên ấy muốn. Không những cho phép, họ còn mời mọc. Phóng viên có thể len lách vào bất cứ ngõ ngách nào của cuộc chiến. Phóng viên được tháp tùng tướng lãnh và binh sĩ trong các trận đánh. Những hình ảnh nóng hổi của chiến tranh được phát rộng rãi trên hệ thống truyền hình Mỹ mỗi ngày. Hậu quả là chiến tranh Việt Nam lôi cuốn không phải chỉ có đám thanh niên đến tuổi quân dịch mà còn toàn bộ dân chúng, từ người già đến trẻ thơ, từ giới trí thức đến giới bình dân, từ cánh đàn ông vốn hay quan tâm đến chính trị đến những người phụ nữ, là mẹ và là vợ, vốn, theo truyền thống, ít chú ý đến các cuộc bắn giết, nhất là ở những xứ sở xa lơ xa lắc. Thế nhưng, với chiếc máy truyền hình nằm chình ình ngay giữa phòng khách, người ta vừa ăn tối vừa nhìn hình ảnh lính Mỹ, trong đó, có thể có chồng, con, cháu, bạn bè, người thân quen của họ đang lặn lội trong rừng sâu, nổ súng vào những người dân xa lạ, và có thể bị những người xa lạ ấy bắn giết.

Có thể nói ti vi đã giản lược hoá một cuộc chiến tranh vô cùng phức tạp giữa nhiều lực lượng và với những động cơ hoàn toàn khác nhau, vừa ở tầm quốc gia vừa ở tầm quốc tế, vừa có tính chất ý thức hệ vừa có tính chất địa phương chủ nghĩa, thành một số hình ảnh rất cụ thể, và vì cụ thể nên thành thiên lệch. Trong số các hình ảnh ấy, nổi bật là hình ảnh Hoà Thượng Thích Quảng Đức tự thiêu năm 1963, hình ảnh tướng Nguyễn Ngọc Loan chĩa súng bắn vào đầu một người lính Bắc Việt vào tết Mậu Thân, và hình ảnh cô bé Kim Phúc trần truồng chạy với vết lửa từ bom Napalm cháy rực sau lưng vào năm 1972.

Tiếc, cả ba hình ảnh ấy đều quy tội vào một hướng: chính phủ miền Nam. Hậu quả là, dưới mắt dân chúng Mỹ, cuộc chiến tranh, thoạt đầu, được tuyên truyền như một chính nghĩa, sau, dần dần, biến thành một sự phi lý. Ý thức phản chiến càng lúc càng lớn, càng sâu và càng mạnh. Và phong trào phản chiến bùng nổ khắp nơi. Tham gia vào các phong trào phản chiến ấy có những thành phần vốn được xem là phi-chính trị trước đây: học sinh, sinh viên và nhất là phụ nữ. Họ, chính họ, đã tạo nên một sức ép mạnh mẽ lên chính quyền Mỹ; cuối cùng, chính phủ Mỹ đã nhượng bộ bằng cách rút quân ra khỏi Việt Nam. Chính vì vậy, nhiều người cho Mỹ không thua trong cuộc chiến tranh ở Việt Nam. Họ chỉ thua cuộc chiến tranh trên ti vi ở ngay trên đất nước của họ.

Đó là một trong những bài học lớn nhất mà Mỹ đã học được từ chiến tranh Việt Nam. Và họ đã áp dụng nó một cách triệt để trong hai cuộc chiến tranh ở Iraq và cuộc chiến ở Afghanistan sau đó. Ở cả ba cuộc chiến tranh, phóng viên chiến trường không được phép theo quân đội ra mặt trận. Nhiều phóng viên kể: khi đến vùng Vịnh để theo dõi và tường thuật các diễn biến cuộc chiến ngay tại chỗ theo yêu cầu của các toà báo, họ chỉ làm được mỗi một việc là ngồi trong căn phòng nào đó, mở ti vi lên, xem chương trình tin tức của CNN để biết những gì đang xảy ra ở vùng Vịnh! Mà những hình ảnh ấy do ai cung cấp? Do quân đội Mỹ! Chúng được gạn lọc rất kỹ. Hầu hết là những hình ảnh từ xa: các phản lực cơ chiến đấu vừa cất cánh, các hoả tiễn vừa được bắn, kéo theo những vệt sáng trong đêm, các chiếc xe chở đầy lính lăn bánh trên đường, các tướng lĩnh đang đăm đăm nhìn lên các tấm bản đồ trên tường. Hết. Không thấy cảnh những em bé bị bom napalm gào thét đau đớn và kinh hoàng với những ngọn lửa đỏ rực trên thân thể trần truồng như hình ảnh Kim Phúc ngày nào. Không thấy cảnh những xác người bị giết chồng chất trên mặt đất như vụ Mỹ Lai. Không thấy cảnh người nào gí súng vào đầu quân địch như hình ảnh tướng Nguyễn Ngọc Loan hồi Tết Mậu Thân. Chính vì vậy, Jean Baudrillard mới lý luận: cuộc chiến ở vùng Vịnh vào năm 1991 là không có thật.[1]

---

[1] *The Gulf War Did Not Take Place* do Paul Patton dịch sang tiếng Anh, Power Publications xuất bản tại Sydney năm 1995

Không có trên ti vi, hầu hết các tin tức về cuộc chiến tranh ở Iraq cũng như chiến tranh Afghanistan hiện nay đều đến chủ yếu từ internet.

Trên internet, hình thức chính là blog.

Qua các blog do binh sĩ hoặc thường dân viết, người ta mới tiếp cận được những thông tin chính xác và cụ thể nhất của chiến tranh, từ những nỗi sợ hãi, đau đớn đến hoài nghi, thất vọng, phẫn nộ, hoang mang, và bế tắc của chiến tranh; người ta mới thấy được máu và nước mắt; nghe được những tiếng khóc và những tiếng thở dài của những người dân vô tội. Blog làm cho cuộc chiến tranh trở thành có thật chứ không phải chỉ là những ý niệm xa xôi, mơ hồ và trừu tượng nữa. Blog trám vào các khoảng trống do các phương tiện truyền thông đại chúng truyền thống để lại.

Trong chiến tranh, blog đóng vai trò quan trọng như thế. Ở các nước độc tài, blog cũng đóng vai trò tương tự.

Khi tất cả các phương tiện truyền thông đại chúng đều nằm trong tay nhà nước hoặc bị nhà nước kiểm soát và kiềm chế, bằng cách nào người dân biết được sự thật? Trước, chủ yếu là tin đồn bằng miệng. Bây giờ là blog. Blog trở thành lối thoát duy nhất cho những người thấp cổ bé miệng. Và của sự thật.

Mà không phải chỉ ở những xứ độc tài toàn trị như Việt Nam. Ngay ở những quốc gia tự do, thật tự do, như Mỹ, chẳng hạn, blog cũng là một lối thoát để vượt khỏi ách độc tài của các thế lực thương mại. Theo Ben Compaine, trong bài "Does Rupert Murdoch control the media? Does anyone?", mười công ty truyền thông lớn nhất vào thập niên

1980 cung cấp 38 phần trăm, và vào thập niên 1990, 41 phần trăm tổng số tin tức được phổ biến tại Mỹ. Viết năm 2004, Compaine, dù sao, cũng lạc quan khi cho tình trạng ấy không tăng vọt theo thời gian và viễn tượng một sự độc quyền về thông tin vẫn còn xa vời. George Washington, trong bài "Blogs: Crucial or a Waste of Time?" đăng trên *Washington's Blog* ngày 31 tháng 3 năm 2009, bi quan hơn, khi đồng ý với Dan Rather cho khuynh hướng độc quyền hoá trong thông tin càng lúc càng nhảy vọt trong suốt mấy thập niên vừa qua. Hiện nay, theo ông và Dan Rather, "khoảng 80 phần trăm truyền thông tại Mỹ bị kiểm soát bởi dưới sáu, có thể chỉ là bốn, tổ hợp khác nhau" mà thôi.

Dĩ nhiên, ở các xã hội tự do, chủ tịch hay tổng giám đốc các tổ hợp lớn hay giám đốc các công ty truyền thông thường ít khi trực tiếp chi phối nội dung bài vở của nhân viên hoặc cộng tác viên. Tuy vậy, họ cũng có những định hướng nhất định. Có định hướng là có hạn chế. Không có gì lạ khi nhiều người tin blog là một trong những cách thức khắc phục những hạn chế.

Còn việc khắc phục được đến đâu thì lại là một việc khác.

Tại sao chính quyền sợ blog?

Vào giữa năm 2009, báo chí, đặc biệt báo mạng, xôn xao về vụ công an ép nhà văn Đào Hiếu phải đóng cửa trang mạng của ông, vụ báo *Sài Gòn Tiếp Thị* sa thải nhà báo Huy Đức (chủ nhân blog Osin), và nhất là vụ chính quyền Việt Nam bắt ba blogger Nguyễn Ngọc Như Quỳnh (blog Mẹ Nấm), Phạm Đoan Trang (blog Trang the Ridiculous) và Bùi Thanh Hiếu (blog Người Buôn Gió).

Cuối cùng, trước áp lực của dư luận quốc tế, chính quyền đã phải thả cả ba blogger nêu trên.

Nhưng câu hỏi này vẫn còn day dứt trong lòng nhiều người: Tại sao chính quyền lại hung hãn như vậy?

Lý do chính, hầu như ai cũng biết, là: Sợ.

Sợ một nhà văn là sợ... một nhà văn, tức là sợ tài năng, uy tín và sức thu hút của cá nhân người đó. Nhưng sợ một blogger thì không phải là sợ bản thân blogger đó. Mà là sợ blog nói chung.

Nhưng tại sao họ lại sợ blog?

Theo tôi, họ sợ vì nhiều lý do. Tốc độ cực nhanh của blog trong quá trình đăng tải và ghi nhận hồi âm của độc giả là một. Tầm phổ biến cực rộng, hầu như khắp nơi trên thế giới là hai.

Nhưng lý do thứ ba này là đáng sợ nhất: blog thúc đẩy quá trình phi tâm hoá (decentralization) xã hội.

Xưa, trong xã hội cổ đại và trung đại, khi hệ thống thông tin chưa được xác lập hoặc đã được xác lập nhưng còn thô sơ, người ta chủ yếu sống bằng tin đồn. Và tin đồn thì không có trung tâm nhất định. Nó có thể nổi lên từ bất cứ ở đâu, sau đó, cứ lan dần như một trận dịch. Mức độ lan nhanh hay chậm, rộng hay hẹp tuỳ thuộc vào nhiều yếu tố, trong đó, quan trọng nhất là độ nóng của tin đồn. Mà độ nóng ấy lại tuỳ thuộc vào mối quan tâm của quần chúng. Một tin tức liên quan trực tiếp đến đời sống của mọi người chừng nào càng dễ bị đồn thổi lên chừng ấy.

Với các cuộc cách mạng thông tin, tin tức càng ngày càng có khuynh hướng tập trung hoá.

Báo là hình ảnh tiêu biểu của sự tập trung ấy.

Ở Việt Nam, người ta thấy có hai hiện tượng nghịch lý: một mặt, về phương diện tổ chức, báo chí rất phân tán; nhưng mặt khác, về phương diện nguồn tin và quan điểm, nó lại quá tập trung. Về phương diện tổ chức, nghe nói ở Việt Nam hiện nay có hơn bảy trăm tờ báo. Con số ấy quá nhiều và quá thừa so với dân số, và đặc biệt, dân số thực sự đọc báo. Ở Úc hiện nay, tuy dân số ít, chưa tới một phần tư Việt Nam nhưng số lượng người đọc báo thường xuyên lại khá đông, có lẽ không thua Việt Nam bao nhiêu, số đầu báo lại rất ít, trong đó, nhật báo phổ biến ở tầm quốc gia, chỉ có hai tờ: *The Australian* và *The Financial Review*; ở tầm tiểu bang, mỗi tiểu bang cũng chỉ có hai hay ba tờ.

Bởi vậy, nhìn vào số lượng báo chí ở Việt Nam, người ta dễ dàng thấy ngay là chúng thừa. Chúng trùng lặp một cách vô ích.

Nhưng mặt khác, xét về nguồn tin, cả mấy trăm tờ báo ấy lại chỉ lấy tin, đặc biệt tin chính trị quốc nội, chỉ từ một nguồn duy nhất: nhà nước. Nói theo cách nói khá thú vị được phổ biến rộng rãi trên internet: Việt Nam có đến hơn 700 tờ báo nhưng chỉ có một Tổng Biên Tập.

Còn nhớ, ngay cả một tin tức nho nhỏ như cái chết của cựu Thủ tướng Võ Văn Kiệt vào tháng 6 năm 2008, tất cả báo chí ở Việt Nam phải đợi mấy ngày mới loan tin. Chủ yếu chờ lệnh từ nhà nước. Những tin tức liên quan đến các vụ án tham nhũng lớn và các sự kiện có liên quan đến Trung Quốc cũng vậy.

Về phương diện này, báo chí ngoại quốc đa dạng hơn: Họ có thể lấy tin từ vô số nguồn khác nhau. Tuy nhiên, về phương diện tổ chức, họ cũng có khuynh hướng tập trung. Ở mỗi địa phương, chỉ có một số tờ báo nhất định. Các tờ báo ấy cũng nằm trong tay một số công ty truyền thông nhất định. Một số công ty truyền thông ấy có phạm vi hoạt động liên quốc gia. Các cơ quan thông tấn, đầu mối của hầu hết các tin tức quan trọng trên thế giới, càng có tính chất liên quốc gia. Không phải ngẫu nhiên khi mở các trang báo thuộc nhiều ngôn ngữ và ở nhiều quốc gia khác nhau trong ngày, chúng ta dễ dàng bắt gặp những bản tin có tiêu đề và nội dung giống nhau. Thậm chí, cách diễn dịch và nhận định cũng khá giống nhau. Đó là lý do chính khiến nhiều người tin, với sự nở rộ của các phương tiện truyền thông đại chúng, thế giới sẽ biến thành một cái làng, làng-toàn-cầu (global village).

Sự xuất hiện của internet, đặc biệt của các blog, làm thay đổi hẳn diện mạo thông tin thế giới.

Những tin tức quan trọng và nóng hổi liên quan đến vụ bầu cử tổng thống tại Iran vào tháng 6 năm 2009 xuất hiện, trước hết, không phải trên các hãng thông tấn lớn mà chủ yếu trên các blog cá nhân. Ở Việt Nam, các biến cố liên quan đến việc khai thác bauxite ở Tây nguyên cũng như các vụ tàu

Trung Quốc bắt bớ ngư dân Việt Nam, các vụ chính quyền bắt bớ những người bất đồng chính kiến cũng được loan đi, trước hết, qua các blog.

Đảng cộng sản hay nói đến lực lượng quần chúng. Các blog thực sự là một lực lượng quần chúng vô cùng to lớn và rất khó kiểm soát.

Chúng phá vỡ các trung tâm quyền lực trong lãnh vực thông tin.

Chúng càng phá vỡ các trung tâm quyền lực trong việc diễn dịch các tin tức.

Ngày xưa, nhà nước nói gì, dân chúng tin nấy. Bây giờ thì khác. Với sự nở rộ của các blog, nhà nước muốn giấu tin cũng không giấu được. Muốn xuyên tạc tin cũng không xuyên tạc được nữa.

Không kể các cơ quan thông tin quốc tế nổi tiếng như BBC (Anh), RFI (Pháp) và VOA (Mỹ), có thể xem các blog thuộc "lề trái" ở Việt Nam như những tiếng nói phản biện mạnh mẽ. Hơn nữa, như những sự bổ sung cần thiết và cực kỳ quan trọng nhằm cung cấp sự thật cho quần chúng.

Chúng thể hiện và thực hiện xu hướng phi tâm hoá tin tức và cách diễn dịch tin tức.

Mà phi tâm hoá tin tức và cách diễn dịch tin tức lại là bước đầu tiên của tiến trình dân chủ hoá.

Chả có gì lạ khi nhà cầm quyền cộng sản thù ghét blog và tìm mọi cách để các blog ấy tắt tiếng: Với các blog ở nước ngoài thì đặt tường lửa; với các blog ở trong nước thì tìm cách trấn áp.

Tin tặc tấn công vào nền dân chủ

Đánh các website và blog một cách công khai bằng quyền lực hành chính, chưa đủ, chính quyền Việt Nam còn sử dụng cả những thế lực đen tối: bọn tin tặc.

Dĩ nhiên chúng ta đừng bao giờ hy vọng tin tặc xưng hô danh tính. Nếu có, đó chỉ là những mật danh vớ vẩn. Mà cũng phải. Tự bản chất, thứ "tặc" nào cũng lén lút. Tin tặc, hoạt động trong thế giới ảo mênh mông của internet, lại càng dễ lén lút. Nhưng người ta vẫn biết. Biết, nhờ "common sense", thứ lương thức hầu như ai cũng có: thứ nhất, chỉ có những thế lực bảo thủ và độc tài mới căm ghét và tìm cách đánh phá những tiếng nói tự do và dân chủ; thứ hai, chỉ có các thế lực có quy mô lớn mới đủ sức tung ra những cuộc tấn công hàng loạt và đồng loạt như vậy. Biết, nhờ kỹ thuật hiện đại nữa. Thế giới ảo của internet chỉ "ảo" với người ngoại đạo, nhưng với các chuyên gia, mọi hành động, dù lén lút đến mấy, cũng để lại dấu vết. Nhờ thế, người ta có thể nhận diện ra ngay nơi các tin tặc ẩn nấp: Việt Nam.

Giữa năm 2010, sau khi khoảng 24 website ở Việt Nam bị tấn công, trong đó gây ồn ào trong dư luận nhất là vụ tấn công vào tờ báo mạng Bauxite Việt Nam, McAfee, một công ty an ninh mạng quốc tế nổi tiếng đặt trụ sở tại California, Hoa Kỳ, đã phát biểu rõ ràng: các tin tặc ấy có liên hệ với chính phủ Việt Nam. Tổ chức Theo dõi Nhân quyền đặt trụ sở tại New York cũng lên tiếng phê phán chính phủ Việt Nam trong âm mưu tấn công các website độc lập.[1]

Mà chính chính phủ Việt Nam cũng gián tiếp thừa nhận điều đó. Trong cuộc Hội nghị báo chí toàn quốc được tổ chức tại Hà Nội vào đầu tháng 5 năm 2010, trước sự hiện diện của hàng trăm nhà báo, tổng biên tập, phó tổng biên tập, đại diện cho "178 báo và 528 tạp chí, 67 đài phát thanh - truyền hình, 21 báo điện tử, 160 trang điện tử của các cơ quan báo in và hàng ngàn trang tin điện tử, trên 17.000 nhà báo được cấp thẻ", Trung tướng Vũ Hải Triều, Phó tổng cục trưởng Tổng cục An ninh thuộc Bộ công an đã xác nhận điều đó. Ông khoe là trong vòng mấy tháng, bộ phận kỹ thuật của công an Việt Nam đã "phá sập 300 báo mạng và blog cá nhân xấu".[2]

Thật ra, lời tuyên bố của Vũ Hải Triều không làm ai ngạc nhiên. Từ trước đến nay, chính quyền Việt Nam chưa từng bao giờ tỏ ra chút khoan dung hay can đảm khi đối diện với những sự phản biện hay phê phán của người khác. Họ luôn luôn tìm cách dập tắt những tiếng nói phản biện và phê phán ấy. Để dập tắt, trước, đối với sách báo, họ sử dụng biện pháp cấm đoán hoặc tịch thu; sau, đối với internet, họ dựng tường lửa; và bây giờ, đi xa hơn, họ đóng vai tin tặc tấn công thẳng vào các máy chủ.

---

[1]

http://www.google.com/hostednews/afp/article/ALeqM5hA8pq6_UjvyWk1e7AQ-8jexjIXTA

[2] http://www.diendan.org/viet-nam/thu-ha-noi-loi-khoe-khoang-thu-nhan-cua-tuong-cong-an-vu-hai-trieu/

Biện pháp khác, ý nghĩa cũng khác.

Cấm xuất bản hay tịch thu sách báo là tấn công vào bản thân người viết, là làm cho tiếng nói bị dập tắt ngay từ nơi xuất phát. Trong trường hợp này, nạn nhân chỉ giới hạn ở một hoặc một vài người.

Dựng tường lửa, ngược lại, là tấn công vào người đọc, là ngăn chặn ở nơi tiếp nhận. Người viết - hầu hết ở xa - vẫn vô sự, tiếng nói của họ vẫn hiện diện đâu đó trên mạng, chỉ có một số người đọc là bị thiệt thòi, vẫn bị vây kín trong ngục tù và chỉ nghe những âm thanh và những ý kiến được sàng lọc.

Dùng tin tặc để tấn công vào máy chủ của các trang mạng độc lập hoặc đối lập thì khác: Đó là cuộc tấn công quy mô và trực diện vào chính nền dân chủ, vào nguyên tắc đối thoại vốn là nền tảng để xây dựng một xã hội dân sự, văn minh và thịnh vượng.

Chứ còn gì nữa? Một trang web khác với một cuốn sách hay một tờ báo in. Sách hay báo là tiếng nói của một người hoặc một nhóm người. Website hay blog, ngược lại, thường là một diễn đàn rộng mở, đầy tính tương tác, và do đó, cũng rất dân chủ. Ai lên tiếng cũng được. Giới cầm bút hay các blogger lên tiếng, đã đành. Người đọc cũng có quyền lên tiếng. Và được khuyến khích lên tiếng. Người đồng tình hay ủng hộ được hoan nghênh. Cả người bất bình hay phản đối cũng được hoan nghênh. Bạn đọc có thể thấy điều đó ngay trên phần Ý Kiến trên blog của tôi ở đài VOA.[1] Trong số các phản hồi được đăng tải, không hiếm phản hồi công khai bênh vực cho chính quyền trong nước và công khai chỉ trích những người bất đồng chính kiến với nhà nước. Blogger cũng như Ban biên tập có thể không đồng ý với họ nhưng lúc nào cũng tôn trọng quyền lên tiếng của họ. Theo chỗ tôi biết, hầu hết các website bị đánh phá lần này cũng đều như thế cả.

Tấn công vào các website và blog, do đó, là tấn công vào cơ hội lên tiếng của mọi người thuộc mọi khuynh hướng khác nhau. Là ngăn chặn mọi tiếng nói, kể cả tiếng nói của chính mình. Là từ chối đối thoại. Là chà đạp lên ngay nguyên tắc đầu tiên của dân chủ.

Xuất phát điểm của các cuộc tấn công vào cơ hội đối thoại là tâm thế thiếu tự tin. Một chính quyền tự tin, với phương tiện và nguồn nhân lực dồi dào, có thể tham gia vào các cuộc đối thoại trên các website và blog để bảo vệ mình hoặc để tuyên truyền cho mình. Không ai cấm cả. Chính quyền Việt Nam hoặc không dám làm điều đó hoặc đã làm nhưng không hy vọng thành công, nên đã chọn một biện pháp hạ sách là làm tắt tiếng tất cả. Là làm những tên tin tặc.

Nói "hạ sách" vì đó là thế của kẻ yếu.

Hơn nữa, còn là thế của những kẻ hèn. "Tặc", từ hải tặc đến lâm tặc và bao nhiêu thứ "tặc" khác, dù hung hãn đến mấy, cũng đều là những kẻ hèn, lúc nào cũng lén lút và bị phỉ nhổ. Tin tặc cũng thế. Cũng lén lén lút lút. Cũng vừa làm

---

[1] http://www.voatiengviet.com/section/nguyen-hung-quoc-blog-page/2682.html

vừa xoá dấu vết; vừa làm vừa biết điều mình làm là trái với đạo lý và cả với pháp luật vốn cam kết tôn trọng tự do ngôn luận và tư tưởng.

Tin tặc Việt Nam, trong các đợt tấn công vào các trang mạng và blog độc lập ở hải ngoại, chỉ khác các loại "tặc" khác ở một điểm: Các loại "tặc" khác chỉ là một nhóm, có khi rất nhỏ, những phần tử bất hảo trong xã hội, những kẻ lúc nào cũng sống trong nỗi phập phồng bị phát giác và bị trừng phạt. Còn tin tặc, trong trường hợp này, lại là những kẻ được trả lương hậu, ngồi trong văn phòng, trước những giàn máy vi tính hiện đại và đắt tiền, và được sự chỉ đạo của chính nhà nước.

Họ trở thành hiện thân của nhà nước.

Một thứ nhà nước... tặc.

Blog: đệ ngũ quyền

Tấn công vào các website và các blog thực chất là tấn công vào đệ ngũ quyền.

Khái niệm đệ ngũ quyền (the fifth estate) được dùng để chỉ thế giới blog chỉ mới xuất hiện được khoảng năm ba năm trở lại đây mà thôi.

Nói đến đệ ngũ quyền hẳn ai trong chúng ta cũng nhớ ngay đến khái niệm đệ tứ quyền vốn đã được sử dụng để chỉ giới truyền thông, từ báo in đến truyền thanh và truyền hình. Khái niệm này đã xuất hiện từ lâu, khoảng cuối thế kỷ 18 và đầu thế kỷ 19, trước hết là ở Pháp và ở Anh. Ba quyền kia, ở Anh, được phân bố trong Thượng nghị viện, bao gồm Viện Tăng Lữ (Lords Spiritual), Viện Quý tộc (Lords Temporal) và Viện Thứ dân (the Commoners); ở Pháp, quyền lực cũng được chia cho ba giới như vậy nhưng dưới tên và hình thức khác (Nhà thờ, Quý tộc và Thị dân). Sau này, khái niệm tam quyền được dùng để chỉ ba lãnh vực: lập pháp, hành pháp và tư pháp. Có điều, lúc nào và ở đâu người ta cũng nhận thấy, sự phân quyền ấy chỉ có thể hiệu quả và bảo đảm được tự do và dân chủ nếu có thêm cái quyền thứ tư: quyền thông tin và quyền ngôn luận được thể hiện qua các phương tiện truyền thông đại chúng.

Các phương tiện truyền thông đại chúng ấy, thoạt đầu, chỉ bao gồm báo in; sau, thêm truyền thanh, và, từ giữa thế kỷ 20, thêm truyền hình. Về phương diện chính trị, tất cả đều nhắm đến một mục tiêu lý tưởng: minh bạch hoá các hoạt động của chính phủ trong cả ba lãnh vực lập pháp, tư pháp và hành pháp, đặc biệt là hành pháp, để tránh việc lợi dụng và lạm dụng quyền lực, hay nói cách khác, theo cái khẩu hiệu thường nghe ở Việt Nam, làm cho dân biết, dân bàn và dân kiểm tra.

Không còn hoài nghi gì nữa, trong suốt thế kỷ 20, truyền thông đại chúng đã từng nhiều lần chứng minh vị thế của một thứ đệ tứ quyền trong đời sống chính trị, nhất là ở các nước dân chủ. Giới truyền thông được quyền yêu sách chính phủ phải công khai hoá những quyết định quan trọng liên quan đến đất nước và xã hội. Giới truyền thông cũng từng đóng vai trò phản biện tích cực đối với những chính sách mà họ cho là sai trái, qua đó, hướng dẫn dư luận và buộc chính phủ phải điều chỉnh để đáp ứng nguyện vọng của dân chúng. Với vai trò đó, truyền thông đại chúng đã trở thành một thứ hàn thử biểu để đo lường tính chất dân chủ trong xã hội: Ở đâu truyền thông được tự do và độc lập, ở đó có dân chủ; ngược lại thì không. Đơn giản chỉ vậy.

Ở Mỹ, trong suốt nửa sau thế kỷ 20, truyền thông trở thành một lực lượng chính trị quan trọng, trong đó, nổi bật nhất là hai biến cố chính: chiến tranh Việt Nam và sự kiện Watergate.

Trong chiến tranh Việt Nam, truyền thông đóng vai trò quan trọng đến độ nó trở thành danh xưng của cả cuộc chiến tranh: chiến tranh truyền thông (media war) hay chiến tranh trong phòng khách (lounge room war), nơi mỗi buổi tối mọi người dân Mỹ đều có thể theo dõi, hầu như tận mắt, những cảnh khốc liệt trong cuộc chiến ở Việt Nam. Truyền thông, đặc biệt là ti vi, đã mang hình ảnh chiến tranh trong rừng núi và đồng quê ở một nước châu Á xa xôi heo hút vào tận phòng khách từng nhà. Nó biến cuộc chiến tranh *ở* Việt Nam thành cuộc chiến tranh *về* Việt Nam. Nó cũng biến cuộc chiến tranh trên mặt trận quân sự thành một cuộc chiến tranh trong trái tim từng người.

Kết quả là phong trào phản chiến càng ngày càng lớn mạnh, tạo thành một sức ép đè nặng lên chính quyền Mỹ, và, cuối cùng, không thể chịu đựng nổi những sức ép ấy, họ tuyên bố rút quân, để đến năm 1975, chấp nhận thua trận. Bởi vậy, nhiều nhà bình luận cho rằng Mỹ không thua trận ở chiến trường Việt Nam; họ chỉ thua trên mặt báo và trên màn ảnh ti vi.

Cũng ở Mỹ, truyền thông lại chứng tỏ được sức mạnh lớn lao của mình qua vụ án Watergate. Đó là tổng hành dinh của đảng Dân Chủ và cũng là nơi, vào ngày 17 tháng 6 năm 1972, cảnh sát bắt được năm người đàn ông lén lút đột nhập và ăn trộm tài liệu của đảng Dân Chủ. Các cuộc điều tra, sau đó, phát hiện cả năm người này, trực tiếp hay gián tiếp, đều có liên hệ với Uỷ ban tái tranh cử Tổng thống của đảng Cộng Hoà lúc ấy đang cầm quyền.

Sự cố ấy gây khá nhiều xôn xao trong dư luận nhưng có lẽ nó sẽ không có ảnh hưởng quá lớn lao nếu hai nhà báo Bob Woodward và Carl Bernstein không tung ra bài phóng sự trên *The Washington Post*, trong đó, hai ông tiết lộ, một viên chức cao cấp của chính phủ, dưới mật danh là Deep Throat, cho biết: hành động ăn cắp tài liệu của đảng Dân Chủ ở Watergate nằm trong âm mưu chung của đảng Cộng Hoà và được sự chấp thuận của chính Tổng thống Richard Nixon. Bài phóng sự làm thay đổi hẳn dư luận, cuối cùng, buộc Tổng thống Nixon phải từ chức. Đó là việc từ chức đầu tiên, và cho đến nay, duy nhất của tổng thống Mỹ.

Tuy nhiên, không phải lúc nào và ở đâu truyền thông cũng có thể đóng vai trò quan trọng và cần thiết như vậy. Có hai trở lực chính:

Thứ nhất, ở các quốc gia độc tài, chính phủ luôn luôn tìm cách thâu tóm hoạt động truyền thông vào tay mình. Báo chí: nhà nước nắm. Truyền thanh: nhà nước nắm. Truyền hình: nhà nước nắm. Người ta có thể tư hữu hoá và tư nhân hoá trên rất nhiều lãnh vực, trừ truyền thông. Tất cả mọi nguồn tin tức đều bị nhà nước kiểm soát. Mọi tiếng nói phản kháng hay phản biện, thậm chí, hơi một chút độc lập, đều bị dập tắt. Vai trò thông tin và kiểm soát của dân chúng đối với chính phủ không thể thực hiện được. Cái gọi là "dân biết, dân bàn và dân kiểm tra" chỉ còn là một khẩu hiệu suông, láo khoét và rỗng tuếch. Việt Nam nằm trong trường hợp này.

Thứ hai, ngay ở các nước tự do và phát triển, tự do trong lãnh vực truyền thông cũng càng ngày càng hạn chế. Lý do chính là vì xu hướng tập trung hoá trong lãnh vực kinh tế. Để bao quát được mọi tin tức nổi bật trên phạm vi toàn thế giới và để có thể loan tin nhanh chóng đến mọi hang cùng ngõ hẻm, người ta cần nguồn nhân lực mạnh và điều kiện kỹ thuật cao; tất cả đều cần nhiều vốn liếng mà chỉ có các nhà đại tư bản mới gánh vác nổi. Hậu quả là hầu hết các cơ quan truyền thông đều nằm trong tay một số người. Chính họ, chứ không phải dân chúng, khuynh loát toàn bộ dư luận trong xã hội. Trong các cuộc bầu cử tự do, họ ngả theo phe nào, phe đó thường thắng. Sự ủng hộ của họ, dĩ nhiên, sẽ được trả công, dưới hình thức này hay hình thức khác.

Trong cả hai trường hợp vừa kể, cái gọi là đệ tứ quyền nếu không bị bóp nghẹt (trường hợp trên) thì cũng bị hạn chế rất nhiều (trường hợp dưới). Truyền thông không còn hoàn toàn tự do và độc lập nữa. Vai trò của nó đối với tiến trình dân chủ hoá xã hội bị giảm thiểu đáng kể. Chính vì vậy, người ta mới thấm thía nhu cầu cần có một thứ "quyền" khác: đệ ngũ quyền.

Đại diện của đệ ngũ quyền chính là internet, đặc biệt, các blog.

Thật ra, internet cũng nằm trong lãnh vực truyền thông; nhưng internet khác các hình thức truyền thông truyền thống khác ít nhất ở hai điểm:

Thứ nhất, nó không bị giới hạn về không gian và thời gian. Về không gian, tất cả hình thức truyền thông cũ, đặc biệt là báo in, đều bị giới hạn trong một khung địa lý nhất định. Ngay truyền thanh và truyền hình cũng không thể đi quá xa. Chỉ có internet là thực sự có tính toàn cầu: Bất cứ ở đâu, hễ có máy vi tính được nối mạng là người ta đọc được. Về thời gian, trên báo cũng như trên truyền thanh và truyền hình, tin tức và bài vở chỉ xuất hiện một lần. Lỡ hụt là hụt luôn. Trên internet, ngược lại, bài vở cứ nằm ở đó mãi. Đọc lúc nào cũng được. Khi cần, người ta có thể đọc lại được cả những bài rất cũ, cả mấy năm hay hàng chục năm trước đó.

Thứ hai, internet thoát được xu hướng tập trung hoá. Một đại công ty có trang mạng hay blog? Ừ, cũng được. Nhưng một cá nhân nào đó muốn có trang mạng hoặc blog? Cũng được. Trên thế giới, không hiếm gì các trang mạng hoặc blog của cá nhân lại được đọc nhiều hơn hẳn các cơ sở truyền thông lớn.

Mang tính cá nhân, các trang mạng hoặc blog có thể vấp phải một số hạn chế nhất định. Chẳng hạn, một số thông tin có thể chưa được kiểm tra đầy đủ hay một số ý tưởng hay cách diễn đạt chưa được biên tập kỹ lưỡng, v.v.. Có thể. Nhưng bù lại, chúng được tự do và độc lập, không bị áp lực của cả chính trị lẫn kinh tế.

Chính vì tính chất tự do và độc lập ấy, internet, đặc biệt là blog, đã được vinh danh là đệ ngũ quyền, tương đương với đệ tứ quyền vốn bao trùm toàn bộ ngành truyền thông truyền thống nói chung.

Chức năng chính của đệ ngũ quyền là gì?

Nếu chức năng chính của đệ tứ quyền là công khai hoá, minh bạch hoá và kiểm soát các hoạt động của chính phủ, từ lập pháp đến tư pháp và hành pháp; chức năng chính của đệ ngũ quyền, trước hết, là kiểm soát và bổ sung cho đệ tứ quyền. Nó lên tiếng ở những nơi đệ tứ quyền im lặng. Nó cải chính những sai sót mà đệ tứ quyền vấp phải. Nhiều người quan niệm: nếu đệ tứ quyền có nhiệm vụ canh chừng các hoạt động của chính phủ thì nhiệm vụ chính của đệ ngũ quyền là canh chừng những kẻ canh chừng ấy.

Điều này có thể thấy rõ trong trường hợp của Việt Nam. Các cơ quan truyền thông chính thống im lặng trước dự án bauxite ở Tây Nguyên ư? Thì các blog lên tiếng. Các cơ quan truyền thông chính thống im lặng trước tệ nạn tham nhũng, lãng phí và dối trá của chính phủ ư? Thì các blog sẽ lên tiếng. Các cơ quan truyền thông chính thống tự bịt mắt trước những hành động xâm lấn và đe doạ đầy ngang ngược của Trung Quốc và chỉ gọi vu vơ "tàu lạ" tấn công, thậm chí, giết chết ngư dân Việt Nam ư? Thì các blog sẽ nói thẳng: cái gọi là "tàu lạ" ấy, thật ra, là tàu Trung Quốc.

Ở Tây phương, người ta nhìn nhận những sự bổ sung và cải chính như vậy là cần thiết. Riêng ở Việt Nam, người ta gọi đó là phản động và tìm mọi cách để trấn áp.

Buồn.

Phần 2:
Về chính trị

1975: Việt Nam có thắng Mỹ?

Trong chiến tranh, thắng và bại là một vấn đề phức tạp, gắn liền với một chu cảnh (context) nhất định. Có khi người ta thắng một trận đánh nhưng lại thua một cuộc chiến tranh; có khi thắng một cuộc chiến tranh nhỏ nhưng lại thua một cuộc chiến tranh lớn. Hoặc ngược lại. Cũng có khi người ta thua hẳn một cuộc chiến tranh nhưng lại thắng trong hòa bình, sau đó.

Từ quan điểm thắng và bại vừa nêu, thử nhìn lại chiến tranh Việt Nam giai đoạn 1954-75.

Liên quan đến cuộc chiến tranh ấy, cho đến nay, hầu như mọi người đều khẳng định: Việt Nam (hiểu theo nghĩa là miền Bắc Việt Nam) đã thắng Mỹ. Bộ máy tuyên truyền Việt Nam lúc nào cũng ra rả điều đó. Ngay người Mỹ cũng tự nhận là họ thua: Đó là cuộc chiến tranh đầu tiên mà họ thua trận! Điều đó đã trở thành một chấn thương dữ dội đối với một siêu cường quốc số một thế giới như Mỹ khiến nhiều người trong họ không ngừng trăn trở. Chiến tranh Việt Nam, do đó, với họ, trở thành một cuộc-chiến-chưa-kết-thúc (unfinished war) hoặc một chiến tranh vô tận (endless war) theo cách gọi của các học giả.

Dĩ nhiên, nhiều người nghĩ khác. Họ không chấp nhận họ thua trận với một trong ba lý do chính.

Một, một số người cho, về phương diện quân sự, quân đội Mỹ hầu như luôn luôn chiến thắng, hơn nữa, tính trên tổng số thương vong, họ bị thiệt hại ít hơn hẳn đối phương: trong khi Mỹ chỉ có 58.000 người chết, phía miền Bắc, có khoảng từ một triệu đến hai triệu rưỡi người bị giết (từ phía người Việt Nam, chúng ta biết rõ điều này: Trong đó có rất nhiều dân sự ở cả hai miền!) Những người này cho họ chỉ thua trên mặt trận chính trị; và trong chính trị, họ không thua Bắc Việt, họ chỉ thua... những màn ảnh ti vi hằng ngày chiếu những cảnh chết chóc ghê rợn ở Việt Nam trước mắt hàng trăm triệu người Mỹ, từ đó, làm dấy lên phong trào phản chiến ở khắp nơi. Nói cách khác, Mỹ không thua Bắc Việt: Họ chỉ thua chính họ, nghĩa là họ không thể tiếp tục kéo dài chiến tranh trước sự thiếu kiên nhẫn của quần chúng, trước quyền tự do ngôn luận và phát biểu của quần chúng, trước nhu cầu phát triển kinh tế trong nước. Thượng nghị sĩ John McCain còn đưa ra một ý khác: Mỹ thua cuộc chiến tranh ở Việt Nam, một phần, vì lòng nhân đạo: Họ không thể hy sinh quân lính dễ dàng như Bắc Việt.[1]

Hai, một số người khác lại lý luận: Mặc dù Mỹ thua trận năm 1975, nhưng nhìn toàn cục, họ lại là người chiến thắng. Một người Mỹ gốc Việt, Viet D. Dinh, giáo sư Luật tại Đại học Georgetown University, trên tạp chí *Policy Review* số tháng 12/2000 và 1/2001, quan niệm như vậy, trong một bài viết có nhan đề "How We Won in Vietnam" (tr. 51-61): "Chúng ta thắng như thế nào tại Việt Nam." Ông lý luận: Mỹ và lực lượng đồng minh có thể thua trận tại Việt Nam nhưng

---

[1] John McCain, "He beat us in war but never in battle", The Wall Street Journal, 6.10.2013. Đọc trên http://online.wsj.com/article/SB1000142405270230462610457911922139 5534220.html

họ lại thắng trên một mặt trận khác lớn hơn và cũng quan trọng hơn: Cuộc chiến tranh lạnh chống lại chủ nghĩa cộng sản trên toàn thế giới (tr. 53). Hơn nữa, cùng với phong trào đổi mới tại Việt Nam cũng như việc Việt Nam tha thiết muốn bình thường hóa quan hệ ngoại giao với Mỹ, Mỹ cũng đã thắng trên mặt trận lý tưởng và thiết chế: Cuối cùng thì Việt Nam cũng đã theo Mỹ ít nhất một nửa: tự do hóa thị trường (Còn nửa kia, dân chủ hóa thì chưa!) (tr. 61).

Một số người khác lại cho, sau khi rút quân khỏi Việt Nam, nhìn lại, người Mỹ thấy Việt Nam đang lủi thủi chạy theo sau mình trên con đường tư bản hóa. Họ khẳng định: "Chúng ta đã chiến thắng cuộc chiến tại Việt Nam bằng cách rút quân ra khỏi nơi đó."[1]

Ba, một số người khẳng định dứt khoát: Mỹ không hề thua Bắc Việt. Chiến thắng của miền Bắc vào tháng Tư 1975 là chiến thắng đối với miền Nam chứ không phải đối với Mỹ. Lý do đơn giản: Lúc ấy, hầu hết lính Mỹ đã rút khỏi Việt Nam. Trước, ở đỉnh cao của cuộc chiến, Mỹ có khoảng nửa triệu lính ở Việt Nam. Sau Tết Mậu Thân, thực hiện chính sách Việt Nam hóa chiến tranh, lính Mỹ dần dần rút khỏi Việt Nam: Tháng 8/1969, rút 25000 lính; cuối năm, rút thêm 45000 người nữa. Đến giữa năm 1972, lính Mỹ ở Việt Nam chỉ còn 27000. Tháng 3/1973, 2500 người lính cuối cùng rời khỏi Việt Nam. Từ đó, ở Việt Nam, Mỹ chỉ còn khoảng 800 lính trong lực lượng giám sát đình chiến và khoảng gần 200

---

[1] http://www.buzzflash.com/editorial/06/03/edi06020.html

lính Thủy quân lục chiến bảo vệ Tòa Đại sứ ở Sài Gòn. Trong trận chiến cuối cùng vào đầu năm 1975, lúc Bắc Việt tiến vào Sài Gòn, không có cuộc giao tranh nào giữa Việt Nam và Mỹ cả. Chính vì vậy, một số người Mỹ đặt câu hỏi: Tại sao có thể nói là chúng ta thua trận khi chúng ta đã thực sự chấm dứt cuộc chiến đấu cả hơn hai năm trước đó?[1]

Có thể tóm tắt lập luận thứ ba ở trên như sau: Trong chiến tranh Việt Nam, Mỹ chỉ bỏ cuộc chứ không thua cuộc.

Một số người phản bác lập luận ấy. Họ cho: bỏ cuộc tức là không hoàn thành được mục tiêu mình đặt ra lúc khai chiến; không hoàn thành mục tiêu ấy cũng có nghĩa là thua cuộc. Không có gì khác nhau cả.

Nhưng ở đây lại nảy ra một vấn đề: Mục tiêu Mỹ đặt ra lúc tham gia vào chiến tranh Việt Nam là gì?

Có hai mục tiêu chính:

Một, giúp đỡ chính quyền Việt Nam Cộng Hòa tại miền Nam trong cuộc đối đầu với chế độ cộng sản ở miền Bắc.

Hai, ngăn chặn làn sóng cộng sản từ Trung Quốc đổ xuống Việt Nam, và từ đó, toàn bộ vùng Đông Nam Á.

Tập trung vào mục tiêu thứ nhất, nhiều người cho Mỹ thua trận ở Việt Nam. Đó là điều không thể chối cãi được: cuối cùng, vào ngày 30/4/1975, chính quyền Việt Nam Cộng Hòa đã sụp đổ.

---

[1] http://www.uswings.com/vietnamfacts.asp

Tuy nhiên, xin lưu ý: trong hai mục tiêu trên, mục tiêu thứ hai mới là quan trọng nhất. Khi lính Mỹ mới được điều sang Việt Nam, họ luôn luôn được nhắc nhở đến mục tiêu thứ hai: "Nếu chúng ta không đến đây để ngăn chận sự bành trướng của chủ nghĩa cộng sản, chúng ta có thể sẽ phải chiến đấu chống lại nó ở San Francisco sau này." Mục tiêu đầu, nhằm xây dựng một chế độ dân chủ không cộng sản ở miền Nam, chỉ thỉnh thoảng mới được nhắc đến.[1] Có thể nói mục tiêu thứ nhất được đặt ra để cụ thể hóa mục tiêu thứ hai. Nói cách khác, chính vì muốn ngăn chận sự bành trướng của chủ nghĩa cộng sản, Mỹ mới nhảy vào giúp chính quyền miền Nam. Mục tiêu thứ nhất, như vậy, chỉ là hệ luận của mục tiêu thứ hai. Nó chỉ là mục tiêu phụ.

Liên quan đến mục tiêu thứ hai, nên nhớ đến thuyết Domino vốn xuất hiện từ năm 1951, thời kỳ đầu của chiến tranh lạnh, và được xem là nền tảng lý thuyết cho các chính sách đối ngoại của Mỹ kể từ đầu thập niên 1960 trở đi. Dựa trên thuyết Domino, chính phủ Mỹ tin là: Nếu Đông Dương rơi vào tay Cộng sản, Burma và Thái Lan sẽ bị Cộng sản chiếm gần như ngay tức khắc. Sau đó, sẽ rất khó khăn, nếu không muốn nói là bất khả, để cho Indonesia, Ấn Độ và các nước khác tiếp tục nằm ngoài quỹ đạo thống trị của cộng sản Sô Viết. Nghĩ như thế, chính phủ Mỹ đã xem Miền Nam như một tiền đồn để ngăn chận hiểm họa cộng sản.[2]

---

[1] http://www.nytimes.com/learning/general/onthisday/big/0329.html
[2] http://www.globalsecurity.org/military/ops/vietnam2-domino-theory.htm

Nếu chỉ nhìn vào mục tiêu thứ hai này - mục tiêu ngăn chặn làn sóng cộng sản ở Đông Nam Á - không thể nói là chính phủ Mỹ thất bại. Ngược lại. Năm 1972, sau chuyến viếng thăm Trung Quốc của Tổng thống Nixon, Mỹ đã thành công ở ba điểm: Một, bước đầu bình thường hóa quan hệ ngoại giao giữa hai nước để, tuy chưa hẳn là bạn, họ cũng không còn thù nghịch với nhau như trước nữa; hai, khoét sâu mối mâu thuẫn giữa Trung Quốc và Liên Xô để hai nước đứng đầu khối Cộng sản này không còn thống nhất với nhau; và ba, làm giảm bớt sự ủng hộ và trợ giúp của Trung Quốc đối với Bắc Việt.

Với ba sự thành công ấy, Mỹ an tâm được ba điều: Một, khi Trung Quốc và Liên Xô đã bị phân hóa, khối cộng sản không còn mạnh và do đó, cũng không còn quá nguy hiểm như trước. Hai, khi khối cộng sản không còn mạnh, đặc biệt khi Trung Quốc đang rất cần duy trì quan hệ hòa bình với Mỹ để phát triển kinh tế và tranh giành ảnh hưởng với Liên Xô, Trung Quốc sẽ không còn tích cực "xuất cảng cách mạng" ở các nước khác trong vùng Đông Nam Á. Và ba, như là hệ quả của hai điều trên, Mỹ tin chắc: ngay cả khi miền Bắc chiếm được miền Nam và ngay cả khi cả Campuchia và Lào đều rơi vào tay cộng sản thì chủ nghĩa cộng sản cũng không thể phát triển sang các nước khác như điều họ từng lo sợ trước đó.

Với ba sự an tâm trên, Mỹ quyết định rút quân ra khỏi Việt Nam. Với họ, mục tiêu thứ hai, tức mục tiêu quan trọng nhất, đã hoàn tất thì mục tiêu thứ nhất trở thành vô nghĩa. Miền Nam chỉ còn là một nước cờ chứ không phải là một ván cờ. Họ thua một nước cờ nhưng lại thắng cả một ván cờ.

Thắng ở ba điểm:

Một, sau năm 1975, chủ nghĩa cộng sản không hề phát triển ra khỏi biên giới Lào và Campuchia. Các nước láng giềng của Đông Dương vẫn hoàn toàn bình an trước hiểm họa cộng sản.

Hai, sau khi chiếm miền Nam, chủ nghĩa cộng sản ở Á châu không những không mạnh hơn, mà ngược lại, còn yếu hơn hẳn. Yếu ở rất nhiều phương diện. Về kinh tế, họ hoàn toàn kiệt quệ. Về quân sự, họ liên tục đánh nhau. Về đối nội, họ hoàn toàn đánh mất niềm tin của dân chúng, từ đó, dẫn đến phong trào vượt biên và vượt biển rầm rộ làm chấn động cả thế giới. Về đối ngoại, họ hoàn toàn bị cô lập trước thế giới với những hình ảnh rất xấu: Ở Khmer Đỏ là hình ảnh của sự diệt chủng; ở Việt Nam là hình ảnh của sự độc tài và tàn bạo; ở Trung Quốc, sự chuyên chế và lạc hậu. Cuối cùng, về ý thức hệ, ở khắp nơi, từ trí thức đến dân chúng, người ta bắt đầu hoang hoang hoài nghi những giá trị và những tín lý của chủ nghĩa xã hội: Tầng lớp trí thức khuynh tả Tây phương, trước, một mực khăng khăng bênh vực chủ nghĩa xã hội; sau, bắt đầu lên tiếng phê phán sự độc tài và tàn bạo của nó. Một số trí thức hàng đầu, như Jean-Paul Sartre, trở thành những người nhiệt tình giúp đỡ những người Việt Nam vượt biên.

Ba, vào năm 1990, với sự sụp đổ của Liên Xô, của bức tường Berlin và của hệ thống xã hội chủ nghĩa ở Đông Âu, Mỹ toàn thắng trong cuộc chiến chống lại chủ nghĩa cộng sản. Ván cờ kéo dài nửa thế kỷ giữa chủ nghĩa cộng sản và chủ nghĩa tư bản đã kết thúc.

Nhìn vào ba sự thành công ấy, khó có thể nói Mỹ đã thua trận ở Việt Nam. Lại càng không thể nói là miền Bắc Việt Nam đã thắng Mỹ.

Cũng cần lưu ý đến những sự thay đổi trong bản chất của chiến tranh. Từ giữa thế kỷ 20 trở về trước, hầu hết các chiến lược gia, khi nghĩ về chiến tranh, đều cho cái đích cuối cùng là phải chiến thắng một cách tuyệt đối. Tiêu biểu nhất cho kiểu chiến thắng tuyệt đối ấy là cuộc chiến tranh thế giới lần thứ nhất và lần thứ hai. Ở cả hai lần, những kẻ thù của phe Đồng minh đều tuyên bố đầu hàng. Ranh giới giữa thắng và bại rất rõ. Rõ nhất là ở Nhật Bản. Sức tàn phá kinh hồn của hai trái bom nguyên tử do Mỹ thả xuống Hiroshima và Nagasaki đã chứng tỏ sức mạnh vô địch không thể chối cãi được của người chiến thắng.

Tuy nhiên, sau hai quả bom ấy, bản chất chiến tranh và cùng với nó, ý nghĩa của chiến thắng, hoàn toàn thay đổi. Trong chiến tranh lạnh, cả Mỹ lẫn Liên xô đều có bom nguyên tử. Lúc nào cũng muốn tiêu diệt nhau nhưng cả hai đều biết rất rõ cái điều Albert Einstein từng cảnh cáo: "Tôi không biết trong chiến tranh thế giới lần thứ ba người ta đánh bằng gì, nhưng trong chiến tranh thế giới lần thư tư, người ta sẽ chỉ có thể đánh nhau bằng gậy và đá." Thành ra, người ta vừa chạy đua chế tạo nhiều, thật nhiều vũ khí nguyên tử vừa biết trước là chúng sẽ không được sử dụng. Không nên được sử dụng. Không thể được sử dụng. Để tránh điều đó, chiến tranh toàn diện (total war) biến thành chiến tranh giới hạn (limited war); chiến tranh thế giới biến thành chiến tranh khu vực, ở một số điểm nóng nào đó. Ý nghĩa của cái gọi là chiến thắng, do đó, cũng đổi khác: bên cạnh cái thắng/bại về quân sự có cái thắng/bại về chính trị và bên cạnh cái thắng/bại có tính chiến thuật có cái thắng/bại có tính chiến lược.

Với những thay đổi ấy, chuyện thắng hay bại lại càng trở thành phức tạp hơn.

Phần kết luận, có hai điểm tôi xin nói cho rõ:

Thứ nhất, tôi chỉ muốn tìm hiểu một sự thật lịch sử chứ không hề muốn bênh vực cho Mỹ.

Thứ hai, dù Mỹ thắng hay bại, sau biến cố tháng 4/1975, miền Nam vẫn là nạn nhân. Trên phạm vi quốc tế, ngoài miền Nam Việt Nam, Đài Loan là một nạn nhân khác, tuy không đến nỗi bất hạnh như chúng ta.

Tôi không cần biết ông Hồ Chí Minh có mấy vợ

Đầu tháng 9, 2010, nhân dịp ở trong nước tổ chức rầm rộ các buổi lễ tưởng niệm 40 năm ngày Hồ Chí Minh qua đời, tôi muốn viết một bài về ông, nhưng lại lười, cứ lần khân mãi. Sau đó, mở các tờ báo mạng ra, cứ gặp mãi những bài viết về ông Minh (tôi không thích gọi ông là ông Hồ, nghe nó vô duyên làm sao!) lại đâm bực.

Bực, khi đọc những bài lải nhải khen ngợi ông. Bực cả khi đọc những bài chửi bới ông nữa.

Hầu hết các bài khen tụng hay chửi bới ông Minh đều có điểm giống nhau: Chúng đều tập trung vào đời tư của ông. Lại là những khía cạnh nhí nhách nhất trong đời tư của ông.

Người chửi, chửi thậm tệ. Theo họ, ông Minh là một kẻ giả dối. Giả dối ở mọi mặt. Tự mình viết sách khen mình... khiêm tốn và tài giỏi rồi ký tên khác (Trần Dân Tiên) rồi bắt dân chúng học tập là một sự giả dối. Gặp chị ruột, bà Nguyễn Thị Thanh, người chị duy nhất còn sống sót sau mấy chục năm xa cách mà vẫn hờ hờ hững hững để giữ tiếng vô tư và chí công là một sự giả dối. Nhưng giả dối nhất là có vợ rồi, lại là vợ Tàu nữa (Tăng Tuyết Minh), mà cứ giấu biệt. Có bồ (Nông Thị Xuân) cũng giấu giấu giếm giếm như mèo giấu cứt. Cuối cùng, bồ bị đàn em hãm hại cũng không dám mở miệng cứu giúp hay can thiệp. Nghĩa là một kẻ vừa giả dối lại vừa tàn nhẫn và hèn hạ.

Người khen, khen ông biết quan tâm và hy sinh cho người khác. Quan tâm đến đời sống cơ cực của dân chúng: Mỗi bữa, ông ăn ít hơn một chút để dành mớ gạo thừa ấy cho "đồng bào". Quan tâm đến giấc ngủ của từng người bộ đội: Nửa đêm dậy đi dém mùng cho từng người. Quan tâm đến nỗi khách phụ nữ đến thăm, ông hỏi ngay là có mắc đái không để ông chỉ nhà vệ sinh cho!

Trong cuốn *Hồi ký* được phổ biến rộng rãi trên internet, Nguyễn Đăng Mạnh kể, nguyên văn:

Năm 1965, Mỹ cho không quân ra đánh phá miền Bắc. Cầu Hàm Rồng, Thanh Hoá, là một trọng điểm oanh tạc của chúng. Anh chị em dân quân Nam Ngạn, Hàm Rồng phối hợp cùng với pháo binh tải đạn và bắn máy bay giặc. Nổi lên có hai nữ dân quân được tuyên dương công trạng xuất sắc: Ngô Thị Tuyển và Nguyễn Thị Hằng.

Năm ấy, tôi phụ trách một đoàn sinh viên Đại học Sư phạm Vinh ra thực tập ở trường Lam Sơn, Thanh Hoá, sơ tán ở ngoại ô thị xã. Tôi đưa mấy sinh viên Văn ra gặp Nguyễn Thị Hằng ở nhà riêng. Hằng là một cô gái quê mà rất trắng trẻo, cao ráo. Cô cho xem bức hình chụp mặc quân phục trông rất đẹp đẽ, oai phong. Cô khoe vừa được ra Hà Nội gặp Bác Hồ. Lần đầu tiên ra Hà Nội, đi đâu cũng có một anh cảnh vệ hay công an đưa đi. Hành trình qua rất nhiều chặng. Đến mỗi chặng, anh dẫn đường lại bảo, cô chờ ở đây, người khác sẽ đưa đi tiếp. Chặng cuối cùng, anh dẫn đường nói, cô ngồi đây, Bác xuống bây giờ. Một lát ông Hồ tới. Ông không vội hỏi han gì về thành tích chiến đấu của Hằng. Câu hỏi đầu tiên của vị Chủ tịch nước là: "Cháu có buồn đi tiểu, Bác chỉ chỗ cho mà đi."

Câu chuyện của Nguyễn Thị Hằng về chủ tịch Hồ Chí Minh hôm đó, tôi nhớ nhất chi tiết này. Chi tiết rất nhỏ nhưng nói rất nhiều về con người Hồ Chí Minh.

Thực tình, tôi không quan tâm đến cả những lời khen lẫn những tiếng chê như thế.

Theo tôi, những chuyện ấy, ngay cả khi đúng sự thực, cũng không ảnh hưởng gì mấy đến vị thế của ông Minh với tư cách một chính khách và một lãnh tụ.

Một cái nhìn có tính chuyên nghiệp đòi hỏi chúng ta không được lẫn lộn giữa các phạm trù. Một ông thánh làm chính trị tồi thì cũng vẫn là một chính khách tồi. Ngược lại, một tên lưu manh làm chính trị giỏi, biết cách sử dụng quyền lực cho những mục tiêu lớn và tốt, thì cũng vẫn là một chính khách giỏi. Tôi thích dân Mỹ ở chỗ đó. Nhớ, trong thập niên 1990, họ, một mặt, lên án cái tật hay cởi quần bậy của Tổng thống Bill Clinton, nhưng mặt khác, lại ủng hộ các chính sách của ông, các chính sách, theo họ, có lợi cho nước Mỹ. Với họ, hai khía cạnh đời tư và công việc khác hẳn nhau.

Ở Việt Nam, chúng ta cứ hay lẫn lộn mọi thứ. Không phải chỉ với Hồ Chí Minh mà cả với Ngô Đình Diệm hay Bảo Đại trước đó nữa, người ta cũng hay tập trung vào đời tư mà rất ít khi quan tâm đến chính sách của họ, với tư cách là những nguyên thủ của một đất nước.

Trong khi đó, ở cương vị của họ, chính các chính sách mới là những yếu tố đáng bàn, thậm chí, là những yếu tố duy nhất đáng bàn vì chúng có ảnh hưởng đến cả hàng chục, thậm chí, hàng trăm triệu người, có khi từ thế hệ này đến thế hệ khác. Ông Minh có nhịn ăn mỗi ngày vài chén cơm thì cũng chỉ nuôi được, may lắm, một con chó; nhưng nếu ông có chính sách kinh tế đúng đắn và hiệu quả thì cả hàng chục triệu người được tha hồ ăn no và ăn ngon. Ông có hàng tá bồ nhí thì cũng chỉ làm mấy chục người ấy khổ nhưng nếu ông có chính sách về gia đình và phụ nữ đúng đắn và có hiệu quả thì hàng chục triệu phụ nữ tránh được cảnh bị lợi dụng, lạm dụng và bạo hành. Ông có hỏi hết người này đến người khác có mắc đái mắc ỉa không để ông chỉ nhà vệ sinh cho thì cũng giải quyết được nhu cầu của một số người nhưng nếu ông có chính sách đúng đắn và có hiệu quả về xây dựng cơ sở hạ tầng và văn hoá tiếp dân thì không ở đâu, kể cả ở các văn phòng uỷ ban nhân dân từ trung ương xuống địa phương hay các tụ điểm công cộng, từ nhà ga đến bến xe, từ trường học đến công viên, dân chúng lại phải chịu cảnh nhịn đái nhịn ỉa hay phải chịu đựng mùi hôi thối đến kinh người như họ từng chịu đựng cả trong hơn nửa thế kỷ vừa qua.

Một nhà lãnh đạo không cần những cái tốt lặt vặt. Thậm chí có khi cái gọi là tốt ấy lại còn phản tác dụng. Tại Úc, nhiều chính khách bị dân chúng mất tín nhiệm chỉ vì quá tốt bụng. Đứng trước Quốc Hội, nghe báo cáo về sự khốn cùng của thổ dân, họ khóc; nghe tin thiên tai đâu đó, họ rơm rớm nước mắt. Dân chúng cảm động ư? Ừ, thì họ cũng cảm động. Nhưng khi được hỏi sự cảm động ấy có ảnh hưởng đến lá phiếu của họ trong các cuộc bầu cử hay không, phần lớn đều lắc đầu quầy quậy: Không. Nhiều người còn cho đó là sự yếu đuối không những không cần thiết mà còn có hại. Người ta chờ đợi ở lãnh tụ một cái đầu lạnh, lúc nào cũng bình tĩnh cân nhắc tính toán chuyện lợi hại gần xa chứ không cần những người quá dễ xúc động và chỉ biết phản ứng theo tình cảm như thế.

Bởi vậy, đánh giá một người làm chính trị, chúng ta chỉ cần tập trung vào chính sách của họ.

Với ông Minh, cũng vậy.

Trước hết, cần phân biệt ở ông Minh có hai khía cạnh: một nhà cách mạng và một nhà lãnh tụ.

Với tư cách nhà cách mạng, ông Minh có thể vấp phải một số sai lầm, nhưng nói chung, các chính sách ông đưa ra nếu không đúng đắn thì ít nhất cũng có hiệu quả. Nhờ đó, ông trở thành nhà cách mạng thành công nhất ở Việt Nam trong thế kỷ 20: Ông đánh đuổi được thực dân Pháp và ông giành được chính quyền vào tay đảng của ông.

Không đồng ý với ông, thậm chí, căm thù ông, người ta cũng không thể phủ nhận những thành công vang dội ấy. Ông đã thành công ở chỗ tất cả các nhà cách mạng khác, trước ông, từ các nhà Cần Vương đến các nhà Duy Tân, từ Phan Bội Châu đến Phan Châu Trinh và tất cả các nhà cách mạng quốc gia khác, đều thất bại.

Với tư cách một lãnh tụ, hơn nữa, lãnh tụ tối cao, vừa là Chủ tịch đảng vừa là Chủ tịch nước, ông Minh có những chính sách đúng và sai, những chính sách có hiệu quả đồng thời cũng có những chính sách hoàn toàn vô hiệu, hơn nữa, cực kỳ tai hại.

Đánh giá những chính sách ấy cần có công phu nghiên cứu và sự công tâm nhất định. Đó là công việc của giới sử học. Đã có nhiều sử gia làm điều đó. Một số người làm rất tốt. Nhưng công việc ấy sẽ còn kéo dài mãi. Nếu lịch sử là những gì luôn luôn được viết lại, việc đánh giá những chính khách lớn như ông Minh sẽ không bao giờ hoàn tất cả. Mỗi thời đại hay mỗi thế hệ, trong tương lai, sẽ lại tiếp tục tìm kiếm và đặt lại vấn đề về sự nghiệp của ông.

Trong bài này, tôi chỉ xin góp một ý nhỏ: Nói đến chính sách, cần phân biệt chính sách có tính giai đoạn và chính sách có tính dài hạn.

Trong số các chính sách dài hạn, chính sách quan trọng và căn bản nhất là chính sách liên quan đến thể chế.

Trong vấn đề thể chế, có hai khía cạnh quan trọng và căn bản nhất: ý thức hệ và cơ chế tổ chức guồng máy nhà nước.

Về phương diện ý thức hệ, ông Minh chọn con đường xã hội chủ nghĩa. Đó là một lựa chọn có tính lịch sử; và vì có tính lịch sử, nó vừa là trách nhiệm của ông vừa không thuộc trách nhiệm của ông.

Nhưng việc lựa chọn cơ chế tổ chức guồng máy nhà nước thì hoàn toàn nằm trong tay ông. Chính ông là người quyết định nó, xây dựng nó và điều hành nó một thời gian dài. Có thể nói cái cơ chế ấy hoàn toàn là sản phẩm của ông. Là đứa con của ông.

Cái cơ chế ấy như thế nào?

Thời gian đã đủ dài để người ta nhận ra tất cả các khuyết điểm của nó. Trong đó, khuyết điểm đầu tiên là nó quá cứng nhắc, làm tê liệt hết mọi khả năng sáng tạo của ngay cả những người sáng suốt, nhiệt tình và nhiều quyền thế nhất.

Nghe nói, lúc còn tại chức, Phạm Văn Đồng thường than thở là trên thế giới không có ai làm Thủ tướng lâu như ông, và cũng không có ai làm Thủ tướng mà bất lực như ông.

Lại cũng nghe nói, trong một chuyến công du sang Úc cách đây khoảng trên dưới mười năm, Phan Văn Khải, lúc ấy đang là Thủ tướng, giữa một buổi họp mặt với giới trí thức Việt kiều, kể, đại khái, là: "Nhiều vị lãnh đạo Tây phương cứ hay nói về Việt Nam thế này thế nọ. Nhưng cứ cho họ làm Thủ tướng ở Việt Nam thử xem họ làm sao. Có khi họ làm chưa tới một ngày đã phải chạy làng rồi. Việt Nam mình nó phức tạp lắm chứ đâu đơn giản như họ tưởng. Ở Việt Nam đâu phải là Thủ tướng thì có thể làm được mọi việc!"

Lại cũng nghe nói nữa, vào những năm cuối đời, tuy ông Minh vẫn còn tại vị, nhưng thực quyền thì đã lọt hết vào tay của Lê Duẩn và Lê Đức Thọ. Ông muốn làm nhiều chuyện nhưng đành bất lực. Tôi chẳng biết lời đồn ấy thực hư thế nào. Nhưng nếu đúng, ông Minh đã bị chính cái guồng máy ông lập ra nghiền nát; ông đã bị chính đứa con ông sinh ra quay lại ăn thịt ông.

Cái cơ chế chính quyền ở Việt Nam, một mặt, loại trừ khả năng sáng tạo, mặt khác, lại tạo cơ hội cho cái Ác, cái Tham và cái Ngu tha hồ nảy nở. Trong cái cơ chế ấy, không ai có thể làm điều đúng hay điều tốt được, nhưng mọi đứa ác, mọi đứa tham và mọi đứa ngu đều có thể dễ dàng tác oai tác quái.

Cái Ác, cái Tham và cái Ngu thì ở đâu cũng có. Không có một lãnh tụ nào có thể loại trừ hay tiêu diệt chúng hết được. Nhưng trong một cơ chế tốt, chúng luôn luôn bị kiềm chế; nếu có bộc lộ, chỉ bộc lộ một cách rụt rè và lén lút; và vì rụt rè và lén lút nên không thể trở thành phổ biến, hơn nữa, lúc nào chúng cũng đối diện với nguy cơ bị phát hiện và bị trừng phạt.

Trong cái cơ chế chính quyền do ông Minh sáng lập, không có những sự kiềm chế và kiểm soát. Cấp lớn có cái Ác, cái Tham và cái Ngu lớn. Cấp nhỏ thì có cái Ác, cái Tham và cái Ngu nhỏ. Ở đâu chúng cũng nghênh ngang hoành hành được. Dân chúng không những bị bịt miệng mà còn bị bịt cả tai nữa.

Bởi vậy, bất cứ cái Ác, cái Tham và cái Ngu nào ở Việt Nam lâu nay cũng đều có một phần trách nhiệm của ông Minh.

Người ta hay hỏi: Liệu ông Minh có biết những người bị giết oan trong cuộc cải cách ruộng đất ở miền Bắc vào giữa thập niên 1950 không? Có biết những vụ trù dập dã man đối với nhóm Nhân Văn Giai Phẩm không? Có biết các vụ giết người tập thể ở Huế trong trận Mậu Thân không?

Với tôi, đó là những câu hỏi vớ vẩn. Biết hay không biết, chúng cũng thuộc về trách nhiệm của ông Minh. Biết, ông có tội. Không biết, ông có lỗi. Khi cái lỗi gây thành tội ác: Cái lỗi trở thành cái tội.

Trong bất cứ một hành vi tham nhũng công khai nào, bất cứ một hành động chà đạp nhân quyền và dân chủ nào ở Việt Nam hiện nay, cho dù được thực hiện bởi một tên công an cấp phường, cấp xã, cũng đều có bàn tay ông Minh trong đó.

Ông Minh đã chết lâu rồi nhưng cái cơ chế ông tạo ra vẫn còn đó. Nó còn đó và nó tiếp tục tạo cơ hội và cung cấp phương tiện cho những sự tàn ác, tham lam và ngu xuẩn. Để cho chúng tha hồ hoành hành và tàn phá đất nước, cái đất nước mà ông bỏ gần cả đời để dành lại từ trong tay thực dân Pháp.

Đứng trước cái di sản tệ hại khổng lồ ấy, những chuyện ông còn tân hay có vợ, chuyện ông nhịn ăn để đồng cam cộng khổ với dân chúng hay lúc nào cũng phì phèo điếu thuốc lá của Mỹ, chuyện ông có nung gạch để tránh cái rét ở Paris lúc còn trẻ hay không… chỉ là những chuyện tầm phào.

Hết sức tầm phào.

Bệnh sùng bái lãnh tụ

Trong bài viết "Khen quá lố, không nên!",[1] Bùi Tín nêu lên nghi vấn về sự kiện Võ Nguyên Giáp được Hội đồng Hoàng gia Anh vinh danh là một trong mười nhân vật quân sự lỗi lạc nhất mọi thời đại vào năm 1992. Tôi không rành về quân sự và cũng quá bận bịu để tìm hiểu hư thực về chuyện vinh danh ấy thế nào. Tôi chỉ muốn nhân bài viết của Bùi Tín đặt ra một vấn đề khác: bệnh sùng bái cá nhân.

Theo Max Weber, về phương diện chính trị, có ba kiểu quyền lực chính: truyền thống (traditional), pháp lý-duy lý (rational-legal) và sự lôi cuốn (charismatic). Tất cả các chế độ cộng sản đều ra đời sau các cuộc cách mạng cướp chính quyền bằng bạo lực, do đó, hai yếu tố đầu, truyền thống và pháp lý, coi như không có. Chỉ còn yếu tố cuối: Để thu hút sự ủng hộ của quần chúng, họ phải tự biến họ thành một sức lôi cuốn cực kỳ mạnh mẽ; và để có sức lôi cuốn như thế, họ phải đặt trọng tâm vào tuyên truyền; trong tuyên truyền, họ đặt trọng tâm vào chính sách thần thánh hoá đảng và các lãnh tụ của đảng. Hệ quả là tất cả các chế độ cộng sản đều có một đặc điểm giống nhau: sùng bái.

Nói đến sùng bái là nói đến tôn giáo. Trên lý thuyết, cộng sản đối nghịch và thù nghịch với các tôn giáo, nhưng trên thực tế, các chế độ cộng sản lại xây dựng quyền lực của mình theo mô hình của các tôn giáo, bao gồm ba yếu tố chính: một, tính lý tưởng: xây dựng một xã hội cộng sản không có giai cấp trên toàn thế giới; hai, tính phổ quát: không phải chỉ giải phóng một dân tộc mà còn cả nhân loại;

---

[1] http://www.voanews.com/vietnamese/news/tuong-giap-03-13-2010-87577032.html

và cuối cùng, ba, tính sùng bái, ở đó, mọi lãnh tụ đều biến thành ngẫu tượng.

Người đi tiên phong trong mưu đồ tôn giáo hoá chế độ này chắc chắn là Lenin. Nhưng người hoàn chỉnh nó lại là Stalin. Với Stalin, sự sùng bái đảng và sùng bái lãnh tụ biến thành sự sùng bái đối với cá nhân. Đó là một yếu tố mới. Trước, mọi chế độ quân chủ đều được xây dựng trên cơ sở ít nhiều có tính thần quyền, ở đó ngôi vua được linh thiêng hoá, gắn liền với thiên mệnh: Vua là con Trời. Vua nào cũng là con Trời. Mọi người phải vâng lời và trung thành với vua không phải vì tài năng hay cá tính của ông mà là vì ông là con Trời. Vậy thôi. Đảng cộng sản không huyền thoại hoá hay thần thánh hoá ngôi vị Chủ tịch hay Tổng bí thư. Họ chỉ nhắm vào người đang giữ chức Chủ tịch hay Tổng bí thư. Nói như Khrushchev, trong bản cáo trạng dành cho Stalin vào năm 1956, ở đây việc sùng bái lãnh tụ biến thành việc sùng bái cá nhân.

Nhưng không phải lãnh tụ nào cũng được huyền thoại hoá hay thần thánh hoá. Trừ trường hợp của Stalin (và với một mức độ nào đó, Kim Chính Nhật ở Bắc Hàn), các lãnh tụ được thần thánh hoá là những người sáng lập đảng và nhà nước, từ Mao Trạch Đông đến Hồ Chí Minh, từ Fidel Castro đến Kim Nhật Thành, v.v..

Theo E.A. Rees, trong bài "Leader Cults: varieties, preconditions and functions" in trong cuốn *The Leader Culture in Communist Dictatorship*,[1] chiến lược để thần

---

[1] Do Palgrave Macmillan xuất bản năm 2004, tr. 10.

thánh hoá lãnh tụ ở đâu cũng giống nhau: một, xuất bản các bài viết hoặc bài nói chuyện của họ thành sách để làm "kim chỉ nam" cho cả nước; hai, thêu dệt tiểu sử của họ; ba, dựng tượng và lấy tên họ đặt cho địa phương, trường học hoặc công trường, công xưởng; bốn, sinh nhật của họ được tổ chức rất trọng thể; và năm, khi họ chết thì nơi họ ở được biến thành viện bảo tàng. Xin nói thêm, với những lãnh tụ lớn, xác họ sẽ được ướp và để trong lăng để mọi người chiêm ngưỡng! Ngoài ra, người ta còn không ngớt phát động các chiến dịch làm thơ viết văn soạn nhạc để ca ngợi họ.

So với những lãnh tụ khác, việc thần thánh hoá Hồ Chí Minh, ngoài các điểm chung nêu trên, có mấy điểm dị biệt. Thứ nhất, ăn theo Stalin và Mao Trạch Đông. Ngay từ đầu, Hồ Chí Minh đã tự giới hạn vai trò của ông là ở Việt Nam. Sân khấu thế giới cũng như về phương diện lý thuyết, ông nhường cho Stalin và Mao Trạch Đông. Với họ, ông chỉ là học trò, một vị á thánh. Thứ hai, tận dụng truyền thống và cách xưng hô Việt Nam, Hồ Chí Minh trở thành "Bác" của cả nước. Ở Liên Xô, hình ảnh nổi bật của Stalin là hình ảnh một vị Tổng tư lệnh uy nghi; ở Trung Quốc, Mao Trạch Đông là một vị Chủ tịch có chủ thuyết riêng; ở Việt Nam, Hồ Chí Minh là một ông Bác hiền lành và nhân hậu. Thứ ba, ở Hồ Chí Minh, yếu tố "đức" được nhấn mạnh một cách đặc biệt, không phải chỉ ở lòng yêu nước hay thương dân mà còn ở cung cách xử thế, và nhất là, ở đời sống độc thân của ông. Khi yếu tố "đức" được nhấn mạnh, tính chất cách mạng được hoà quyện với tính chất nho sĩ và hiền sĩ; với chúng, Hồ Chí Minh mất đi chút uy nghi vốn dễ thấy ở Stalin và Mao Trạch Đông; bù lại, ở ông, có sự gần gũi mà những người kia không có. Thứ tư, trong khi việc thần thánh hoá Stalin và Mao Trạch Đông là do cả một bộ máy đảng và nhà nước; trong việc thần thánh hoá Hồ Chí Minh còn bàn tay của chính ông nhúng vào qua việc tự yêu cầu người khác gọi mình là "Bác" và nhất là, việc tự mình viết sách ca tụng mình. Lý do, có lẽ vào năm 1945, khi mới lên cầm quyền, bộ máy đảng và nhà nước ở Việt Nam còn quá yếu, trình độ cán bộ thấp, Hồ Chí Minh buộc phải tự mình ra tay chăng?

Ngày trước, lúc Hồ Chí Minh còn sống, việc thần thánh hoá ông được sử dụng như một nhu cầu để đoàn kết đảng, nhà nước và xã hội, để nâng cao lòng tự hào dân tộc, để khích động tinh thần của quần chúng, và cũng để nô lệ hoá quần chúng. Sau này, khi hệ thống các nước xã hội chủ nghĩa đã bị sụp đổ, lý tưởng cộng sản đã tan tành, bảng giá trị cách mạng bị lung lay, các huyền thoại về độc lập và tự do trở thành thoi thóp, đảng Cộng sản biến hình ảnh "Bác Hồ" thành tư tưởng Hồ Chí Minh, ở đó, vai trò của ý thức hệ nổi bật hơn vai trò của hình ảnh; tính duy lý được đề cao hơn quan hệ gia đình hay thân tộc. Nhưng tôi sợ là họ không thành công. Hồ Chí Minh chỉ là một người hành động. Ông không có khiếu về lý thuyết. Ông biết điều đó và thừa nhận điều đó ngay từ thời kháng chiến chống Pháp lúc tuyên bố mọi vấn đề quan trọng đã được Stalin và Mao Trạch Đông nói hết rồi, ông không còn gì để thêm cả. Từ những cuốn sách hay những bài phát biểu đơn sơ và đơn giản của ông, không ai có thể xây dựng được một hệ thống tư tưởng mạch lạc, sâu sắc và có sức thuyết phục. Huống gì những kẻ còn chút nhiệt tình nhảy ra đảm trách công việc đó lại chỉ là một đám nịnh bợ và bất tài. Thành ra, cái gọi là "tư tưởng Hồ Chí

Minh", đến nay, vẫn chỉ là một khẩu hiệu suông. Không có một nội dung cụ thể nào cả.

Điều cần chú ý là, ở Việt Nam, ngoài Hồ Chí Minh – người được thần thánh hoá, chỉ có một người duy nhất được huyền thoại hoá: Đó là Võ Nguyên Giáp. Lê Duẩn: không có. Trường Chinh: không có. Phạm Văn Đồng: cũng không có. Chỉ có một mình Võ Nguyên Giáp là có thật nhiều huyền thoại.

Thật ra, điều đó cũng dễ hiểu. Những kỳ tích của Võ Nguyên Giáp trong hai cuộc chiến 1946-54 và 1954-75 vốn được cả thế giới chú ý, rất dễ đi vào huyền thoại. Tuy nhiên, cũng nên lưu ý điều này: trước đây, những huyền thoại ấy chỉ được truyền tụng râm ran trong dư luận chứ không hề được đăng tải công khai trên báo chí. Thậm chí, có thời gian, hơn nữa, thời gian khá dài, việc nhắc đến tên Võ Nguyên Giáp cũng gây nên nhiều ái ngại. Bởi vậy, sẽ rất hợp lý nếu chúng ta đặt câu hỏi: Tại sao gần đây những câu chuyện có tính giai thoại về Võ Nguyên Giáp lại nở rộ đến vậy? Ở đâu cũng có. Báo in: Có. Báo mạng: Có. Sau việc nở rộ ấy có động cơ gì không? Tôi nghĩ là có. Tuy Võ Nguyên Giáp thỉnh thoảng có những phát biểu đi ngược lại chủ trương của Bộ chính trị, nhưng, theo tôi, đảng Cộng sản vẫn cần, rất cần hình ảnh của ông, một người chiến thắng vang dội trong hai cuộc chiến tranh lớn. Để làm gì? Để gợi cho quần chúng nhớ đến truyền thống chống ngoại xâm ngày trước. Nếu không, chỉ nhìn vào hiện tại, có khi dân chúng chỉ thấy một đám hèn.

Võ Nguyên Giáp là người duy nhất ở Việt Nam hiện nay, với những huyền thoại chung quanh ông, làm một dấu nối với quá khứ hào hùng trước đây. Đó là tất cả những gì đảng Cộng sản – đang phải cúi mình trước một Trung Quốc hung hãn và bạo ngược – đang cần.

Ngày trước, đảng Cộng sản xây dựng quyền lực trên huyền thoại một thế giới đại đồng và viễn tượng một đất nước độc lập và giàu mạnh trong tương lai. Bây giờ, họ lại âm mưu củng cố quyền lực của mình trên hào quang và huyền thoại của quá khứ.

Cái hào quang và huyền thoại ấy lại được xây dựng trên một người đang nằm trong lăng và một người đã 100 tuổi![1]

Kể cũng thật mong manh.

Tại sao họ lại bị biến chất nhanh thế?

Cho đến bây giờ, thành thực mà nói, tôi vẫn ngưỡng mộ những người cộng sản thuộc thế hệ thứ nhất, những người vào đảng và tham gia cách mạng trước khi Việt Nam độc lập. Tôi vẫn tin họ là những người tốt. Tốt theo ba nghĩa: yêu nước, có lý tưởng và can đảm. Xin đừng quên: thời Pháp thuộc, tương lai của mọi cuộc cách mạng đều mù mịt. Dấn thân vào cách mạng, bất cứ là thứ cách mạng nào, cũng có nghĩa là dấn thân vào một cuộc phiêu lưu đầy bất trắc. Số

---

[1] Võ Nguyên Giáp đã mất ngày 4.10.2013 tại Hà Nội.

người bị bắt bớ, bị tù đày và bị giết chết nhiều vô kể. Vậy mà họ vẫn sẵn sàng đem chính mạng sống của mình, và đôi khi, của cả gia đình mình, để thế chấp cho một tương lai hoàn toàn vô định. So với những người muốn sống một cách an thân, họ, dù sao, cũng đáng cho chúng ta ngưỡng mộ.

Tuy nhiên, sau khi ngưỡng mộ, điều khiến tôi không ngớt băn khoăn là: tại sao, chỉ một thời gian ngắn, rất ngắn, sau khi có chút quyền lực, họ lại biến chất nhanh đến vậy?

Biến chất về nhận thức: Từ những người tin tưởng nhiệt thành vào quy luật vận động của lịch sử, họ lại muốn quay ngược lịch sử trở lại thời kỳ trung cổ với những ràng buộc và hạn chế khắc nghiệt chỉ có mục đích duy nhất là kiềm hãm sự phát triển của trí tuệ, và từ đó, của lịch sử. Tại sao?

Biến chất về lý tưởng: Từ những người sẵn sàng hy sinh để tranh đấu cho tự do, họ lại cố hết sức để thiết lập một chế độ toàn trị chà đạp lên mọi thứ quyền tự do căn bản của con người, từ tự do tư tưởng đến tự do ngôn luận, từ tự do tôn giáo đến tự do chính trị. Tại sao?

Biến chất về đạo đức: Từ những người biết phẫn nộ trước tội ác của thực dân, họ lại trở thành những đao phủ thủ không gớm tay trong việc giết chết và đày đoạ hàng triệu đồng bào của chính mình trong các cuộc chỉnh huấn, cải cách ruộng đất, đánh tư sản mại bản, chống xét lại và những cái gọi là diệt tề, diệt nguy. Tại sao?

Biến chất về nhân cách: Từ những anh hùng theo đuổi những lý tưởng cao cả, họ biến thành những kẻ độc đoán, quỷ quyệt, thâm hiểm, xảo trá, và thật lạ lùng, biến thành con giun con dế trước lãnh tụ, nói như Xuân Diệu, "*Con ngồi trước Bác mênh mông / Tội nhiều chưa dám ngẩng trông Cha già*", hay Nguyễn Bính: "*Trước con cơ cực nhọc nhằn / Nhờ Cha nay mới nên thân con người [...] / Con lùi Cha dắt con lên / Con hư Cha dạy, con nên Cha mừng [...] / Con giờ gian khổ đến đâu / Vững tin vì biết trên đầu có Cha*". Tại sao?

Mà không phải chỉ có cộng sản Việt Nam. Cộng sản ở đâu cũng thế. Cũng bị biến chất về lý tưởng và đạo đức. Ở đâu, thoạt kỳ thuỷ, họ cũng là những người yêu nước, có lý tưởng và can đảm. Và ở đâu, sau khi cầm quyền, họ cũng trở thành những tên sát thủ hàng đầu của thế kỷ. Hơn cả Nazi và phát xít. Trong cuốn *The Black Book of Communism: Crimes, Terror, Repression* do Harvard University Press xuất bản năm 1999, Martin Malia cho rằng so với các cuộc tàn sát chính trị của cộng sản, việc giết người của Đức Quốc Xã trở thành nhỏ bé: tổng số nạn nhân của Đức Quốc Xã là khoảng 25 triệu, trong khi đó, tổng số nạn nhân của cộng sản trên khắp thế giới là từ khoảng từ 85 đến 100 triệu người (tr. x-xi).

Giết người nhiều hơn chủ yếu là vì thời gian cầm quyền lâu hơn, nhưng bản chất của chủ nghĩa cộng sản và Đức Quốc Xã, như Hannah Arendt phân tích trong cuốn *The Origins of Totalitarianism* (1958), giống nhau: cả hai đều tàn sát thẳng tay nạn nhân không phải vì những gì họ LÀM mà là vì những gì họ LÀ. Trước, chế độ phong kiến cũng như chế độ thực dân đều vô cùng tàn bạo nhưng hầu hết họ đều chỉ tàn sát với những người chống đối lại họ. Với Đức Quốc Xã và cộng sản thì không. Đức Quốc Xã thì tìm cách huỷ diệt mọi người Do Thái, bất kể già hay trẻ, nam hay nữ, thân

Đức hay không thân Đức; chế độ cộng sản thì nhắm chủ yếu vào thành phần giai cấp (tư sản và địa chủ) và thành phần chính trị (địch / tề / nguy), riêng trong trường hợp của Liên Xô trước đây, họ còn nhắm vào yếu tố chủng tộc nữa.

Giết người vì cái họ LÀ tàn bạo hơn việc giết người vì cái họ LÀM ở chỗ: Nó không cần những lý do cụ thể và cũng không gắn liền với sự thù hận nào cả. Hay đúng hơn, sự thù hận của họ không xuất phát từ những kinh nghiệm trù dập thông thường mà chủ yếu xuất phát từ quan niệm phân loại địch/ta và chủ yếu được củng cố từ bộ máy tuyên truyền. Ở đây, nạn nhân bị trừu tượng hoá. Bị trừu tượng hoá, họ không còn là con người. Họ chỉ còn là một nhãn hiệu: địa chủ / tư sản / địch / nguy / phản động / Việt gian / bán nước / tay sai, v.v.. Giết người, do đó, biến thành một việc giết chữ. Giết chữ không thuộc phạm trù nhân đạo. Do đó, những tên sát nhân, sau khi xả súng vào một kẻ bị xem là phản cách mạng, vẫn cảm thấy thanh thản. Vẫn chưa hết. Sau khi bị "nhãn hiệu hoá", kẻ thù còn bị thú vật hoá với những hình ảnh như sài lang, chó sói, rắn độc, v.v.. Giết kẻ thù, do đó, chỉ là giết những con vật, thậm chí, những con vật đáng ghê tởm: không những không xúc động, những kẻ sát nhân còn có thể cảm thấy tự hào nữa là khác.

Sống trong môi trường tuyên truyền như vậy, một lúc nào đó, người ta đánh mất cả lòng trắc ẩn.

Không những bào mòn lòng nhân đạo, các chế độ toàn trị, từ Đức Quốc Xã đến cộng sản, đều tìm cách che mờ lý trí của con người. Đúng hơn, họ chỉ cho phép phát triển một loại lý trí: lý trí công cụ (instrumental reason) và triệt tiêu loại lý trí phê phán (critical reason). Loại lý trí phê phán không ngừng đặt vấn đề, lật ngược vấn đề, cổ vũ sự hoài nghi, do đó, khuyến khích sự nổi loạn, có khuynh hướng chống lại mọi sự độc tài. Loại lý trí công cụ, ngược lại, ngoan ngoãn chấp hành mọi mệnh lệnh, không một chút thắc mắc: vấn đề duy nhất nó quan tâm là làm sao thực hiện mệnh lệnh một cách gọn gàng, nhanh chóng và hiệu quả nhất.

Ví dụ: nhận lệnh đấu tố các địa chủ, người có lý trí phê phán sẽ đặt vấn đề: Địa chủ là gì? Các địa chủ ấy có tội gì? Tội ấy có thực hay không? Làm thế nào để biết là thực? Điều tra? Ai sẽ điều tra? Làm thế nào để bảo đảm sự công minh trong điều tra? Cuối cùng, nếu họ có tội thực thì tội ấy có đáng chết hay không? v.v.. Người có lý trí công cụ thì khác. Hắn chỉ băn khoăn một điều: Làm cách nào để đạt, thậm chí, vượt "chỉ tiêu" ở trên giao xuống? Hắn sẽ dựng cảnh để đấu tố, sẽ nghĩ ra những cách giết người dã man nhất. Dùng súng bắn ư? Nhanh quá! Lấy dao chém ư? Cũng nhanh quá! Hắn nảy ra sáng kiến: chôn sống hoặc chỉ chôn đến ngang cổ rồi cho trâu bò kéo cày ngang qua, phạt đứt cổ, v.v..

Chính loại lý trí công cụ ấy đã dẫn đến Holocaust, các lò thiêu giết người hàng loạt của Đức Quốc Xã và các trại tập trung cải tạo ở Liên Xô cũng như các nước xã hội chủ nghĩa trước đây.

Trong các nước xã hội chủ nghĩa ấy, có Việt Nam.

Thiên tai, chiến tranh và độc tài

Loài người sinh đẻ nhiều nhưng chết cũng nhiều. Ngoài những cái chết tự nhiên như tuổi già và bệnh tật, còn có những cái chết hàng loạt và thảm khốc, đến từ ba nguyên nhân chính: thiên tai, chiến tranh và độc tài.

Thiên tai, bao gồm động đất, bão, lũ lụt, hạn hán, sóng thần, núi lửa, đất trùi, và các loại bệnh dịch, v.v. đã có từ lâu và có lẽ còn đeo đẳng theo nhân loại mãi. Trong các loại thiên tai vừa kể, có lẽ khoa học và kỹ thuật chỉ giúp khống chế được các bệnh dịch. Không còn, và trong tương lai, có lẽ ít có khả năng có những trận dịch giết chết cả hàng mấy chục triệu người như dịch cúm ở châu Âu vào năm 1918 và 1919; hay giết cả khoảng gần bốn triệu người như dịch cúm ở châu Á năm 1957. Những bệnh dịch làm thế giới xôn xao mấy năm gần đây như cúm gà và cúm heo đều được dập tắt nhanh chóng với số tử vong rất thấp, có lẽ thấp hơn hẳn các trận cúm thông thường hàng năm.

Nhưng những thiên tai khác thì không giảm chút nào cả.

Riêng năm 2008, trên thế giới có đến 354 thiên tai giết chết 236.000 người và gây ảnh hưởng nặng nề đến khoảng trên 200 triệu người khác. Tốc độ và mức độ thiên tai, như vậy, so với những năm trước, có chiều gia tăng. Ví dụ, từ năm 2000 đến 2007, trung bình mỗi năm chỉ có khoảng 397 thiên tai với khoảng hơn 66 ngàn người chết và khoảng trên 200 triệu người bị ảnh hưởng.

Theo tổng kết của Liên Hiệp Quốc, trong hơn mười năm qua, động đất là thủ phạm chính của hơn 60% số người chết do thiên tai gây ra. Kế tiếp là bão (22%) và khí hậu khắc nghiệt (11%). Trong các trận động đất gần đây, dữ dội nhất là trận động đất ở vùng Sumatra dẫn đến hiện tượng sóng thần dọc theo bờ Ấn Độ Dương năm 2004 giết chết 226.408 người; trận động đất ở Kashmir, Pakistan năm 2005 giết chết 73.338 người; ở Sichuan, Trung Quốc vào năm 2008 giết chết 87.476 người; và gần đây nhất, ở Haiti với trên 230.000 người bị giết chết. Trước thế kỷ 21, Trung Quốc được xem là một trong những nơi có những trận động đất gây chết người nhiều nhất, trong đó, đáng kể nhất là trận động đất vào năm 1976 với số người tử vong được ước tính là từ 255.000 đến 655.000 người. Trước đó nữa, trận động đất vào năm 1556 ở Shaanxi cũng vô cùng khủng khiếp. Giới nghiên cứu ước tính số tử vong có thể lên đến khoảng trên 800.000 người.[1]

Tuy sự phát triển của khoa học kỹ thuật không khống chế được các tai hoạ đến từ thiên nhiên như đã khống chế được các loại bệnh dịch, nhưng ít nhất nó cũng giảm thiểu được tầm tác hại của các tai hoạ ấy. Cũng là động đất, cũng là sóng thần với những cường độ giống nhau, nhưng con số tử vong ở các quốc gia phát triển rõ ràng là ít hơn hẳn ở các nước nghèo và lạc hậu. Như vậy, tuy con người không ngăn chận được động đất hay bão lụt, nhưng với khoa học và kỹ thuật, người ta có thể xây dựng cơ sở vật chất, từ nhà cửa đến đường xá và cầu cống, an toàn hơn, hoặc cảnh báo sớm và di tản sớm hơn, chẳng hạn.

---

[1] Các số liệu này lấy từ các bản tin rải rác trên báo chí và internet, đặc biệt các trang mạng sau đây:
http://www.un.org/apps/news/story.asp?NewsID=33613&Cr=earthquake&Cr1=;
http://www.unisdr.org/news/v.php?id=12470; http://www.eas.slu.edu/hazards.html

Nếu khoa học giảm thiểu tác hại của thiên tai thì lại tăng cường tác hại của chiến tranh. Ngày xưa, đánh nhau, một mũi tên may lắm chỉ có thể giết hại được một người. Sau này, vũ khí không ngừng được "cải tiến", tầm sát thương tăng vọt từ vài chục đến vài ngàn, thậm chí, vài trăm ngàn hay vài triệu. Bởi vậy, càng về sau chiến tranh càng giết nhiều người. Đứng đầu danh sách chắc chắn là hai cuộc chiến tranh thế giới: Lần thứ nhất, bắt đầu vào năm 1914 với khoảng 10 triệu binh sĩ bị sát hại; lần thứ hai, bắt đầu từ năm 1939, với khoảng 15 triệu binh sĩ bị giết chết. Dĩ nhiên đó không phải là tất cả. Còn thường dân nữa. Đối với thường dân, chiến tranh không chỉ giết họ bằng súng đạn mà còn bằng cả sự đói khát và bệnh tật. Tổng kết con số nạn nhân trong chiến tranh thế giới lần thứ hai, chẳng hạn, không thể không kể đến hơn một triệu người Việt Nam bị chết đói vào đầu năm 1945, một hậu quả trực tiếp từ các chính sách tàn bạo của Nhật Bản. Nhìn tổng quát như vậy, số người bị giết chết ở hai cuộc chiến tranh thế giới tăng vọt: lần thứ nhất, khoảng 16 triệu; lần thứ hai khoảng từ 50 triệu đến 70 triệu.

Các sử gia không thống nhất với nhau về con số tử vong trong hai cuộc thế chiến vì nhiều lý do. Thứ nhất, nó mang tầm vóc quá rộng, bao trùm toàn thế giới, do đó, rất khó thu thập số liệu. Thứ hai, vì những động cơ chính trị khác nhau, nhiều khi các số liệu ấy bị giảm thiểu hoặc được phóng đại quá mức. Ví dụ, liên quan đến Việt Nam, trước đây, người ta thường cho số người bị chết đói vào năm 1945 là khoảng hai triệu, trong khi, theo các nhiều học giả uy tín, thực sự nó chỉ có khoảng trên dưới một triệu.[1] Lý do thứ ba là tuỳ cách tính: có người chỉ giới hạn trong những người trực tiếp bị sát hại bằng bom đạn; có người tính luôn cả thường dân với những cái chết đến từ hậu quả của chiến tranh: đói khát, bệnh tật hoặc lao tù, v.v.. Hơn nữa, nhiều khi rất khó phân biệt được nguyên nhân thực sự của những cái chết tập thể: có thể vì chiến tranh nhưng cũng có thể vì, nhân chiến tranh, các chính phủ độc tài tìm cách tiêu diệt các thành phần đối lập hoặc thù nghịch không những vì chính trị mà còn vì kinh tế hay sắc tộc.

Dù tính theo cách nào thì hầu hết các học giả đều thừa nhận: chiến tranh giết người còn ít hơn một nguyên nhân khác: độc tài. R.J. Rummel có một bài viết mang nhan đề rất rõ ràng và tiêu biểu: "Chiến tranh không phải là tên sát thủ lớn nhất thế kỷ này" (War isn't this century's biggest killer"), xuất bản lần đầu trên tờ *The Wall Street Journal* vào ngày 7 tháng 7 năm 1986. "Thế kỷ này" mà ông nói chính là thế kỷ 20 vừa qua. Theo ông, trong thế kỷ 20, tổng số tử vong do chiến tranh là 35 triệu người, trong đó có 29 triệu bị giết trong chiến tranh thế giới và gần 6 triệu trong các cuộc nội chiến. Ngược lại số người bị các chính phủ giết chết dưới những hình thức khác nhau là trên 119 triệu. Rummel phân biệt ba loại chính phủ: Chính phủ độc tài cộng sản giết chết 115 triệu; chính phủ độc tài không phải cộng sản giết chết 20 triệu; chính phủ hơi có phần tự do giết chết 3 triệu và các chính phủ

---

[1] Xem David G. Marr (1995), *Vietnam 1945: The Quest for Power*, Berkeley: University of California Press, trang 104.

tự do (bao gồm các quốc gia Tây phương thời đế quốc) giết chết khoảng trên 800 ngàn.[1]

Như vậy, tên sát thủ lớn nhất trong thế kỷ 20 vừa qua chính là các chế độ độc tài. Trong các chế độ độc tài ấy, các chế độ cộng sản đứng đầu. Theo Rummel, trong bài "Cộng sản giết hại bao nhiêu người?" (How many did Communist regimes murder?),[2] các chế độ cộng sản giết chết khoảng 110 triệu người, tức gần hai phần ba tổng số người bị chết bởi chính phủ hoặc các lực lượng du kích từ năm 1900 đến 1997.

Trong các chế độ cộng sản, đứng đầu danh sách sát thủ là Liên Xô với khoảng gần 61 triệu người bị giết chết, trong đó, riêng Stalin chịu trách nhiệm về cái chết của gần 43 triệu người. Nhà nghiên cứu về nạn diệt chủng nổi tiếng Richard Rubenstein nhận định: "Không có chính phủ nào trong lịch sử đưa ra nhiều sáng kiến để tiêu diệt công dân của họ như là chế độ Xô Viết".[3] Rummel gọi chế độ Xô Viết là tên đệ nhất siêu sát thủ (the greatest megamurderer) trên thế giới.[4]

Còn số người bị giết chết, một cách trực tiếp hoặc gián tiếp dưới tay Mao Trạch Đông là bao nhiêu?

Theo Jean-Louis Margolin, trong bài "Mao's China: The Worst Non-genocidal Regime?", số người chết do các chính sách độc tài và tàn bạo của Mao Trạch Đông là vào khoảng từ

---

[1] http://www.hawaii.edu/powerkills/WSJ.ART.HTM
[2] http://www.hawaii.edu/powerkills/COM.ART.HTM
[3] Dẫn theo Adam Jones (2006), *Genocide, A Comprehensive Introduction*, London: Routledge, tr. 124.
[4] Xem bài "How many did Communist regimes murder?" trên http://www.hawaii.edu/powerkills/COM.ART.HTM

44 đến 72 triệu người. Cũng theo Margolin, khác với ý kiến của các học giả dẫn trên, về phương diện giết người hàng loạt, Mao còn tàn bạo hơn cả Stalin và Hitler![1]

Riêng tại Campuchia, trong số khoảng ba triệu ba trăm ngàn người Khmer bị giết chết từ thập niên 1970 đến 1980, chỉ có khoảng một triệu là chết vì chiến tranh, còn hơn hai triệu là bị giết chết vì Pol Pot.[2]

Nhà cầm quyền Việt Nam không đến nổi tàn bạo như Stalin, Mao Trạch Đông hay Pol Pot. Nhưng nhiều sai lầm gây khốc hại cũng đã từng diễn ra. Việc điều tra để có những số liệu cụ thể về những người đã bị giết chết trong các đợt cải cách ruộng đất vào nửa đầu thập niên 1950, trong các đợt khủng bố dưới danh nghĩa "diệt tề", "diệt ngụy" kéo dài từ kháng chiến chống Pháp đến chiến tranh Nam Bắc thời kỳ 1954-75, trong biến cố Mậu Thân ở Huế năm 1968, cũng như trong các trại cải tạo rải rác từ Nam chí Bắc sau năm 1975, v.v… là một thử thách lớn, cực lớn, dành cho giới nghiên cứu lịch sử Việt Nam.

Tâm lý độc tài

Tôi nghe, không phải một lần, mà là khá nhiều lần; từ không phải một người, mà là khá nhiều người, chủ yếu là

---

[1] In trong cuốn *The Historiography of Genocide* do Dan Stone biên tập và được Plagrave Macmillan xuất bản tại New York năm 2008, tr. 438.
[2] http://www.hawaii.edu/powerkills/SOD.CHAP4.HTM

những Việt kiều, vì thiện chí, về Việt Nam làm việc và có cơ hội tiếp xúc với nhiều người trong giới lãnh đạo, than thở: "Nói chuyện với giới lãnh đạo Việt Nam khó lắm. Khen thì mấy ổng cười toe toét. Nhưng chê, dù là chê những chuyện có vẻ hiển nhiên và với giọng điệu nhẹ nhàng nhất, mấy ổng cũng sầm mặt xuống ngay tức khắc. Sau đó muốn gặp lại cũng khó. Khó lắm!"

Khi tôi kể lại những lời than thở trên cho một số bạn bè từ Việt Nam sang; mọi người - tất cả đều thuộc giới trí thức khá cao cấp, có người còn nắm giữ những chức vụ khá cao trong guồng máy hành chính - đều xác nhận. Họ thừa nhận, là, họ, chính họ, các trí thức và cán bộ trong nước, cũng không thể nói thẳng và nói thực với cấp trên: Không ai muốn nghe cả. Không những không muốn nghe, người ta còn giận. Nghĩ là mình lập trường không vững hay có ý đồ gì không tốt.

Nhưng, tôi để ý là, sau khi than thở hoặc thừa nhận như thế, tất cả, từ Việt kiều đến những người trong nước, đều cố biện minh: "Cũng tại mấy ổng già quá rồi. Người già thường khó tính."

Tôi không tin và cũng không thích những lời biện hộ kiểu đó. Tôi cho đó chỉ là một ngụy biện. Lại là thứ ngụy biện nguy hiểm. Ngụy biện: Không phải người già nào cũng không thích nghe sự thực. Vả lại, phần lớn giới lãnh đạo Việt Nam hiện nay cũng không thực quá già. Trên thế giới có vô số nhà lãnh đạo lớn tuổi mà vẫn thoải mái tiếp nhận những sự phê phán từ người khác. Nguy hiểm: Chính những sự ngụy biện kiểu như thế đã dung dưỡng cho thái độ nhắm mắt và bịt tai của những người đang cần được nghe nói thực nhất.

Tôi muốn gọi đúng tên cái chứng không thích nghe về cái xấu, cái dở ấy: độc tài.

Lâu nay, nói đến độc tài (authoritarianism), chuyên chế (dictatorship) hay toàn trị (totalitarianism), chúng ta thường nghĩ ngay đến cơ chế (mechanism), đến bộ máy khép kín và nặng nề của đảng và nhà nước. Đành là đúng. Độc tài (hay những thứ cùng loại đã kể), trước hết, là một cơ cấu quyền lực chỉ cho phép một người, hoặc một nhóm nhỏ, được quyền quyết định tất cả. Không có đối lập. Thậm chí, không có gì được độc lập, kể cả hai thành phần cần được độc lập nhất: tư pháp và truyền thông.

Tuy nhiên, độc tài không phải chỉ là vấn đề cơ chế.

Độc tài còn là vấn đề tâm lý. Tâm lý độc tài là tâm lý chỉ tin vào chính mình, chỉ muốn sử dụng quyền lực để bảo vệ niềm tin của mình, và từ chối nghe bất cứ một ý kiến gì khác với mình. Người độc tài, như thế, ở một trạng thái khá mâu thuẫn: một mặt, họ tự tôn, cho mình, chỉ có một mình mình, là đúng; nhưng mặt khác, lại thiếu tự tin: họ sợ những thách thức đến từ người khác; họ tránh đương đầu; họ không muốn hoặc không dám sử dụng lý trí để thuyết phục người khác và bênh vực cho quan điểm của mình.

Người độc tài, do đó, không phải là những người mạnh mẽ. Và họ cũng biết họ không mạnh mẽ. Biết, nên họ thích sử dụng những biện pháp phi-lý trí để áp đặt và cưỡng chế người khác bằng cách xây dựng những cơ chế bảo vệ cái quyền không dùng lý trí của mình. Cái cơ chế ấy không cần lý lẽ, hơn nữa, nhằm loại trừ mọi lý lẽ. Trong cơ chế ấy, chỉ có một nguyên tắc được vận hành: bạo lực.

Tâm lý độc tài, do đó, là tâm lý sùng bái bạo lực. Tâm lý độc tài nào cũng tìm kiếm và cố duy trì một cơ chế độc tài: với người chồng hoặc người bố có tâm lý độc tài, cơ chế ấy là quyền gia trưởng; với người lãnh đạo một quốc gia, đó là tính chất độc quyền. Cơ chế thuộc chính trị. Tâm lý thuộc văn hoá. Thay đổi cơ chế độc tài cần có những vận động chính trị mạnh mẽ và quyết liệt. Thay đổi tâm lý độc tài cần những cuộc vận động lâu dài và sâu sắc nhằm thay đổi cách nhìn và cách nghĩ. Trong cái gọi là cách nhìn và cách nghĩ ấy, có hai điều quan trọng nhất: chấp nhận sự khác biệt và chấp nhận đối thoại.

Đối thoại chứ không phải độc thoại.

Giới cầm quyền vui tính

Nghĩ đến những người độc tài, người ta thường liên tưởng đến những bộ mặt đằng đằng sát khí hay ít nhất lầm lầm lì lì, mồm miệng chỉ được sử dụng để quát nạt chứ không biết cười đùa bao giờ.

Sự thực khác hẳn.

Xem mấy đoạn YouTube chiếu các buổi nói chuyện của Nguyễn Minh Triết, chủ tịch nhà nước, vào cuối năm 2009, chúng ta thấy ông rất hóm. Ông kể chuyện quốc gia đại sự như một gã say rượu vui tính ngồi ba hoa trong các quán nhậu. Từ lời nói đến giọng nói và vẻ mặt đều toát ra vẻ gì rất hài hước. Và rõ ràng là ông muốn chia sẻ sự hài hước đó với thính giả đang ngồi há mồm ra nghe rồi vỗ tay lốp bốp![1]

---

1 Đây là chi tiết cuộc đối thoại giữa Nguyễn Minh Triết do chính Nguyễn Minh Triết khoe:

"Mới tháng 9 vừa rồi tôi đi dự hội nghị các nhà lãnh đạo của 15 nước hội đồng bảo an LHQ. Mình đến cuộc họp này dzới một cái tư thế là mạnh mẽ (chiếu tấm hình Triết ngồi xuống tại LHQ), mà mình là người có tiếng nói mạnh mẽ, chưa bao giờ mình lại cất cao tiếng nói như thế. Và ngay Đại hội đồng LHQ vừa rồi, kỳ họp sáu mươi tư (64). Cũng ở diễn đàn đó mình lại lên tiếng, mình phê phán cái dziệc là cấm vận Cu-Ba. Và trong cái cuộc họp đó, ngoài những cái ý kiến chung thì tôi có thêm một cái ý kiến: tôi hoan nghênh ông Ô-Ba-Ma. Ông tuyên bố là ông sẽ đóng cửa nhà tù Ga-Ta Na-Mô mà. Nhưng mà tôi nói rằng ông Ô-Ba-Ma ơi, vấn đề này là khó lắm đó. Tôi chúc ông phải nỗ lực để thực hiện cho bằng được cái này. Tôi nói mà tôi nhìn Ô-Ba-Ma tôi thấy ổng ahhh, cũng chăm chú lắm, cũng lắng nghe. Như thế là mình vừa động viên Ô-Ba-Ma, nhưng mà mình vừa muốn phân hoá cái … cái nội bộ của ổng,.. ahhh,..

Như vậy đó, tôi muốn nói dzới các đồng chí dzới quý vị rằng cái vai trò, cái vị thế của mình bây giờ cũng ngang hàng dzới người ta, cũng nói năng cũng đúng mức đàng hoàng,…"

Sau đó, tại Hội nghị người Việt Nam ở nước ngoài được tổ chức rầm rộ tại Hà Nội ngày 22/11/2009, ông Nguyễn Minh Triết cũng phát biểu. Trong đó, ông đề cập đến vấn nạn tham nhũng. Ông nói:

"Chúng ta từ một nước trong chiến tranh, chưa có kinh nghiệm trong quản lý. Là ở nước người ta đó, thì muốn tiêu cực muốn tham nhũng cũng khó vì cái hệ thống luật pháp nó chặt chẽ. Còn ở Việt Nam của mình, thì có khi không muốn tham cũng động lòng tham,… Cái người thủ quỹ cứ giữ tiền khư khư ở quỹ lúc nào cũng có số dư, cho nên lúc bí quá thì em mượn một chút. Mượn thì hổng thấy ai đòi hết; thấy hông,… thì em mượn thêm. Chứ hổng phải người Việt Nam tham nhũng nhất thế giới đâu,… Nói một hồi thì thấy người Việt Nam tham nhũng nhất thế giới, hông phải vậy. Cho nên tôi đề nghị quý vị ở nước ngoài khi nghe những thông tin này rồi nhìn về Việt Nam cũng đừng có hốt hoảng nghĩ rằng sao trong nước mình tiêu cực quá. Mà hồi xưa mấy ổng quánh giặc sao giỏi thế mà bây giờ mấy ổng tiêu cực thế. Đây là quy luật muôn đời. Con người ta trong mỗi người ai cũng có hỉ

Mà đâu phải chỉ có mình ông Nguyễn Minh Triết?

Ngày 20 tháng 11 năm 2009, nói chuyện trước Quốc Hội, Thủ tướng Nguyễn Tấn Dũng, một mặt, thừa nhận nạn tham nhũng đang tràn lan và việc ngăn chặn nạn tham nhũng cơ hồ dậm chân tại chỗ; mặt khác, lại khoe là trong ba năm lên làm thủ tướng, ông chưa hề xử lý "đồng chí" nào, kể cả những "đồng chí" không thèm nghe lệnh của mình! Ông còn nói là sẽ "học theo đồng chí Phạm Văn Đồng", người suốt mấy chục năm, chưa hề xử lý bất cứ một thuộc cấp sai phạm nào cả.[1] Bọn tham nhũng, nghe vậy, tha hồ sướng!

Trong cuộc họp về chống tham nhũng trong ngành y tế tại Hà Nội vào ngày 26 tháng 11 năm 2009, ông Lương Ngọc Khuê, cục phó Cục Quản lý khám chữa bệnh, cũng chứng tỏ là người rất vui tính khi tuyên bố: Nền y tế Việt Nam đã quá tốt! Tốt đến độ không có chuyên gia y tế nào trên thế giới có thể góp ý kiến gì được nữa cả![2]

Cục Vệ sinh an toàn thực phẩm thuộc Bộ Y Tế cũng vui tính không kém khi quyết định trao giải thưởng "Top 100 sản phẩm an toàn vì sức khoẻ cộng đồng năm 2009" cho công ty bột ngọt Vedan mặc dù trước đó công ty này đã bị dư luận kịch liệt lên án về việc xả chất thải hoá học, gây ô nhiễm nặng nề dòng sông Thị Vải thuộc tỉnh Đồng Nai.

---

nộ ái ổ hết trơn.... Chúng ta là con một nhà, là con Lạc cháu Hồng, cùng một bọc trứng sinh ra. Trên thế giới này ít có nơi nào có cái đó lắm á,...".
Hai bài nói trên YouTube của Nguyễn Minh Triết được nhiều người chép lại thành văn bản và phổ biến rộng rãi trên internet.

[1] http://www.tuoitre.com.vn/tianyon/Index.aspx?ArticleID=348716
[2] http://phapluattp.vn/20091128113742534p0c1015/thang-loi-ve-vang.htm

Nhưng giới lãnh đạo Việt Nam tỏ ra vui tính nhất là khi đưa ra nhiều chính sách có tầm quốc gia.

Ví dụ, vào tháng 9 năm 2009, Sở Nội vụ Hà Nội công bố "chiến lược" quan trọng là đến năm 2020, một trăm phần trăm cán bộ, công chức thuộc khối chính quyền thành phố có bằng tiến sĩ! Cán bộ, công chức thuộc khối chính quyền thành phố là những ai? Theo báo Vietnamnet, hiện nay, họ có khoảng 500 người, "gồm thành viên Thường trực Thành uỷ, Ban Thường vụ, Thành uỷ viên, các trưởng, phó ngành; bí thư, phó bí thư quận, huyện, thị xã; chủ tịch, phó chủ tịch quận, huyện, thị xã".[1] Như vậy có nghĩa là đúng 10 năm nữa, không có chủ tịch hay phó chủ tịch quận, huyện nào tại Hà Nội lại không phải là tiến sĩ. Chắc chắn không nước nào trên thế giới có thể sánh được với Hà Nội ngàn năm văn vật của chúng ta cả!

Trong mấy năm qua, báo chí khắp nơi, từ trong nước ra đến hải ngoại, từng đăng tải nhiều chính sách cười ra nước mắt khác. Nổi bật nhất là:

Thứ nhất, chủ trương hạn chế xe gắn máy tại Hà Nội bằng cách: (a) cấm xe có số đăng ký ở địa phương khác không được chạy vào Hà Nội; và (b) riêng ở Hà Nội, xe có bảng số lẻ được chạy vào các ngày lẻ và xe có bảng số chẵn được chạy vào các ngày chẵn. Trái ngày thì bị phạt!

Thứ hai, tháng 10 năm 2008, chính phủ Việt Nam ra chỉ thị cấm những người nhỏ con, thấp và/hay ngực lép không được quyền lái xe máy trên 50 phân khối.

---

[1] http://vietnamnet.vn/chinhtri/2009/09/870536/

Cứ tưởng tượng, nếu chủ trương trên được thực hiện thì, một là, người dân ở các tỉnh khác mỗi lần vào Hà Nội, phải gửi xe gắn máy ở ngoại thành, rồi lết bộ vào thành phố; hai là, chính quyền sẽ tuyển thêm hàng chục ngàn viên chức mới với nhiệm vụ là hàng ngày đứng hoặc ngồi chồm hỗm hai bên đường dòm số xe và tính số xe nào chẵn, số xe nào lẻ để ghi giấy phạt.

Còn nếu chủ trương thứ hai được thực hiện thì cũng sẽ có hàng chục ngàn cảnh sát giao thông đổ ra ngoài đường, chận các xe gắn máy lại để đo chiều cao và đo vòng ngực của hàng triệu người lái xe gắn máy mỗi ngày.

Lúc ấy các bác sĩ thẩm mỹ chuyên về độn ngực tha hồ hốt bạc. Giới thanh niên đa tình thì nườm nượp kéo nhau xin vào ngành cảnh sát giao thông.

Còn cảnh tượng ngoài đường phố thì nhất định là ngày nào cũng vui như Tết!

Mới đây, chính quyền Hà Nội ra lệnh cấm dân chúng hôn nhau ở các địa điểm công cộng, đặc biệt tại vườn Bách Thảo. Nhà thơ Nguyễn Quang Thiều xem đó là một lệnh cấm "hài hước" mà nhà cầm quyền mới thêm vào trong cái bảng lệnh cấm hài hước vốn dài dằng dặc của họ.[1]

Với những kiểu nói năng như thế, hành xử như thế, và chính sách như thế, không ai có thể phủ nhận sự vui tính của giới cầm quyền Việt Nam.

Vui tính như những thằng hề.

---

[1] http://quechoablog.wordpress.com/2009/12/21/l

Làm chính trị gia thật sướng: Nói gì cũng được

Làm chính trị gia, nhất là làm lãnh tụ ở Việt Nam, thật sướng. Sướng nhất là muốn nói gì thì nói.

Ở các nước Tây phương thì đừng hòng. Nói bậy hay nói hớ, dù chỉ một chút, thì bị các đảng đối lập xúm vào đập ngay tức khắc. Đối lập không đập thì giới truyền thông cũng đập. Gần đây, với các phương tiện thông tin mới như blog, facebook hay twitter, dân chúng cũng có thể tham gia vào việc vạch trần những sai trái ấy. Tiếng nói của họ cũng lan đi xa rộng không kém các phương tiện truyền thông đại chúng truyền thống. Và cũng có ảnh hưởng sâu xa không kém.

Ở Việt Nam thì khác. Hoàn toàn không có đối lập. Ngay cả hình thức gọi là "phản biện" khá lịch sự và hiền lành của giới trí thức cũng không có. Giới lãnh đạo không bao giờ thực sự đối đầu, thậm chí, đối diện với dân chúng. Đến đâu, họ cũng chỉ biết nói và mọi người cũng chỉ biết lắng nghe, rồi vỗ tay đồm độp. Không ai được hỏi. Càng không có ai được hoạnh họe điều gì.

Thành ra, các lãnh tụ cứ tha hồ nói. Nói bậy, nói càn cũng được. Nói không cần dẫn chứng gì cả cũng được. Cứ bước lên khán đài, cầm micro, nổ như bắp rang, cũng chẳng sao cả.

Ngày trước, người ta cứ hùng hồn tuyên bố chủ nghĩa xã hội vô cùng ưu việt còn chủ nghĩa tư bản thì đang giãy chết đành đạch. Đó là chưa kể kiểu nói "Trăng Liên Xô tròn hơn trăng nước Mỹ", "rau muống bổ hơn thịt bò", "khoai mì (sắn) là thức ăn nhiều chất dinh dưỡng nhất", v.v.. từng phổ biến một thời.

Thôi thì cũng được. Thời ấy, dù sao hệ thống các nước xã hội chủ nghĩa vẫn còn. Què quặt nhưng vẫn còn. Tuyệt đại đa số dân chúng thì bị giam hãm trong nước, mọi nguồn thông tin đều bị bưng bít. Lời nói giả dối, thậm chí, ngu xuẩn đến mấy vẫn có người nghe.

Còn bây giờ, mọi chuyện khác hẳn. Liên Xô và toàn bộ khối Đông Âu đã sụp đổ. Dân chúng Việt Nam đi ra nước ngoài hoặc du học hoặc du lịch ào ào. Nếu không đi nước ngoài thì cũng có thể đọc tin tức trên mạng từ khắp nơi trên thế giới. Vậy mà…

Vậy mà giới lãnh đạo vẫn có thể ung dung tiếp tục kiểu ăn nói như trước.

Họ vẫn khẳng định ngon ơ là chủ nghĩa xã hội (bây giờ chỉ còn bốn nước: Việt Nam, Trung Quốc, Bắc Hàn và Cuba) là một con đường tất yếu và vô cùng ưu việt. Họ vẫn khẳng định như đinh đóng cột là chỉ có chủ nghĩa xã hội mới có thể bảo đảm sự giàu mạnh và bình đẳng trong xã hội. Họ vẫn huênh hoang là đảng Cộng sản là đảng duy nhất được toàn dân ủng hộ. Họ vẫn ba hoa về cái gọi là "tư tưởng Hồ Chí Minh".

Nói những điều hoàn toàn hoang tưởng và trái hẳn với sự thực như vậy mà người ta vẫn nói được. Hơn nữa, lại còn nói một cách hùng hồn, say sưa và hết sức trang nghiêm nữa chứ.

Dù sao, những chuyện ấy vẫn còn có nội dung. Sai, nhưng vẫn là một cái gì đó. Có vô số lời phát biểu khác của giới lãnh đạo hầu như chẳng có nội dung gì cả. Chẳng có ý gì cả. Nói như lên đồng.

Mới đây, tôi nghe một người bạn kể một câu chuyện cười về bài diễn văn tiêu biểu của các đấng lãnh đạo:

Kính thưa quý vị, cái bị cũng như cái bao.
Kính thưa đồng bào, cái bao cũng như cái bị.
Đảng Cộng sản Việt Nam quang vinh muôn năm!
Hồ Chí Minh muôn năm!

Chuyện chỉ là chuyện hài hước. Nhưng bạn thử nghĩ mà xem, có phải phần lớn các bài diễn văn của giới lãnh đạo Việt Nam đại khái đều như thế?

Có điều, nói thế mà người nghe, áo vét, cà vạt, kính cận nghiêm chỉnh, vẫn vỗ tay rầm trời.

Thử nghĩ coi, thế có sướng không?

Ở đời, làm gì có cái nghề gì khác mà người ta được trả lương thật cao, cao ngất ngưởng, còn bổng lộc thì vô tận, còn lính hầu lính gác thì trùng trùng, để suốt ngày chỉ long trọng nói đi nói lại những điều dở hơi như vậy chứ?

Đố ai tìm ra được một nghề nào tương tự!

Tại sao bây giờ họ nói dở thế?

Trong những lúc chuyện trò, bạn bè tôi, nhất là những người đi du học trước năm 1975, thường bày tỏ một ngạc nhiên: Không hiểu sao khả năng tuyên truyền của cộng sản lại sút giảm nhanh chóng đến thế?

Một nhận định như thế bao hàm một sự so sánh: sự tuyên truyền của họ trước 1975 thì giỏi, sau đó thì kém. Trước 1975, tôi còn khá nhỏ, lại chẳng bao giờ để ý đến chính trị, nên thành thực mà nói, không thể đánh giá được nhận định ấy một cách chính xác được. Nhưng cũng thành thực mà nói, tôi tin đó là sự thật. Không tuyên truyền giỏi, họ không thể lôi kéo được sự ủng hộ rộng rãi của dân chúng trên thế giới như thế, không thể chinh phục được rất nhiều trí thức lớn, kể cả những trí thức thuộc loại lớn nhất của thời đại, từ Jean-Paul Sartre ở Pháp đến Bertrand Russell ở Anh và Susan Sontag ở Mỹ như thế. Nói chuyện với nhiều trí thức Úc, ở vào thời điểm này, ba mươi mấy năm sau khi chiến tranh Việt Nam đã kết thúc, tôi vẫn bắt gặp thấp thoáng đâu đó chút nuối tiếc đối với những huyền thoại từ Việt Nam mà một thời họ từng ngưỡng mộ.

Nhiều người Việt Nam sống ở hải ngoại trước năm 1975 kể: mỗi lần nghe một cán bộ từ miền Bắc sang nói chuyện, khán giả như ngây ngất, có thể nói bị mê hoặc, thấy con đường cách mạng tuy gian khổ nhưng tràn đầy ánh sáng và vinh quang: với nó, người ta sẵn sàng hy sinh tất cả, kể cả sự nghiệp và tính mạng. Bởi vậy, không có gì đáng ngạc nhiên khi nhiều Việt kiều ở khắp nơi, từ Pháp đến Thái Lan, ùn ùn kéo về miền Bắc chịu cực chịu khổ, thậm chí, chịu nhục suốt một thời gian dài.

Vậy mà, bây giờ, mọi sự khác hẳn.

Khác, ở cấp vĩ mô: Dường như cả guồng máy tuyên truyền bị đổ vỡ, không thể nhận ra bất cứ một chính sách hay một luận điểm gì có chút thuyết phục. Khác, ở cấp vi mô: Dường như khả năng hùng biện của các cán bộ, kể cả cán bộ cao cấp, cũng bị đánh mất: mỗi lần họ mở miệng là người ta lại thấy buồn cười. Gần đây, mỗi cuối năm, giới báo chí phi chính thống, chủ yếu là các blogger, thường sưu tập các câu nói "ấn tượng" nhất trong năm: Hầu hết đó là những câu nói ngu xuẩn từ cấp lãnh đạo. Nếu tiếp tục việc làm ấy ở quy mô rộng hơn, không chừng chúng ta sẽ có một bộ sưu tầm cực kỳ đồ sộ để lại cho hậu thế.

Tại sao lại có sự thay đổi lạ lùng như vậy? Tại sao những con người vốn được xem là nói hay bây giờ lại nói năng dở; không những dở mà còn dở hơi, đến như vậy?

Tại sao?

Lý do, nghĩ cho cùng, thật ra, khá đơn giản. Trước, sự tuyên truyền của cộng sản chủ yếu dựa trên huyền thoại, trong đó có hai huyền thoại chính: giải phóng dân tộc và giải phóng giai cấp. Hai huyền thoại ấy gắn liền với hai lý tưởng phổ quát của nhân loại từ xưa đến nay: độc lập và bình đẳng. Ai cũng mơ độc lập và bình đẳng. Nhưng chưa ai thấy được một sự độc lập và bình đẳng trọn vẹn. Những giấc mơ ấy thật đẹp nhưng cũng thật xa vời. Xa, nên chúng không thể được kiểm chứng. Những huyền thoại được xây dựng trên những giấc mơ không được kiểm chứng vượt ra ngoài sự thách thức của lý trí phê phán, do đó, ngay cả những trí thức nhiều hoài nghi nhất cũng có thể dễ dàng bị khuất phục. Người ta tin theo huyền thoại như theo đuổi một tương lai, ở đó, mọi sự phán đoán và đánh giá đều bị trì hoãn hoặc tạm trì hoãn.

Nhưng trì hoãn đến mấy thì nó cũng có giới hạn. Giới hạn ấy là ngày 30 tháng 4 năm 1975. Từ thời điểm ấy, giấc mộng giải phóng dân tộc đã hoàn tất và giấc mộng giải phóng giai cấp đã bắt đầu thành hiện thực. Không còn lý do gì để trì hoãn được nữa. Người ta không thể viện dẫn một tương lai xa xôi nào để thoái thác trách nhiệm đối với hiện tại được nữa. Nhưng khi không còn bám víu vào một tương lai xa xôi và vô định, huyền thoại tự động sẽ tan vỡ. Nó chỉ còn là những hiện thực trần trụi. Hiện thực ấy lại nham nhở đến độ mọi sự khen ngợi đều trở thành lố bịch và mọi sự bào chữa đều trở thành ngu xuẩn.

Lý do thứ hai, cũng gắn liền với huyền thoại là sự tin tưởng. Trước, có thể chính những người lãnh đạo đảng cộng sản cũng tin tưởng vào những lý tưởng mà họ theo đuổi. Sự tin tưởng ấy thổi lửa vào lý luận của họ và vào cả giọng nói của họ nữa. Biến họ thành những nhà hùng biện sôi nổi và nồng nhiệt. Bây giờ, huyền thoại đã đổ, không phải đổ ở Việt Nam mà trên phạm vi toàn thế giới, không ai còn có được sự nhiệt tình hồi hổi như trước kia. Mà nếu có, trong hoàn cảnh hiện nay, một sự nhiệt thành như thế rất dễ bị xem là biểu hiện của sự trì độn. Nó càng mất sức thuyết phục.

Lý do thứ ba, để tuyên truyền có hiệu quả, người ta cần có khoảng cách. Bụt, muốn thiêng, phải ở chùa xa. Càng xa càng tốt. Trước 1975, miền Bắc là một xã hội hoàn toàn khép kín. Trên thế giới, không mấy người biết nó thực sự ra sao cả. Người ta chỉ nghe nói. Và tưởng tượng. Ngay chính ở miền

Bắc, dân chúng cũng không mấy người biết lãnh tụ của họ thực sự ra sao cả. Chỉ lâu lâu, thật hoạ hoằn, mới thấy lướt qua đâu đó. Những điều họ biết về lãnh tụ của họ cũng chỉ là những điều mà họ nghe nói. Và tưởng tượng thêm. Cái gọi là chủ nghĩa xã hội lại càng xa vời. Nó ở đâu đó trong những giấc mơ. Điều người ta thấy trước mắt chỉ là một "thời kỳ quá độ". Sau này, với sự phát triển của xã hội và truyền thông, người ta không thể bưng bít sự thực mãi được. Những ung thối trong lòng các nước xã hội chủ nghĩa phát triển trên thế giới bị phơi bày công khai. Hình ảnh và lời ăn tiếng nói của giới lãnh đạo cũng bị phơi bày trên ti vi hoặc trên YouTube. Ai cũng thấy. Cái thấy ấy xoá nhoà mọi khoảng cách, bóp chết mọi cơ hội để huyền thoại nảy nở. Đó là lý do tại sao có lần tôi cho chính YouTube sẽ lần lượt treo cổ các nhà lãnh đạo Việt Nam.[1]

Lý do thứ tư là chính bản thân giới lãnh đạo cộng sản tự ý từ bỏ con đường tuyên truyền rất sớm. Họ chỉ nỗ lực tuyên truyền khi họ chưa có quyền lực. Nắm được chính quyền rồi, người ta bỏ ngay mọi nỗ lực tuyên truyền để chuyển sang nhồi sọ. Tuyên truyền và nhồi sọ sử dụng các phương tiện giống nhau, từ truyền thông đến giáo dục. Nhưng trong khi tuyên truyền nhắm đến sự khai sáng và thuyết phục, nhồi sọ chỉ nhắm đến việc là mê muội và thần phục – thần phục một cách mê muội. Tuyên truyền có thể đi đôi với lý trí phê phán (critical reason), trong khi nhồi sọ thì triệt tiêu hẳn loại lý trí

---

[1] "Nguyễn Minh Triết bị mang lên đoạn đầu đài YouTube" http://www.voanews.com/vietnamese/news/a-19-2009-12-15-voa35-82750762.html

ấy, và chỉ cho phép loại lý trí công cụ (instrumental reason) được phát triển mà thôi. Được nuôi dưỡng trong môi trường văn hoá nhồi sọ như thế, chính các cán bộ lãnh đạo cũng mất dần khả năng thuyết phục, nghĩa là khả năng tuyên truyền.

Từ đó, chúng ta dễ thấy thêm lý do thứ năm này nữa: khả năng. Gần đây, nhiều người hay nói đến nhu cầu phát triển "quan trí": Theo họ, vấn đề của Việt Nam hiện nay không phải là dân trí: Dân trí Việt Nam đã phát triển khá cao. Nhiều người được học hành tử tế. Một số khá đông được học hành ở ngoại quốc. Số khác, nếu không được du học hoặc du lịch thì cũng có nhiều cơ hội để tiếp cận các thông tin mới trên thế giới. Vấn đề, theo họ, là ở trình độ giới lãnh đạo, tức "quan trí": Nó quá thấp.

Trong hoàn cảnh và với những con người như vậy, chuyện nói dở và tuyên truyền dở là chuyện… chẳng có gì đáng phải ngạc nhiên cả!

'Kính thưa các đồng chí chưa bị lộ'

Chuyện kể: trong một cuộc họp chi bộ ở Việt Nam, một đảng viên bị mang ra kiểm điểm về tội tham nhũng. Người đảng viên ấy bị bắt quả tang và thành khẩn nhận tội. Trước mặt các đồng chí của mình, với vẻ mặt nghiêm trang và nước mắt rưng rưng, ông bắt đầu bài tự kiểm điểm bằng một lời chào trân trọng:

Kính thưa các đồng chí trong chi bộ.
Kính thưa các đồng chí chưa bị lộ.

Câu chuyện ý vị và sâu sắc. Nó cho thấy ở Việt Nam, liên quan đến vấn đề tham nhũng, sự khác biệt giữa các đảng viên chỉ nằm ở một điểm: một số người đã bị lộ và đại đa số chưa bị lộ. Vậy thôi. Không hề có người thanh liêm và trong sạch.

Không có và, trong tình hình chính trị Việt Nam hiện nay, không thể và sẽ không bao giờ có một thống kê nào cụ thể về con số các đảng viên tham nhũng. Những tài liệu do các cơ quan quốc tế công bố, chẳng hạn, Việt Nam "được" xếp vào hạng thứ ba trong danh sách các nước tham nhũng nhất vùng châu Á - Thái Bình Dương có lẽ chỉ có ý nghĩa tương đối. Sự thực có khi còn tệ hại hơn nữa. Trong trường hợp này, tôi tin vào kinh nghiệm trực tiếp của dân chúng hơn là các con số thống kê chính thức.

Mỗi người Việt Nam, đang sống hoặc đã từng sống ở Việt Nam, hãy tự đặt cho mình hai câu hỏi:

Một, có bao giờ mình hoặc bạn bè và thân nhân của mình từng đút lót một số tiền nào đó để công việc được trôi chảy? Ví dụ, cho công an phường để chứng nhận một loại giấy tờ gì đó; cho hiệu trưởng để con mình được nhận vào học ở một trường tiểu hay trung học nào đó; cho một nhân viên trong bệnh viện để người nhà mình có được một cái giường để nằm, v.v...

Hai, có đảng viên hay viên chức nào ở Việt Nam có mức sống kham khổ hơn những người dân bình thường có mức lương (chính thức) tương tự?

Tôi tin câu trả lời phổ biến nhất cho câu hỏi thứ nhất là Có và cho câu hỏi thứ hai là Không.

Trong một xã hội đảng trị như Việt Nam, tất cả các đảng viên đều nắm giữ các chức vụ quan trọng trong guồng máy nhà nước, từ trung ương xuống địa phương, từ các cơ quan chính phủ đến các công ty quốc doanh. Lương chính thức của các đảng viên ấy, dù ở bất cứ chức vụ nào, cũng đều rất thấp. Ngay cả lương của một thứ trưởng, như lời tiết lộ của ông Nguyễn Tiến Dĩnh, Thứ trưởng Bộ Nội Vụ kiêm Đại biểu Quốc Hội thành phố Hà Nội, chỉ có năm triệu (5.000.000) đồng.[1] Năm triệu đồng là bao nhiêu? Chỉ tương đương với hơn 260 đô la Mỹ (theo hối suất hiện nay là một đô la Mỹ ăn 19.000 đồng Việt Nam). Với vật giá và mức sống ở Việt Nam hiện nay, số lương ấy chỉ đủ để người ta sống một cách chật vật. Như vô số những người lao động bình thường và lam lũ khác. Vậy mà, ở Việt Nam, hầu như không có đảng viên nào nghèo cả. Tất cả đều có mức sống cao hơn hẳn những người dân bình thường. Tại sao? Họ có nguồn thu nhập nào khác chăng? Có lẽ có. Nhưng hầu như tất cả đều nằm trong… túi của người khác.

Những chuyện như vậy có thể kiểm tra dễ dàng trong đời sống hằng ngày. Thử nhìn vào nếp sống của các chủ tịch, phó chủ tịch, bí thư đảng, phó bí thư đảng ở ngay cấp phường, cấp xã mà xem. Rồi thử nhìn lên mức sống của các cán bộ lãnh đạo từ cấp quận, huyện lên cấp tỉnh, thành phố và lên cao hơn nữa, cấp trung ương mà xem. Có người nào mà da dẻ không hồng hào mơn mởn? nhà cửa không khang trang, xe cộ không bóng loáng? con cái không đi du học ở nước ngoài, phần nhiều bằng con đường tự túc về tài chính? Có người nào phải

[1] http://daibieuquochoi.vietnamnet.vn/content.aspx?id=612

lo âu tính toán cho từng buổi đi chợ như hàng chục triệu người dân bình thường khác?

Nguyễn Tiến Dĩnh cho biết lương của ông chỉ có năm triệu đồng một tháng. Tôi không hề biết ông, nhưng tôi dám cam đoan là căn nhà ông thứ trưởng ấy đang sở hữu (chứ không phải căn nhà ông được cấp trong thời gian tại chức) không phải là một căn nhà trệt trong một con hẻm khuất tồi tàn nào đó; trong nhà, nhất định không thiếu bất cứ một tiện nghi xa hoa nào cả. Nếu ông có con trong lứa tuổi đi học, tôi chắc phần lớn chúng đang học đâu đó ở ngoại quốc. Rượu ông uống chắc chắn không phải là rượu đế rẻ mạt sản xuất ở trong nước. Thuốc lá ông hút, nếu ông nghiện, chắc chắn là thuốc lá ngoại. Đi chợ, vợ ông hay người giúp việc, không phải đắn đo tính toán từng lạng thịt hay từng bó rau như bao nhiêu gia đình khác cùng mức lương như ông.

Nạn tham nhũng có lẽ ở đâu cũng có. Và thời nào cũng có. Ngay ở Mỹ hiện nay, không ai dám bảo đảm là không có tham nhũng. Tổng thống, phó tổng thống và các bộ trưởng chắc là không tham nhũng. Nhưng còn quan chức ở các cấp địa phương, đặc biệt là cảnh sát? Thực sự tôi không chắc. Và có lẽ cũng không ai dám chắc. Thế nhưng, tôi dám chắc một điều: Tham nhũng, ở Mỹ cũng như ở các quốc gia Tây phương, nếu có, chỉ là những ngoại lệ. Là ngoại lệ, nó khá hiếm hoi. Và, nếu bị phát hiện, chắc chắn, nó sẽ bị lên án gay gắt.

Ở miền Nam trước 1975 chắc chắn cũng có tham nhũng. Nhiều nữa là khác. Chả thế, ông Trần Văn Hương, người từng giữ chức phó tổng thống thời bấy giờ, đã không phải than thở: "Trị hết tham nhũng thì lấy ai mà làm việc?"

Câu nói ấy cho thấy ông Trần Văn Hương thừa nhận hai điều: một, nạn tham nhũng rất phổ biến; và hai, có ít nhất một số người lãnh đạo không tham nhũng. Cái khó của những người lãnh đạo ấy là không thể kiếm đủ các thuộc hạ hay cộng tác viên hoàn toàn trong sạch.

Còn bây giờ? Chắc chắn câu nói của Trần Văn Hương vẫn còn chính xác. "Trị hết tham nhũng thì lấy ai mà làm việc?" Nhưng có lẽ phải thêm một câu này nữa: "Trị hết tham nhũng bây giờ thì lấy ai… lãnh đạo?"

Nếu thuộc cấp tham nhũng mà lãnh đạo trong sạch thì người ta còn hy vọng là tình hình, một lúc nào đó, sẽ được cải thiện. Nhưng nếu cả thuộc cấp và lãnh đạo đều tham nhũng, lớn ăn lớn, nhỏ ăn nhỏ, thì mọi hy vọng đều biến thành ảo vọng. Đảng cầm quyền sẽ tự biến thành một đám mafia chỉ theo đuổi một mục tiêu tối hậu là: cấu kết với nhau để vét sạch tài sản của dân chúng và của đất nước.

Những hình thức mua chuộc mới

Nói đến tham nhũng, chúng ta thường nghĩ đến những hình thức đưa tiền theo kiểu truyền thống. Đi đường phạm luật, bị công an thổi còi đòi phạt, bèn dúi vào tay họ ít tiền ư? Ừ, thì cũng là hối lộ. Nhưng đó chỉ là kiểu hối lộ cò con và cổ điển. Làm giấy tờ để xuất ngoại hay mua bán nhà đất, muốn cho nhanh, lót tay một cán bộ nào đó ít tiền ư? Thì cũng là hối lộ. Nhưng kiểu hối lộ ấy quá bình thường, chẳng có gì đáng nói cả.

Ở Việt Nam, có những hình thức hối lộ đắt đỏ và tinh vi hơn nhiều. Thực chất là hối lộ nhưng chúng lại được ngụy trang dưới những hình thức có vẻ tình nghĩa và "đậm đà bản sắc dân tộc" hơn, do đó, khó bị kết tội hơn.

Như hình thức quà cáp, chẳng hạn.

Quà cáp có nhiều kiểu. Ở đây, tôi chỉ nói đến quà cưới.

Cách đây mấy tuần, một người bạn của tôi từ Việt Nam sang, kể: anh mới dự đám cưới con trai của một người thân ở Hà Nội. Người thân của anh là một cán bộ cao cấp cấp bộ, lại là một bộ thuộc loại "ăn nên làm ra", nghĩa là có nhiều tiền bạc (khác, chẳng hạn, với Bộ Lao động, Thương binh và Xã hội, vốn có một ngân sách khá eo hẹp và có rất ít dự án quốc tế!). Bạn có biết đám cưới ấy có bao nhiêu khách mời không? Theo lời người bạn tôi, có trên 3000 người! Số quà cưới trị giá bao nhiêu? Cả hàng mấy trăm tỉ đồng Việt Nam, tức là cả mấy triệu đô Mỹ. Quà, phổ biến nhất là phong bì với vài ngàn đô. Nghe nói có người còn tặng cô dâu chú rể nguyên chiếc xe hơi hay cả căn hộ mới nữa.

Người ta cho đó là một cách bày tỏ tình cảm và lòng biết ơn của cấp dưới đối với lãnh đạo của mình. Nhưng thực ra, đó chỉ là một cách hối lộ.

Dù sao, chuyện trên, tôi chỉ nghe kể. Còn chuyện này thì tôi biết rõ hơn: Một người bạn khá thân của tôi, đang làm việc trong lãnh vực giáo dục ở Việt Nam, có đứa con trai du học tại Úc. Cháu có bạn gái, cũng là du học sinh. Đám cưới của cháu được tổ chức hai lần ở hai nơi: Úc và Việt Nam. Sau đám cưới ở Úc, nghe bạn tôi dự tính làm đám cưới ở Việt Nam, tôi thắc mắc: Đã có đầy đủ bố mẹ hai bên dự đám cưới ở Úc rồi, cần gì phải làm thêm đám cưới ở Việt Nam nữa cho tốn kém? Bạn tôi chỉ cười. Sau đó, đám cưới xong, bạn tôi tổng kết: Đám cưới ở Việt Nam có khoảng 1000 người đến dự. Tiền mừng đám cưới đủ để con trai anh trả gần hết một căn nhà ở Úc!

Khách ở đâu mà nhiều đến vậy? Tại sao người ta lại tặng quà nhiều đến vậy?

Thì toàn là cán bộ dưới quyền của anh. Các sinh viên cũ. Phụ huynh của các sinh viên hiện đang học. Rồi những người ít nhiều chịu ơn của anh từ trước đến nay.

Bạn tôi biện hộ: Ở Việt Nam, đó là phong tục. Không thể mời ít hơn được. Những người không được mời, nhất là thuộc cấp trong cơ quan, sẽ nghĩ là mình ghét bỏ họ. Họ sẽ vô cùng lo lắng và khổ sở. Thì mời. Người "được" mời sẽ sung sướng có được cơ hội để bày tỏ tình nghĩa của mình đối với cấp trên. Và cấp trên thì không phải áy náy là mình tham nhũng. Lợi cả đôi bên.

Đó là hình thức cấp dưới mua chuộc cấp trên. Chuyện ấy hầu như thời nào cũng có. Và ở đâu cũng có. Có điều, ở các nước Tây phương, mọi hình thức quà cáp mà giới lãnh đạo nhận được đều bị kiểm soát gắt gao. Lấy Mỹ làm ví dụ. Theo luật của Mỹ, Tổng thống và phó Tổng thống được quyền nhận quà từ các công dân của họ, nhưng mọi món quà trị giá trên 285 đô Mỹ đều phải khai báo. Trên thực tế, rất hiếm khi họ giữ lại các món quà ấy làm của riêng: phần lớn chúng được gửi vào Kho lưu trữ quốc gia (National Archives). Còn quà cáp từ ngoại quốc thì, thoạt đầu, tất cả đều phải được sự chấp thuận của Quốc Hội; sau, luật nới giãn hơn một tí: họ được nhận những món quà trị giá từ 335 đô trở xuống. Xin lưu ý: một, không khai báo, vì bất cứ lý do gì, cũng đều bị xem là phạm pháp; hai, danh sách những người tặng quà và trị giá món quà của họ đều được công khai hoá để quần chúng có thể kiểm tra. Còn ở Việt Nam? Nhớ, cách đây năm mười năm gì đó, Đỗ Mười thú nhận là đã từng nhận một triệu đô la từ một công ty Hàn Quốc. Đó là chuyện được thú nhận. Còn những chuyện không được thú nhận thì sao? Chỉ cần theo dõi một ít vụ tham nhũng, như vụ Bùi Tiến Dũng và Huỳnh Ngọc Sĩ, được đăng tải trên báo chí là đã thấy ngợp rồi.

Tuy nhiên, điều đáng nói là ở Việt Nam không phải chỉ có cấp dưới mới mua chuộc cấp trên. Cấp trên, ngay cả cấp trên cực cao, cũng mua chuộc cấp dưới nữa.

Cao nhất là đảng và chính phủ.

Nhớ, lần về Việt Nam đầu tiên năm 1996, tôi nghe một người bạn vốn là giáo sư nổi tiếng khoe là anh sắp có một ngôi nhà mới. Nhà lầu đàng hoàng. Ở ngay mặt tiền. Hỏi chi tiết, anh cho biết anh được nhà nước cấp một mảnh đất khá lớn. Không có tiền để xây, anh bán cho nhà thầu nửa miếng đất. Người ta sẽ xây hai ngôi nhà lầu; mỗi ngôi bốn tầng. Người ta sẽ giao cho anh hẳn một cái; cái kia người ta giữ. Như thế, chỉ chờ đợi mấy tháng, anh có nguyên một ngôi nhà lầu bốn tầng đồ sộ. Với nó, anh có thể an hưởng tuổi già: hai vợ chồng ở hai tầng trên; hai tầng dưới thì cho thuê. Khỏi phải lo lắng gì về tài chính nữa cả. Khoẻ!

Khi tôi hỏi: Tại sao anh được cấp đất như thế? Anh đáp: Tất cả các đảng viên có tuổi đều được cấp. Tuổi đảng và chức vụ càng cao, miếng đất càng lớn. Anh bình luận: Kể ra, đó cũng là một hình thức mua chuộc của đảng và nhà nước. Mua chuộc sự trung thành của các cán bộ và đảng viên.

Rồi chép miệng, anh nói tiếp: Biết thế, nhưng ai đủ can đảm từ chối một món quà lớn lao và quý báu như thế nhỉ?

Ừ, nghĩ coi, có mấy ai?

Tham nhũng: Nguyên nhân và giải pháp

Tham nhũng, theo cách hiểu thông thường, là lợi dụng công quyền cho lợi ích riêng tư.

Có thể nói ở đâu có công quyền ở đó đều có nguy cơ cướp bóc và tham nhũng. Công quyền tuyệt đối thì đẻ ra cướp bóc. Công quyền tương đối thì dẫn đến tham nhũng. Ngày xưa, vua chúa không cần tham nhũng: Họ chỉ đơn giản cướp tài sản của cả nước làm của riêng. Chỉ có quan lại mới tham nhũng. Động cơ chính của cả cướp bóc lẫn tham nhũng đều là lòng tham. Nhưng vấn đề không phải là diệt trừ lòng tham. Đó chỉ là lý tưởng của các tôn giáo. Về phương diện chính trị, lý tưởng ấy chỉ là ảo tưởng. Bởi vậy, nhân loại luôn tìm cách chống lại cả cướp bóc lẫn tham nhũng bằng luật pháp.

Ở trên, tôi mới viết: ngày xưa, chỉ có quan lại mới tham nhũng. Như vậy, tham nhũng gắn với ít nhất ba yếu tố: một, có quyền; hai, quyền ấy ít nhiều bị hạn chế; và ba, vì sự hạn chế ấy, việc cướp bóc phải được ngụy trang dưới hình thức vơ vét lén lút, thường được gọi là tham nhũng. Điểm khác biệt giữa các quan tham ngày xưa và các quan tham bây giờ chỉ nằm ở chỗ: yếu tố hạn chế quyền lực của các quan tham ngày xưa là vua chúa; của các quan tham ngày nay là pháp luật.

Nói như vậy để thấy, để ngăn chận tham nhũng, pháp luật không, không đủ. Thậm chí có khi luật pháp còn tạo cơ hội cho bọn tham nhũng dễ hoành hành. Chứ không phải sao? Luật pháp có hai chức năng chính: hạn chế quyền lực và quy định trách nhiệm. Trong rất nhiều trường hợp, ở các quốc gia toàn trị, luật pháp không đủ để hạn chế quyền lực; nó chỉ còn chức năng thứ hai: duy trì trách nhiệm của những kẻ không có hoặc có rất ít quyền lực. Trong tất cả các trách nhiệm ấy, trách nhiệm đứng đầu là vâng phục. Trong các chế độ toàn trị, vâng phục cũng có nghĩa là để mặc cho bọn có quyền tha hồ tự tung tự tác.

Điều đó giải thích tại sao mặc dù hiện nay hầu như quốc gia nào cũng có pháp luật, nhưng ở vô số quốc gia, nạn tham nhũng vẫn cứ là quốc nạn. Việt Nam vốn luôn luôn tự hào là có nhiều luật. Trong cuộc hội thảo quốc tế về phòng chống tham nhũng do Bộ Giáo dục và Đào tạo Việt Nam liên kết với Đại sứ quán Thuỵ Điển được tổ chức tại Hà Nội vào ngày 27 tháng 5 năm 2010, Đại sứ Thuỵ Sĩ mỉa mai: Việt Nam có nhiều luật chống tham nhũng hơn cả Thuỵ Sĩ![1]

---

[1] http://dantri.com.vn/c20/s20-398698/tham-nhung-vat-trong-giao-duc-bat-dau-tu-cu-xu.htm

Luật chỉ là những tờ giấy. Những tờ giấy ấy chỉ có hiệu lực nhờ một yếu tố khác: một cơ chế đủ mạnh để thực hiện và kiểm tra các luật ấy. Trong lãnh vực phòng chống tham nhũng, cái cơ chế ấy cần có hai điều kiện căn bản: tính minh bạch (transparency) và tính khả kiểm (accountability). Hai tính chất này đi liền với nhau: tính khả kiểm chỉ trở thành hiện thực nếu có sự minh bạch; ngược lại, không có sự minh bạch nào thực sự là minh bạch nếu nó không có tính khả kiểm. Có thể nói tính minh bạch là điều kiện của tính khả kiểm, trong khi tính khả kiểm là thước đo của sự minh bạch.

Robert Klitgaard, Ronald MacLean-Abaroa và H. Lindsey Parris cho tham nhũng là một tội phạm do tính toán chứ không phải do đam mê. Người ta chỉ phạm tội tham nhũng khi nguy cơ bị phát hiện thấp; nếu bị phát hiện, hình phạt cũng nhẹ, trong khi đó món lợi mà người ta thu được lại lớn. Ba người nêu lên một công thức về tệ nạn tham nhũng được giới nghiên cứu đồng tình và thường trích dẫn:

$$TN = ĐQ + QĐ - KK$$

(TN: Tham nhũng, Corruption; ĐQ: Độc quyền, Monopoly Power; QĐ: Quyền quyết định, Discretion by officials; KK: Tính khả kiểm, accountability).

Có thể đọc công thức này như sau: Tham nhũng bằng Độc quyền (của nhà nước) cộng quyền quyết định (của cán bộ) và trừ cho tính khả kiểm.

Theo công thức ấy, tham nhũng có khuynh hướng nở rộ khi cán bộ viên chức được độc quyền trên vật dụng cũng như dịch vụ, và họ có quyền quyết định không giới hạn ai sẽ là người được hưởng vật dụng hay dịch vụ ấy mà không bị bất cứ sự kiểm soát nghiêm ngặt hay minh bạch nào cả.[1]

Y. Wang, W. Chi và W. Sun, khi làm một cuộc điều tra trên 130 vụ án tham nhũng bị phát hiện và được tường thuật trên báo chí của các cán bộ cao cấp tại Trung Quốc từ năm 2003 đến năm 2006, đã ghi nhận một đặc điểm: cán bộ càng cao cấp, số tiền tham nhũng càng lớn.[2] Xiaogang Deng, Lening Zhang và Andrea Leverentz phát hiện đặc điểm chính của các vụ tham nhũng tại Trung Quốc từ mấy chục năm trở lại đây đều liên quan đến đất đai. Lý do thứ nhất là vì dễ: trước đây toàn bộ đất đai đều nằm trong tay nhà nước; thứ hai là lợi nhuận lớn: giá đất càng ngày càng tăng, hơn nữa, tăng cực nhanh.[3]

Những hiện tượng tham nhũng ở Việt Nam chắc cũng tương tự. Tiếc, đến nay, vẫn chưa có một công trình nghiên cứu nào thật nghiêm túc và toàn diện về vấn đề này.

Ngoài hai yếu tố luật pháp và cơ chế trình bày ở trên, còn một yếu tố khác làm nảy sinh và nảy nở nạn tham nhũng: văn hoá. Theo R. Theobald, trong cuốn *Corruption, Development, and Underdevelopment*,[4] ở các xã hội có truyền thống đại gia

---

[1] Robert Klitgaard, Ronald MacLean-Abaroa và H. Lindsey Parris (1996) *A Practical Approach to Dealing with Municipal Malfeasance.* Urban Management Programme Working Paper Series No. 7, Nairobi, tr. 10 & 11.

[2] Dẫn theo Xiaogang Deng, Lening Zhang và Andrea Leverentz (2010), "Official Corruption During China's Economic Transition: Historical Patterns, Characteristics and Government Reactions", *Journal of Contemporary Criminal Justice* số 26, tr. 81.

[3] Bài dẫn trên, tr. 79.

[4] Do Duke University Press xuất bản tại Durham năm 1990.

đình và lòng trung thành gắn liền với bộ tộc, nạn tham nhũng bao giờ cũng nhiều hơn những nơi khác. Trong bài "Why do People Engage in Corruption? The Case of Estonia" đăng trên tạp chí *Social Forces* số 88 xuất bản vào tháng 3 năm 2010, Margit Tavits phân tích một số yếu tố khác liên quan đến văn hoá: sự thiếu tin cậy đối với người khác cũng như đối với hệ thống và thái độ của dân chúng đối với vấn đề tham nhũng. Về điểm thứ nhất, có quan hệ hai chiều: vì thiếu tin cậy, người ta sẵn sàng bỏ tiền ra đút lót cán bộ; và vì đã đút lót, người ta lại càng mất sự tin cậy. Về điểm thứ hai, nói chung, người ta rất dễ tham gia vào các vụ tham nhũng nếu người ta không nghĩ đó là một việc sai trái về phương diện đạo đức mà chỉ nhìn qua lăng kinh kinh tế: việc trao đổi ấy có "sòng phẳng" và có thể chấp nhận được hay không.

Tất cả những đặc điểm về văn hoá tham nhũng nêu trên đều có thể tìm thấy ở Việt Nam. Bởi vậy, để khắc phục tệ nạn tham nhũng ở Việt Nam, ngoài việc tăng lương cho công nhân viên chức như người ta thường nói, còn phải chú ý đến hai khía cạnh quan trọng khác: thay đổi về văn hoá và chính trị.

Về phương diện chính trị, điều quan trọng nhất là phải dân chủ hoá. Nói một cách tóm tắt, dựa trên các số liệu thu thập ở phạm vi toàn thế giới, hầu hết các học giả đều đồng ý một điểm: tham nhũng có tỉ lệ nghịch với dân chủ. Ở các quốc gia có nền dân chủ cao, luật pháp nghiêm minh và quyền công dân được tôn trọng, nạn tham nhũng bao giờ cũng thấp hơn hẳn các quốc gia độc tài. Trong các quyền công dân ấy, quan trọng nhất là quyền tự do ngôn luận. Theo Ce Shen và John B. Williamson, "trong cuộc đấu tranh chống lại tham nhũng, tự do báo chí đóng vai trò độc tôn vì chính các cơ quan truyền thông đại chúng là điều kiện tất yếu trong việc kiến tạo và duy trì một không khí xã hội có khả năng làm nản lòng (những người tham nhũng) và kiểm soát mức độ tham nhũng."[1]

Đụng đến chính trị, việc chống tham nhũng, do đó, đầy những gai góc. Đụng đến văn hoá, đó là một quá trình lâu dài. Nhưng không quyết tâm chống tham nhũng, ước vọng xây dựng một quốc gia giàu mạnh và bình đẳng lại càng khó khăn và xa vời hơn nữa.

Không chừng chỉ là một ảo tưởng.

Đáp án cho bài toán chống tham nhũng

Hầu như hiện nay ai cũng thấy và ai cũng đồng ý tham nhũng là quốc nạn của Việt Nam. Ở đâu cũng có tham nhũng. Cấp nào cũng có tham nhũng. Làm lớn ăn lớn; làm nhỏ ăn nhỏ. Lãnh đạo và quản lý các dự án lớn, cấp quốc gia, với ngân sách hàng tỉ đô la, người ta tham nhũng ở mức hàng chục triệu; ngân sách hàng trăm triệu, người ta tham nhũng ở mức vài triệu. Chức thấp, ở cấp phường cấp xã, người ta tham nhũng ở mức vài ngàn, vài trăm, thậm chí, vài chục đô-la.

Ở Việt Nam, hầu như người dân không thể làm bất cứ điều gì nếu không chịu hối lộ. Muốn có hộ khẩu? - Phải hối lộ! Muốn sang tên nhà đất? - Phải hối lộ! Muốn làm hộ chiếu

---

[1] Ce Shen & John B. Williamson (2005), "Corruption, Democracy, Economic Freedom, and State Strength: A Cross-national Analysis", *International Journal of Comparative Sociology* số 46, tr. 330.

để đi nước ngoài? - Phải hối lộ! Muốn con được vào học ở một trường kha khá một chút? - Phải hối lộ! Đưa thân nhân vào bệnh viện, muốn có giường nằm ngay? - Phải hối lộ! Muốn thay ra giường mỗi ngày? Lại phải hối lộ!

Mức phổ biến và độ trầm trọng của nạn tham nhũng tại Việt Nam là điều mà hầu như bất cứ người dân Việt Nam nào cũng thấy và cũng từng có kinh nghiệm. Ngay những người Việt ở hải ngoại, lâu lâu về nước một vài lần, cũng thấy. Thấy ngay từ lúc vừa đặt chân xuống phi trường Hà Nội hay Sài Gòn, ở những tờ 20 hay 50 đô-la mà một số bà con nhẹ dạ đã kẹp sẵn trong hộ chiếu khi trình cho công an cửa khẩu hay hải quan để tránh sự phiền hà.

Không cần phân tích nhiều, ai cũng dễ dàng nhìn thấy những tác hại lớn lao của tham nhũng. Về phương diện kinh tế, nó làm thất thoát vô số tài sản của quốc gia; về phương diện pháp lý, nó chà đạp lên nhân quyền; về phương diện đạo lý, nó làm đảo lộn mọi giá trị; về phương diện xã hội, nó làm gia tăng khoảng cách giữa người giàu và người nghèo; về phương diện chính trị, nó làm mất niềm tin của dân chúng đối với nhà nước, đặc biệt, giới cầm quyền.

Chính vì ý thức được những tác hại lớn lao của tham nhũng nên hầu như ở đâu người ta cũng hô hào phòng chống tham nhũng. Ở Việt Nam, cũng thế. Cũng có đạo luật này, đạo luật nọ. Cũng có Ban này, Ban nọ. Hơn nữa, mới đây, người ta còn có sáng kiến biến việc phòng chống tham nhũng thành một môn học trong nhà trường.

Những việc làm ấy có hiệu quả gì không?

Không. Theo báo cáo của Ủy ban Nhân dân thành phố Hà Nội,[1] trong năm 2009, công an thành phố chỉ phát hiện được có 25 vụ có dấu hiệu tham nhũng; trong đó, chỉ có 20 vụ bị đề nghị truy tố. Cũng thời gian ấy, ở Sài Gòn, công an thụ lý điều tra 51 vụ việc có dấu hiệu tham nhũng nhưng chỉ mới khởi tố 15 vụ.[2] Bất cứ ai cũng thấy số "vụ việc" bị phát hiện như vậy là quá ít. Cách xử lý lại càng khiêm tốn. Ông Đặng Ngọc Dinh, giám đốc Trung tâm nghiên cứu cộng đồng, cho biết "theo điều tra của chúng tôi về đánh giá việc xử lý các vụ tham nhũng tại địa phương, chỉ 2% người được hỏi cho là đã xử lý đầy đủ và đúng tội, 73% nhận thấy xử lý chưa hết và không kiên quyết".[3] Ông Vũ Tiến Chiến, Chánh văn phòng Ban chỉ đạo Trung Ương phòng chống tham nhũng cũng thừa nhận: "Tình hình tham nhũng còn nghiêm trọng và diễn biến phức tạp. Hiệu quả công tác phòng chống tham nhũng còn thấp so với yêu cầu, chưa đạt kết quả như mong đợi".[4]

Không có gì đáng ngạc nhiên khi nạn tham nhũng ở Việt Nam không những không có dấu hiệu gì giảm bớt mà còn có vẻ như càng ngày càng trầm trọng và tệ hại hơn. Bao nhiêu ban bệ ra đời chỉ để bắt bớ vài vụ tham nhũng lẻ tẻ của các cán bộ cấp phường, cấp xã, của các cảnh sát đứng gác ngoài đường, của giáo viên hay y tá, của một số nhân viên kiểm lâm

---

[1] http://dantri.com.vn/c20/s20-369592/phai-uu-tien-xu-ly-nhanh-cac-vu-viec-tham-nhung.htm
[2] http://www2.vietnamnet.vn/chinhtri/200912/Chat-luong-dieu-tra-an-tham-nhung-co-van-de-886287/
[3] http://tintuc.xalo.vn/00-1561088194/tham_nhung_to_bang_con_voi_xu_ly_bang_con_kien.html
[4] http://vnn.vietnamnet.vn/chinhtri/200912/To-cao-tham-nhung-toi-qua-don-doc-884458/

hay thuế vụ. Toàn những vụ tham nhũng lặt vặt. Còn những vụ tham nhũng to kềnh, hàng chục triệu đô la thì phần lớn chỉ được người ngoại quốc phát hiện và tố cáo, còn chính phủ Việt Nam thì tìm đủ mọi cách để che đậy; nếu không che đậy được thì chỉ giải quyết một cách qua quýt.

Thật ra, điều đó cũng dễ hiểu. Tham nhũng gắn liền với quyền lực. Chỉ có những kẻ có quyền mới có thể tham nhũng. Nhưng, trên thế giới, không phải ai có quyền cũng có thể tham nhũng được. Nguyên nhân không phải ở chỗ người ta tham hay không tham. Nguyên nhân chính là quyền lực của người ta có được kiểm soát hay không. Có điều quyền lực không bao giờ có khả năng tự kiểm soát hay tự hạn chế. Hơn nữa, chúng còn có khuynh hướng bao che cho nhau để tồn tại và phát triển. Ông Phạm Quang Nghị, bí thư thành uỷ thành phố Hà Nội, trong cuộc họp vào ngày 25/12/2009 tại Hà Nội cũng thừa nhận điều đó, khi cho biết tất cả các vụ tham nhũng bị lộ diện đều do dân chúng hoặc báo chí tố cáo. "Gần như không có việc tự phát hiện của các cấp uỷ Đảng và cơ quan."

Tưởng đâu thừa nhận như vậy là ông Phạm Quang Nghị đã thấy được vấn đề.

Nhưng, không phải. Sau đó, ông đổ lỗi cho sự "suy thoái đạo đức ở một số cán bộ đảng viên" và cho cơ chế: "cơ chế của chúng ta làm cho nhiều người giàu lên một cách bất thường, thậm chí nhiều người không định làm cái đó nhưng cứ ngồi vào vị trí đó là có người khác đưa tiền đến hối lộ".

Nói như vậy là không thành thực: Nếu chỉ có "một số" cán bộ đảng viên bị "suy thoái đạo đức" thì đảng và nhà nước không đến nỗi hoàn toàn bất lực trong việc phát hiện tham nhũng như ông đã thừa nhận!

Nói như vậy là không dám đi đến cùng: Nếu cơ chế hư hỏng đến độ bất cứ ai ngồi vào vị trí nào đó cũng đều "có người đưa tiền đến hối lộ" và trở thành tham nhũng thì tại sao lại không thay đổi hay đập quách cái cơ chế ấy đi?

Nói như vậy là cố tình nhắm mắt không nhìn sự thực: Sự thực ấy đã lộ ra rành rành. Nếu, cho đến nay, hầu hết, nếu không nói tất cả, các vụ tham nhũng bị lộ diện đều do dân chúng hoặc báo chí phản ánh hoặc tố cáo thì, không còn hoài nghi gì nữa, chính dân chúng và báo chí mới là lực lượng phòng và chống tham nhũng một cách có hiệu quả nhất.

Để dân chúng và báo chí có thể chống tham nhũng được thì chỉ cần một điều kiện duy nhất: tự do, trước hết là tự do ngôn luận. Chắc chắn người ta sẽ ngần ngại mỗi lần toan tính vòi hay ngửa tay nhận tiền hối lộ nếu biết, ngay sau đó, mình sẽ bị tố cáo và bị trừng phạt.

Nhưng tự do ngôn luận cũng là một cái gì cần được bảo vệ. Không ai dám tố cáo cán bộ đảng viên ăn hối lộ nếu biết, ngay sau đó, mình sẽ bị trả thù có khi đến tán gia bại sản hay mất cả mạng sống. Bởi vậy, muốn có tự do, người ta cần phải có một cơ chế hỗ trợ: dân chủ.

Có thể nói đáp số cho bài toán tham nhũng rất giản dị: dân chủ.

Đó là điều các quốc gia tân tiến và dân chủ ở Tây phương đã thực hiện: Người ta dùng cơ chế dân chủ để bảo đảm quyền tự do ngôn luận; dùng tự do ngôn luận để hạn chế bớt quyền lực của nhà nước, trong đó có "quyền" tham nhũng.

Đáp số giản dị, nhưng đó cũng là điều giới lãnh đạo Việt Nam lại sợ hãi: Họ không muốn bị mất tiền và mất quyền.

Nỗi sợ hãi ấy có lẽ lớn hơn cả nỗi sợ hãi mất cơ hội phát triển đất nước hay, thậm chí, mất cả chủ quyền quốc gia.

'Để Đảng và nhà nước lo!'

Ở Việt Nam, người ta hay nói đùa: "Đồng bào đừng no. Để Đảng và nhà nước no cho!"

"No", ở đây, chỉ là biến âm của chữ "lo" (lo lắng, lo toan) theo cách nói ngọng ở một số địa phương miền Bắc. Tuy nhiên, ở đây, tôi sẽ không bàn đến chuyện no hay đói. Tôi chỉ tập trung vào vấn đề lo, lo lắng hay lo toan.

Viết đến đây, tôi sực nhớ mấy câu thơ dân gian nghe được lúc còn ở Việt Nam:

Nhân dân thì chẳng cần lo
Đảng ta lo sẵn bo bo mỗi ngày
Hãy chăm tay cấy tay cày
Nhịn ăn nhịn mặc chờ ngày vinh quang.

Qua mấy câu thơ viết thời ăn bo bo (cuối thập niên 1970), chúng ta thấy luận điệu "Đồng bào đừng lo, để cho Đảng và nhà nước lo" đã có từ lâu. Chỉ vài năm sau thời đổi mới, kiểu nói ấy có vẻ thưa thớt. Mấy năm gần đây, người ta lại nghe rổn rảng những lời như thế. Thanh niên sinh viên xuống đường chống Trung Quốc xâm lấn Trường Sa và Hoàng Sa cũng như có thái độ gây hấn thô bạo đối với các ngư dân Việt Nam ư? "Các bạn đừng lo! Đó là chuyện đối ngoại, hãy để đảng và nhà nước lo!" Giới trí thức lên tiếng phản đối các dự án cho Trung Quốc khai thác bauxite ở Tây Nguyên hay thuê rừng dài hạn ở nhiều vị trí có ý nghĩa chiến lược ư? "Anh em đừng lo! Đó là chuyện quốc sự, hãy để cho nhà nước lo!"

Không phải không có phần đúng. Chuyện đối nội cũng như đối ngoại là nhiệm vụ của nhà nước. Chỉ có nhà nước (ở Việt Nam, thêm đảng nữa!) mới đủ điều kiện để tiến hành tất cả các công việc nghiêm trọng ấy. Chỉ có họ mới nắm được các số liệu cần thiết để phán đoán và quyết định. Chỉ có họ mới đủ tư cách để đối thoại với thế giới. Chỉ có họ mới đủ quyền lực để hiện thực hoá mọi toan tính ngắn hạn cũng như dài hạn. Quần chúng, kể cả trí thức, có muốn cũng chẳng làm được gì. Từ xưa đến nay, chuyện chính trị bao giờ cũng là chuyện của một thiểu số có quyền lực. Đẩy đất nước vào chiến tranh, cuối cùng, cùng khốn, là cái thiểu số ấy. Làm cho đất nước bình yên và tiến bộ, mọi người no ấm và hạnh phúc, cũng là cái thiểu số đó. Vận mệnh của cả một dân tộc có khi thay đổi hẳn, theo chiều hướng tích cực hay tiêu cực, chỉ do bàn tay của một người hoặc một nhóm vài người.

Nhưng chúng ta có thể bàng quan, thụ động, phó thác toàn bộ số phận của đất nước, trong đó có bản thân chúng ta, vào tay của một người hay một nhóm người như thế? Không. Làm thế, chúng ta vừa dại dột lại vừa vô trách nhiệm đối với đất nước. Và với cả chính mình.

Thật ra, trước đây, đảng Cộng sản cũng từng nhấn mạnh đến vai trò của quần chúng. Về phương diện lý thuyết, họ không ngớt đề cao quần chúng; xem chính quần chúng, chứ không phải cá nhân, bất cứ cá nhân nào, dù là những thiên tài, đã làm nên lịch sử. Về phương diện thực hành, họ cũng không tiếc công sức vận động quần chúng. Thời chiến tranh, nhiều cán bộ nhiệt tình thực hiện chính sách "ba cùng" với dân chúng: cùng ăn, cùng ở và cùng làm. Nhiều người sống hẳn với các dân tộc thiểu số. Cũng đóng khố. Cũng cà răng. Cũng căng tai. Cũng ăn uống kham khổ. Cũng chịu đựng bao nhiêu thiếu thốn và vất vả.

Vai trò của quần chúng thể hiện chủ yếu ở hai khía cạnh: thứ nhất, đóng góp ý kiến để giới lãnh đạo có được một sự lựa chọn sáng suốt và đúng đắn nhất; thứ hai, hậu thuẫn cho các quyết định của chính phủ để dưới mắt quốc tế, các quyết định ấy được tăng thêm sức mạnh: đó là quyết định của toàn dân.

Mà không phải chỉ ở Việt Nam. Ở đâu cũng thế. Ở đâu giới lãnh đạo cũng cần sự đóng góp và hậu thuẫn của quần chúng. Bởi vậy, ở đâu cái gọi là lãnh đạo cũng cần đến hai yếu tố căn bản: khả năng hoạch định chính sách và khả năng thuyết phục, hay nói theo ngôn ngữ thương mại hoá ngày nay, là khả năng rao bán các chính sách ấy. Không có khả năng hoạch định chính sách, người ta chỉ là những nhà quản lý chứ không phải là những người lãnh đạo. Không có khả năng rao bán chính sách, người ta, với tư cách lãnh đạo, chỉ có thể hoặc là độc tài hoặc là bất tài. Không có ngoại lệ.

Đảng Cộng sản, lúc chưa nắm quyền hoặc thời còn chiến tranh, từng chứng tỏ khả năng rao bán chính sách khá cao, từ chính sách xoá bỏ cách biệt giữa giàu và nghèo trong xã hội đến chính sách đoàn kết dân tộc và thống nhất đất nước, v.v.. Nhưng thời đó đã qua rồi. Từ tư cách những nhà cách mạng đến tư cách những người cầm quyền, họ đánh mất khả năng rao bán chính sách và khả năng thuyết phục. Từ đó, hoặc họ chỉ biết ra lệnh hoặc họ quyết định mọi chuyện một cách lén lút. Họ không cần đến quần chúng nữa. "Để cho Đảng và nhà nước lo" là biểu hiện rõ nhất của sự bất cần ấy.

Sự bất cần ấy không những là biểu hiện của độc tài, độc đoán mà còn là nguyên nhân của những quyết định sai lầm từng dẫn đến bao nhiêu tai hoạ cho đất nước. Cải cách ruộng đất vào những năm 1950, cải tạo công thương nghiệp, chính sách giá-lương-tiền nửa sau thập niên 1970 và đầu 1980 là những ví dụ tiêu biểu nhất. Mới đây, cựu Bộ trưởng ngoại giao Nguyễn Dy Niên lên tiếng bày tỏ sự hối tiếc trước những sai lầm trong chính sách đối nội cũng như đối ngoại thời sau 1975 khiến Việt Nam bị bỏ lỡ mất bao nhiêu cơ hội may mắn và phải gánh chịu bao nhiêu bất hạnh không đáng có.[1]

Hiểu được điều đó, ông Nguyễn Dy Niên mới nhấn mạnh: "Cho nên phải dân chủ hơn nữa. Vì không có dân chủ thì không thể có trí tuệ. Phải cho người ta nói, nói hết, nhất là tầng lớp trí thức. Để cho trí thức có thể phản biện. Lắng nghe họ, và sau đó có sự điều chỉnh, chứ cứ ào ào nghe xong rồi lại thống nhất như nghị quyết thì thôi, đưa ra làm gì."[2]

---

[1] http://trangridiculous.blogspot.com/2010/04/ong-nguyen-dy-nien-gia-ma-chung-ta-khon.html
[2] http://trangridiculous.blogspot.com/2010/04/30-4-ung-lam-nguoi-ta-au-them-nua.html

Trên thế giới hiện nay, không có đảng hay nhà nước nào có thể gánh vác mọi thứ được. Câu nói "Đồng bào đừng lo, hãy để đảng và nhà nước lo!", bởi vậy, chỉ là một sự lừa dối. Đó là một sự khinh thường quần chúng.

Nhưng muốn quần chúng tham gia vào chính sự, cần có ít nhất hai điều kiện căn bản: sự minh bạch và quyền được phản biện. Có điều, chính quyền độc tài và tham nhũng nào cũng sợ cả hai điều đó. Toàn bộ sự nghiệp và tài sản của họ đều được xây dựng trên sự thiếu minh bạch của bộ máy nhà nước. Và toàn bộ hào quang về tài trí của họ đều được xây dựng trên cái quyền được làm người duy nhất có thể lên tiếng.

Trách nhiệm và thuyết 'Chính danh'

Trong mấy tuần cuối năm 2010, giới quan sát thích thú theo dõi các cuộc tranh luận trong Quốc Hội Việt Nam, đặc biệt về Tập đoàn Công nghiệp tàu thuỷ Việt Nam Vinashin. Lần đầu tiên một số đại biểu Quốc Hội đặt ra cho các bộ trưởng và cho chính Thủ tướng những câu hỏi hết sức thẳng thắn và gay gắt về các vấn đề quan trọng đối với kinh tế quốc gia, được đông đảo đồng bào trong nước quan tâm. Lần đầu tiên người ta đề nghị bỏ phiếu tín nhiệm Thủ tướng. Lần đầu tiên mới thấy có cái gì đó thực sự đang chuyển động, ít nhất là trong tâm thức và trong thái độ của một số trí thức và đại biểu Quốc Hội tại Việt Nam.

Xin nhắc lại: Vinashin là tập đoàn Công nghiệp tàu thuỷ do nhà nước quản lý được thành lập năm 1996 với số vốn đầu tư ban đầu là 450 triệu Mỹ kim. Yếu kém về cả trình độ kỹ thuật lẫn kinh nghiệm quản lý, nhưng chỉ mấy năm sau, Vinashin đặt ra những tham vọng "hoành tráng": trở thành một trong những công ty đóng tàu thuỷ mạnh trong khu vực và thế giới. Họ nhảy ra đấu thầu và ký những hợp đồng đóng tàu có trọng tải cực lớn với giá rẻ mạt, thấp hơn giá trung bình trên thế giới đến hơn 6 triệu Mỹ kim một chiếc! Nhận đóng 15 chiếc, mất đi khoảng 90 triệu.

Nhưng chính phủ hoàn toàn ủng hộ các dự án liều lĩnh và điên rồ ấy. Thủ tướng Nguyễn Tấn Dũng ký duyệt. Chủ tịch nhà nước lúc ấy là Trần Đức Lương thì khen ngợi nức nở: "Các đồng chí đã táo bạo cần táo bạo hơn nữa, đã tăng tốc cần tăng tốc nhanh hơn nữa để đưa ngành công nghiệp đóng tàu của nước ta ngang tầm với các nước tiên tiến".

Nhiều nhà lãnh đạo không giấu được tham vọng: chỉ sau vài năm, Việt Nam sẽ trở thành cường quốc thứ năm trong ngành công nghiệp đóng tàu thuỷ trên thế giới.

Muốn tham vọng ấy thành hiện thực thì phải có tiền.

Dễ thôi! Người ta đi vay các ngân hàng. Vay ngân hàng không đủ ư? Thì nhà nước phát hành 750 triệu Mỹ kim trái phiếu trên thị trường tài chính quốc tế với lãi suất 7.12% mỗi năm để có tiền cho Vinashin làm vốn. Vẫn chưa đủ ư? Thì vay nợ các ngân hàng quốc tế và tiếp tục bán trái phiếu. Cứ thế, nợ chồng lên nợ. Trong khi đó các dự án lại kế tiếp nhau thất bại và thua lỗ. Thất bại thì bỏ, lập ra dự án khác có khi còn tốn kém hơn nữa. Lỗ thì lại đi vay nợ tiếp. Cứ thế, kéo dài cả mấy năm trời.[1]

Gần đây, mọi người mới bật ngửa khi biết được sự thật: Vinashin mắc nợ đến gần 90.000 tỉ đồng (tương đương với khoảng 4.5 tỉ Mỹ kim) và không có khả năng chi trả!

Vinashin không trả được nợ thì ai sẽ trả? Thì chính phủ trả! Chính phủ lấy tiền đâu ra trả? Thì lại lấy tiền thuế của dân mà trả chứ còn ở đâu nữa? Nếu đem chia 90.000 tỉ đồng ấy cho 90 triệu dân (cho chẵn) thì mỗi người Việt Nam, từ bé đến già, từ trong nước ra đến hải ngoại, mỗi người gánh một món nợ là một triệu đồng.

Nhưng vấn đề là: Ai chịu trách nhiệm về những món nợ khổng lồ do lối làm việc liều lĩnh đến điên rồ như thế?

Dĩ nhiên, trước hết, phải kể đến Hội đồng quản trị của Vinashin.

Ai cũng biết điều đó.

Nhưng còn ai nữa? Nên nhớ Vinashin là một tập đoàn quốc doanh do chính phủ trung ương trực tiếp quản lý. Hơn nữa, các dự án của họ một thời từng được làm rùm beng lên là những thí điểm kinh tế hàng đầu của quốc gia, được giới lãnh đạo, từ Chủ tịch nước đến Thủ tướng, không những phê duyệt mà còn ca ngợi và ủng hộ nhiệt liệt.

Những người đó có trách nhiệm gì không?

---

[1] http://boxitvn.wordpress.com/2010/07/21/vinashin-chuy%E1%BB%87n-by-gi%E1%BB%9D-m%E1%BB%9Bi-k%E1%BB%83-bi-1/

Ở nước ngoài, câu trả lời đương nhiên là "Có". Thậm chí, nó không còn là một câu hỏi nữa. Nó là chuyện hiển nhiên. Việc bộ trưởng ngành liên hệ phải từ chức là chuyện hiển nhiên.

Nhưng ở Việt Nam thì khác.

Trong các kỳ họp Quốc Hội vào cuối tháng 11, tất cả các bộ trưởng đều tuyên bố mình vô trách nhiệm.

Bộ trưởng Bộ tài chính Vũ Văn Ninh, đơn vị trực tiếp ký giấy cho Vinashin vay tiền (ít nhất là một phần), tuyên bố: Không có trách nhiệm!

Bộ trưởng Bộ Giao thông Vận tải Hồ Nghĩa Dũng, đơn vị trực tiếp quản lý Vinashin, cũng tuyên bố: Không chịu trách nhiệm!

Bộ trưởng Bộ Kế hoạch và Đầu tư Võ Hồng Phúc, đơn vị chịu trách nhiệm chính trong việc phê duyệt các dự án của Vinashin, tuyên bố: "Chúng tôi không có trách nhiệm gì mà phải chịu trách nhiệm."

Chỉ có Thủ tướng Nguyễn Tấn Dũng là nhìn nhận: "là người đứng đầu, tôi nhận trách nhiệm đó. Xin báo cáo việc kiểm điểm sẽ không làm qua loa mà làm nghiêm túc, đúng quy trình, quy định của Đảng, Nhà nước, tôi khẳng định điều đó... Kết luận kiểm điểm sẽ được công khai."

Ở đây có mấy vấn đề chính:

Thứ nhất, tại sao trước một sự việc nghiêm trọng như vậy mà lại không có bộ trưởng nào chịu trách nhiệm hết vậy? Người nào cũng viện cớ là luật thế này, luật thế nọ để chạy tội. Vậy, hệ thống luật pháp ở Việt Nam như thế nào mà, ngay cả ở những vấn đề cơ bản và quan trọng như vậy, vẫn chưa có hoặc chưa đủ rõ ràng để những người có quyền nhất lại không bị ràng buộc bởi trách nhiệm nào cả?

Thứ hai, nếu nguyên nhân chính là ở hệ thống luật pháp thì, một, tại sao chính quyền Việt Nam lại không thiết lập được một hệ thống luật pháp hoàn chỉnh dù họ cầm quyền đã hơn nửa thế kỷ?; hai, bây giờ họ phải làm gì để bổ sung hệ thống luật pháp ấy nhằm tránh những hành động chạy trốn trách nhiệm ở những người có quyền lực cao nhất nước như thế?

Thứ ba, Việt Nam hay nói đến chuyện công bằng; nhưng có công bằng không khi một nhân viên kế toán quèn ở cấp phường, cấp xã làm thất thoát công quỹ vài triệu đồng thì bị tù, trong khi các cán bộ trung ương làm thất thoát công quỹ cả ngàn ngàn tỉ đồng như trong vụ Vinashin thì vẫn bình an vô sự?

Thứ tư, Thủ tướng nói nhận trách nhiệm. Nhưng nhận trách nhiệm như thế nào? Nhận rồi thì sao? Chẳng lẽ một lời nhận tội suông như vậy là đủ? Ông hứa ông sẽ "kiểm điểm". Nhưng "kiểm điểm" như thế nào? Với ai? Ai sẽ đánh giá những sự kiểm điểm ấy? Bây giờ Quốc Hội đang họp và đang sôi nổi bàn về vụ Vinashin, một số vị đại biểu còn đặt ra câu hỏi với ông; nhưng sau này thì sao? Các kỳ họp tới của Quốc Hội, bận bịu với các vấn đề khác, có ai quay ngược thời gian để truy vấn ông về bản kiểm điểm ấy? Ở ngoại quốc, việc theo dõi ấy nằm trong tay phe đối lập và giới truyền thông; còn ở Việt Nam thì sao?[1]

Vân vân.

Ở Việt Nam, bàn đến chuyện chính trị, người ta chỉ hay nói đến "quyền" chứ ít ai nói đến trách nhiệm, trong khi, theo tôi, trách nhiệm mới chính là nền tảng của đạo đức chính trị. Bất cứ nền chính trị nào cũng đều trở thành vô đạo đức nếu nó không gắn liền với trách nhiệm. Đó là lý do tại sao cả hơn hai ngàn rưỡi năm trước, Khổng Tử đã đặt ra thuyết "chính danh".

Thực chất của chính danh, "quân quân, thần thần, phụ phụ, tử tử" (Vua ra vua, tôi ra tôi, cha ra cha, con ra con) là tinh thần trách nhiệm. Không có tinh thần trách nhiệm và không hoàn tất được trách nhiệm của mình thì không có người nào xứng đáng với danh vị và chức vị cả. Vua sẽ không còn là vua. Bởi vậy, Mạnh Tử mới cho việc giết những tên bạo chúa như Kiệt và Trụ không phải là giết vua mà là giết những kẻ thất phu bạo ngược.

Nếu đem ứng dụng thuyết "Chính danh" của Khổng Tử vào tình hình chính trị Việt Nam hiện nay, chắc người ta sẽ phát hiện lắm chuyện thú vị.

Phải không?

---

[1] Ngày 21 tháng 3 năm 2011, Phó Thủ tướng Nguyễn Sinh Hùng báo cáo trước Quốc Hội là Bộ chính trị đã "nghiêm túc kiểm điểm" và "rút kinh nghiệm", nhưng nhận thấy không ai sai lầm đến mức phải bị kỷ luật cả. Màn kịch coi như chấm dứt!

Quyền và bổn phận

Xã hội nào cũng được xây dựng trên hai trụ cột chính: quyền và bổn phận. Tuy nhiên, sự phân phối giữa hai yếu tố này hầu như chưa bao giờ thực sự quân bình và hợp lý. Lúc nào chúng cũng ở trạng thái tranh chấp. Chính những sự tranh chấp ấy đã vẽ nên tấm bản đồ và cũng là lịch sử của các nền chính trị trên thế giới.

Nói một cách tóm tắt, đặc điểm nổi bật nhất của các chế độ chuyên chế là giành phần quyền về phía giới thống trị và đổ hết phần bổn phận xuống cho những người bị trị. Ví dụ, ngày xưa, vua chúa, nhất là vua, hầu như nắm trong tay mọi thứ quyền. Quyền được coi tài sản của cả nước là tài sản của mình. Quyền được hưởng thụ, kể cả hưởng thụ một cách trụy lạc, bất chấp mọi nguyên tắc luân lý được chính họ truyền dạy. Quyền được ra lệnh, dù là những mệnh lệnh cực kỳ ngu dốt. Quyền sinh sát đối với mọi người. Không ai dám đòi hỏi bổn phận gì từ vua cả. Bổn phận được xem là chuyện của dân chúng. Bổn phận phải đóng thuế, phải phục dịch và phải vâng lời. Vâng lời trong mọi trường hợp, kể cả lúc nhà vua, trong một cơn say rượu nào đó, ra lệnh mình…tự thắt cổ chết: "Quân sử thần tử, thần bất tử bất trung".

Chế độ dân chủ, ngược lại, nhấn mạnh vào quyền. Không phải quyền của những người cai trị mà là của những người bị trị. Không phải ngẫu nhiên mà các chế độ dân chủ đầu tiên trên thế giới hầu như ra đời cùng lúc với các bản tuyên ngôn về nhân quyền, trong đó, những quyền được xem là căn bản nhất là: quyền sống một cách tự do và bình đẳng. Những quyền căn bản này cũng là những quyền tối thượng: chúng thuộc về con người trước khi là công dân, do đó, chúng có tính chất phổ quát và bất khả xâm phạm. Chúng được áp dụng cho mọi người bất kể màu da, tôn giáo, đẳng cấp và phái tính. Chúng trở thành nền tảng của mọi thứ quyền khác và cũng là nền tảng để xây dựng một chế độ thực sự dân chủ. Càng ngày các thứ quyền ấy càng được cụ thể hóa và thiết chế hóa, bao gồm nhiều lãnh vực khác nhau, từ chính trị đến kinh tế, văn hóa và xã hội. Nhìn vào các thứ quyền ấy, điều nổi bật và dễ thấy nhất là phần lớn chúng đều gắn liền với ý niệm tự do: tự do phát biểu, tự do tụ tập, tự do hội họp, tự do tín ngưỡng, tự do đi lại, tự do ứng cử, tự do làm ăn buôn bán, v.v..

Dĩ nhiên, quyền đi liền với bổn phận. Các bổn phận thường được nhắc nhở nhất là bổn phận đối với đất nước, với xã hội, với gia đình, bao gồm cả bổn phận nuôi dạy con cái ở tuổi vị thành niên (độ tuổi thay đổi theo từng nước). Bao trùm lên tất cả là bổn phận tuân thủ luật pháp: Có thu nhập thì phải đóng thuế; đi ra đường (kể cả đi bộ!) thì phải giữ đúng luật đi đường; đến ngã tư, thấy đèn đỏ thì phải dừng xe lại cho dù có cảnh sát hay không, v.v..

Điều cần chú ý là, ở Tây phương, hai khái niệm quyền và bổn phận thường có quan hệ mật thiết với nhau. Không có quyền nào lại không gắn liền với một bổn phận nhất định. Ví dụ: quyền tự do tụ tập. Ở Tây phương, ai cũng có thể rủ bà con, anh em, bạn bè về nhà mình ăn nhậu, hát hò thoải mái thâu đêm suốt sáng. Chẳng cần phải xin phép công an khu vực như ở Việt Nam ngày trước. Tuy nhiên, ở đây, người ta phải có bổn phận với người khác: sau 10 giờ tối thì mọi âm thanh đều phải điều chỉnh lại cho… vừa đủ nghe để không làm phiền đến giấc ngủ của hàng xóm. Ồn quá, người ta có thể gọi cảnh sát. Ngay cả việc biểu tình cũng vậy. Muốn chống ai thì cứ việc xuống đường biểu tình. Tự do. Nhưng mọi người lại có bổn phận không gây trở ngại cho việc giao thông của người khác. Để hòa giải giữa hai thứ quyền này (quyền biểu tình và quyền giao thông), cảnh sát thường đòi hỏi những người tổ chức biểu tình phải đăng ký trước là vì thế. Để họ có thể tái phối trí các hướng giao thông hầu bảo đảm trật tự và an ninh cho mọi người. Vậy thôi.

Nói đến bổn phận mà không nói đến quyền là độc tài. Nói đến quyền mà không nói đến bổn phận là ích kỷ về phương diện đạo đức, vô chính phủ về phương diện chính trị, và thật ra, vô nghĩa cả về phương diện luận lý lẫn phương diện thực tiễn.

Một xã hội lành mạnh là xã hội kết hợp cả quyền lẫn bổn phận. Giữa xã hội này và xã hội khác chỉ khác nhau ở sự cân đối. Có một số xã hội nhấn mạnh vào khía cạnh bổn phận (duty-centred society) và có một số xã hội nhấn mạnh vào quyền (right-centred society). Phần lớn các quốc gia phát triển nhất ở Tây phương hiện nay, đứng đầu là Mỹ, đều là những xã hội nhấn mạnh vào quyền. Không phải ai cũng hài lòng về điều đó. Người ta nhận thấy việc quá nhấn mạnh vào quyền cũng gây khá nhiều vấn đề: ở đâu cũng có kiện cáo và ý thức trách nhiệm với cộng đồng bị sút giảm nghiêm trọng.

Đó là những chuyện trên lý thuyết và đặc biệt ở Tây phương. Còn ở Việt Nam thì sao?

Thì quyền vẫn là chuyện của giới lãnh đạo.

Và bổn phận vẫn là chuyện của quần chúng.

So với thời vua chúa ngày xưa, trên rất nhiều phương diện, quan hệ giữa quyền và bổn phận cũng chẳng có thay đổi bao nhiêu. Trừ trên giấy tờ.

Sao họ lại sợ Trung Quốc đến vậy?

Liên quan đến mối quan hệ giữa Việt Nam và Trung Quốc mấy năm gần đây, có hai sự kiện hầu như không ai có thể chối cãi được:

Thứ nhất, Trung Quốc không ngừng lấn hiếp Việt Nam. Lấn trên đất liền, dọc theo các vùng biên giới. Lấn ngoài đảo, từ Hoàng Sa đến Trường Sa. Rồi lấn cả vùng biển bằng cách giành chủ quyền trên gần 80% diện tích biển Đông, bao gồm không những Hoàng Sa (Paracels), Trường Sa (Spratlys) mà cả Pratas (họ gọi là Đông Sa), bãi ngầm Macclesfield (họ gọi là Trung Sa) và bãi cạn Scarborough (họ gọi là Hoàng Nham) qua hình ảnh "con đường lưỡi bò" với mưu đồ bá quyền trắng trợn mà nhiều người đã biết. Không những lấn mà còn hiếp. Hiếp chính phủ Việt Nam, từ quân sự đến chính trị và ngoại giao. Hiếp cả dân chúng, đặc biệt ngư dân bằng cách cấm đánh cá, bắt rồi đòi tiền chuộc, thậm chí, đánh chìm tàu khiến một số ngư dân phải mất mạng.

Thứ hai, khác hẳn với thái độ ngang ngược trắng trợn của Trung Quốc, về phía Việt Nam, người ta chỉ nhìn thấy sự khiếp nhược.

Nói đến sự khiếp nhược, tôi không căn cứ vào những lời phát biểu công khai, phần lớn mang tính ngoại giao, của giới lãnh đạo Việt Nam. Chuyện ông Trung tướng Nguyễn Chí Vịnh,[1] Thứ trưởng Bộ Quốc Phòng, ca ngợi quan hệ hải quân tốt đẹp với Trung Quốc, đồng thời cố ý làm giảm nhẹ ý nghĩa chuyến thăm của tàu hải quân Hoa Kỳ vào đầu tháng 8 năm 2010 và cuộc đối thoại về chiến lược quốc phòng giữa Việt Nam và Hoa Kỳ mấy tuần sau đó; cũng như việc ông công bố chính sách "ba không" ("không tham gia các liên minh quân sự, hoặc là đồng minh quân sự của bất kỳ nước nào; không cho bất kỳ nước nào đặt căn cứ quân sự tại Việt Nam; và không dựa vào nước này để chống nước kia") của chính phủ Việt Nam là điều dễ hiểu. Chuyện phát ngôn viên của chính phủ Việt Nam hạn chế việc lên án hay phê phán những hành vi xâm lấn ngạo ngược của Trung Quốc cũng là điều có thể hiểu được, phần nào.

Ai cũng biết, trong quan hệ quốc tế, từ xưa đến nay, những lời phát biểu chính thức của nhà cầm quyền thường nhằm che giấu hơn là công khai hoá những điều họ thực sự đang tính toán. Sắp đánh nhau đến nơi, người ta vẫn ngọt ngào với nhau. Gươm đã gí sát tận lưng, đạn đã lên nòng, người ta vẫn có thể cười cười nói nói với nhau được. Ngày xưa cha ông chúng ta cũng thế. Nguyễn Trãi, trong *Bình Ngô đại cáo*, xem Trung Quốc là kẻ thù truyền kiếp (thế thù), không thể đội trời chung, vậy mà, trong các bức thư ngoại giao gửi cho Vương Thông, và đặc biệt, trong bài biểu cầu phong, giọng vẫn đầy khiêm tốn, thậm chí, rất mực hạ mình. Quang Trung, trước và sau khi đánh nhau với nhà Thanh, đã

---

[1] Từ tháng 12, 2011, được phong hàm Thượng tướng.

sai Ngô Thì Nhậm tiến hành những cuộc vận động ngoại giao đầy hoà hoãn.

Không căn cứ vào những lời phát biểu mang tính ngoại giao, để tìm hiểu thái độ của chính phủ Việt Nam trước sức ép của Trung Quốc, chúng ta chỉ dựa vào những việc cụ thể.

Ở đó, chúng ta thấy gì?

– Cũng chỉ có sự khiếp nhược.

Cấm, thậm chí, đàn áp, thanh niên sinh viên và văn nghệ sĩ xuống đường phản đối hành động xâm lấn của Trung Quốc là khiếp nhược. Cấm, thậm chí, dùng những biện pháp bỉ ổi để đánh phá trang mạng bauxite Việt Nam chỉ vì lý do nó vạch trần và phê phán các âm mưu bá quyền đen tối của Trung Quốc là khiếp nhược. Cấm các cơ quan truyền thông trong nước nêu đích danh Trung Quốc trong việc uy hiếp, thậm chí, bắt cóc và giết hại ngư dân Việt Nam là khiếp nhược.

Nhưng sự khiếp nhược ấy, dù sao, cũng vô hình và vô danh. Chúng ta biết có chủ trương như thế nhưng không rõ ai là người quyết định cái chủ trương ấy. Gần đây, qua báo chí trong nước, chúng ta nhận diện ít nhất vài người hoặc vài cơ quan. Mà toàn là những cơ quan văn hoá ở tầm cao nhất. Và có nhiều ảnh hưởng nhất.

Trước hết là sự kiện Hữu Thỉnh, chủ tịch Hội nhà văn không dám tham dự festival thơ Đài Bắc năm 2009. Theo bản tin đăng trên Vietnamnet ngày 26 tháng 11 năm 2009, nhà thơ Hữu Thỉnh được mời tham dự buổi giao lưu các nhà thơ quốc tế được tổ chức tại Đài Loan ngày 22 tháng 11. Cùng tham dự có một số nhà thơ nổi tiếng ở châu Á khác. Hữu Thỉnh đã nhận lời, nhưng cuối cùng, ông từ chối.

Tại sao từ chối? Bản tin chỉ ghi nhận vắn tắt: "vì nhiều lý do khách quan".

Nhưng trong bài "Em không phải nhà văn" đăng trên blog của mình, nhà báo Trang Hạ, người làm trung gian giữa Hữu Thỉnh và Ban tổ chức festival ở Đài Loan, kể chi tiết hơn. Theo đó, lý do thực sự mà Hữu Thỉnh nói với Trang Hạ là:

Bác bảo, [...], bác sợ Trung Quốc.

Em bảo, có nhà thơ Trung Quốc sang tham dự bình thường mà.

Bác bảo, bác chỉ đi sang Đài Loan tham dự Festival thơ với điều kiện, cô Trang Hạ giúp Hội Nhà Văn nối lại quan hệ với Hội Nhà Văn Trung Quốc.

Kinh ngạc tột độ!

Bác bảo, từ 2006 đến giờ, chính xác hơn là từ khi Thiết Ngưng lên làm chủ tịch Hội nhà văn Trung Quốc, "hội nó" đều lắm đã lờ "hội của bác" đi. Hội Nhà Văn Việt Nam gửi hoa và điện mừng bà Thiết Ngưng lên làm Chủ tịch Hội Nhà Văn TQ, "nó" không thèm trả lời. Hội Nhà Văn Việt Nam gửi hoa và điện mừng Quốc Khánh Trung Quốc, "nó" không thèm trả lời. Hội Nhà Văn Việt Nam gửi công văn mời tham gia giao lưu văn hoá, "nó" không thèm trả lời. Hội Nhà Văn Việt Nam mở hẳn cả một Hội Thảo cho "nó" tại Hà Nội, "nó" chỉ gửi một công chức bàn giấy chả biết gì về văn chương sang chiếu lệ. Hội Nhà Văn Việt Nam gửi công văn mời tới 35 nhà văn của "nó" sang Hội nghị quảng bá Văn học VN ra thế giới, mà "hội của bác" đặc cách lo toàn bộ chi phí tàu xe đi lại đủ thứ cho nó, vào tháng 1/2010 sắp tới, nó càng lờ đi coi như câm điếc.

Giờ lỡ nó lấy cớ vì bác đi Đài Loan mà nó không thèm sang Việt Nam, thì hỏng cả việc lớn của bác à? Giờ Trang Hạ liên hệ với Thiết Ngưng để lo liệu vụ này, đảm bảo ăn chắc thì bác mới đi Đài Loan.

Mình bảo, nó không đi đã có một trăm đại biểu nước khác, lo gì? Trang Hạ lấy tư cách gì để mà làm cái việc này?

Bác bảo nhỏ, nhưng khốn nỗi kinh phí của nhà nước chỉ cấp cho các bác để o bế quan hệ với Trung Quốc chứ không phải tiền tỷ hàng năm để làm văn làm chương với quốc tế nào khác. […].

He he mình hiểu ra bản chất vấn đề.[1]

Chưa hết. Mới đây, nhân những sự cố liên quan đến bộ phim *Lý Công Uẩn - Đường tới thành Thăng Long*, chúng ta biết thêm nhiều chi tiết "thú vị" khác liên quan đến nỗi khiếp nhược trước Trung Quốc.

Trong bài "Chuyện phim Lý Công Uẩn và Trần Thủ Độ, bây giờ mới kể",[2] Thiên Sơn cho biết, gần hai năm trước, sau khi dự án làm phim về Lý Công Uẩn gặp bế tắc do những tranh chấp về quyền lợi giữa các phe nhóm và các cá nhân liên hệ, Bộ Văn hoá quyết định làm phim về Trần Thủ Độ để thay thế. Thiên Sơn đặt câu hỏi: Tại sao? Tại sao, để kỷ niệm 1000 năm Thăng Long, người ta không làm phim về Trần

---

[1] http://trangha.wordpress.com/2010/07/29/em-khong-phai-nha-van/

[2] http://boxitvn.blogspot.com/2010/09/chuyen-phim-ly-cong-uan-va-tran-thu-o.html

Hưng Đạo, Lê Lợi hay Quang Trung mà lại làm phim về Trần Thủ Độ? Ai lại chẳng biết, Trần Thủ Độ, một mặt, có công xây dựng triều đại nhà Trần, nhưng mặt khác, phạm phải vô số những tội ác tày trời, đặc biệt trong việc tiêu diệt nhà Lý và tạo nên nạn loạn luân rất đáng chê trách trong cái dòng họ đứng đầu cả nước.

Vậy tại sao lại làm phim về Trần Thủ Độ mà không phải là ai khác?

Thiên Sơn hỏi. Không ai trả lời cả.

Không trả lời, nhưng người ta biết chọn Trần Thủ Độ thay vì các bậc anh hùng chống ngoại xâm khác là một thất sách về chính trị đối với dân chúng trong nước. Bởi vậy, mặc dù phim *Trần Thủ Độ*, với chi phí ba triệu đô la, đã hoàn tất, nhưng người ta chưa dám cho chiếu. Người ta biết là dân chúng, đặc biệt giới trí thức, không chấp nhận.

Nhưng đã biết vậy, tại sao người ta vẫn cứ làm?

Lý do: người ta giao phim ấy cho người Trung Quốc thực hiện và người Trung Quốc đã "kịp biến ông Trần Thủ Độ thành một nhân vật tựa như em ruột ông Tào Tháo. Cảnh vật, con người và tư tưởng là phiên bản của phim Tàu."

Còn tại sao người ta từ chối làm một bộ phim về Trần Hưng Đạo, chẳng hạn? Thiên Sơn viết: "làm về Trần Hưng Đạo thì e đụng chạm với hậu duệ của quân Nguyên."

Thế đấy!

Sợ đến độ không dám làm phim để tưởng niệm chính cha ông của mình!

Sợ như vậy là hèn chứ còn gì nữa?

Nhưng hèn nhất là chuyện này:

Cuối tháng 2 năm 1979, trong cuộc chiến biên giới, sư đoàn 337 của Việt Nam đã dũng cảm đánh bại nhiều đợt tấn công của Trung Quốc ở Lạng Sơn khiến Trung Quốc, cuối cùng, quyết định rút quân. Số người chết ở cả hai bên đều lớn: bên Trung Quốc, khoảng 2000 người; bên Việt Nam, trên 650 người. Khi chiến tranh kết thúc, dân chúng dựng một tấm bia kỷ niệm ở đầu cầu Khánh Khê, nơi xảy ra trận chiến ác liệt và hào hùng ấy. Trên tấm bia khắc dòng chữ "... Sư đoàn 337 đã đánh bại và chận đứng quân Trung Quốc xâm lược". Ba mươi hai năm sau, tháng 2 năm 2011, khi nhiều người về thăm lại chiến trường cũ, họ thấy, trên tấm bia thì vẫn đầy hương khói, nhưng hai chữ "quân Trung Quốc" đã bị đục bỏ hẳn từ lúc nào rồi!

Ai đục bỏ? Không có ai nói ra cả. Không nói, nhưng người ta vẫn biết. Biết, nên nhà báo Đỗ Hùng xem đó như là "bằng chứng cho sự khiếp nhược đã tới mức không thể diễn tả bằng lời".[1] Nhà văn Nguyễn Quang Lập hoàn toàn đồng ý: "Đỗ Hùng gọi đấy là sự khiếp nhược, quá đúng, sự khiếp nhược được che đậy bằng cái gọi là khôn khéo. Thảm hại thay!"[2]

---

[1] http://blogmrdo.blogspot.com/2011/03/so.html
[2] http://quechoa.info/2011/03/07/ai-d%E1%BB%A5c-b%E1%BB%8F-long-yeu-n%C6%B0%E1%BB%9Bc/#more-10074

Sao bỗng dưng họ lại hèn vậy?

Trong lịch sử Việt Nam có nhiều nhà lãnh đạo hèn.

Mạc Đăng Dung bị xem là hèn khi phủ phục cắt đất dâng cho nhà Minh. Các vua nhà hậu Lê bị xem là hèn khi để cho các chúa Trịnh uy hiếp từ đời này qua đời khác; trong đó người hèn nhất là Lê Chiêu Thống, chạy sang quỳ luỵ nhà Thanh để chống lại Tây Sơn, cuối cùng bị thảm bại, v.v…

Tuy nhiên, cho đến gần đây, hầu như chưa ai cho các nhà lãnh đạo cộng sản là hèn cả.

Mà thật, ngay cả những người chống cộng cực đoan và thô thiển nhất cũng không thể nói cộng sản là hèn. Có thể nói là họ cuồng tín, độc tài, độc ác, tham quyền cố vị, lạc hậu, hẹp hòi, nghi kỵ, giả dối, dốt nát về kinh tế, chà đạp lên dân chủ và nhân quyền, quá lệ thuộc về tư tưởng trước các đàn anh, từ Liên Xô (cũ) đến Trung Quốc. Nhưng khó nói được là họ hèn.

Hơn nữa, trong một thời gian dài, nói họ là anh hùng cũng không quá đáng. Không anh hùng sao được khi, trước năm 1945, họ sẵn sàng hy sinh cuộc sống an toàn và êm ấm của họ và gia đình họ để tham gia vào các cuộc tranh đấu giành độc lập, bất chấp bao nhiêu nguy hiểm, kể cả chết chóc và tù đày? Không anh hùng sao được khi họ tiến hành cuộc kháng chiến chống Pháp cực kỳ gian khổ để cuối cùng, năm 1954, trở thành thuộc địa đầu tiên đánh bại đế quốc Pháp? Tính chất anh hùng trong cuộc chiến tranh 1954-75 phức tạp và tế nhị hơn: trong khi không thể nói là họ anh hùng khi tìm cách bắn giết dân chúng ở miền Nam, chúng ta không thể không thừa nhận là họ anh hùng khi họ chịu đựng những trận mưa bom của Mỹ đổ xối xả xuống miền Bắc và theo đuổi cuộc chiến đấu đến cùng. Rồi trong cuộc chiến tranh với Pol Pot và nhất là cuộc chiến tranh với Trung Quốc vào năm 1979: Phải nói là họ anh hùng.

Tôi biết có thể sẽ có nhiều người phản đối những ý kiến tôi vừa nêu. Tuy nhiên, tôi cũng biết: Phản đối thì phản đối, nhưng họ cũng không thể nói là các nhà lãnh đạo cộng sản, trong các trường hợp trên, là hèn. Cho đến nay, trong các tài liệu tôi đọc được, chưa ai nói thế bao giờ.

Chỉ nghe các trí thức sống dưới chế độ cộng sản tự nhận là mình hèn. Trước, người ta chỉ thừa nhận một cách tương đối… hèn: Lén lút. Sau, từ thời đổi mới, nhiều người tự nhận một cách công khai. Người thú nhận một cách thẳng thắn và cảm động nhất là Nguyễn Minh Châu trong bài "Hãy đọc lời ai điếu cho một giai đoạn văn nghệ minh hoạ" đăng trên báo *Văn Nghệ* ở Hà Nội ngày 5 tháng 12 năm 1987: "Văn chương gì mà muốn viết một câu trung thì phải viết một câu nịnh? Hèn, hèn chứ? Nhà văn nước mình tận trong tâm can ai mà chẳng thấy mình hèn? Cái sợ nó làm mình hèn." Hèn để tồn tại. Cũng Nguyễn Minh Châu: "Có một nhà văn đàn anh nâng chén rượu lên giữa đám đàn em: 'Tao còn sống, còn cầm bút được đến bây giờ là nhờ biết sợ!'"[1] Nhạc sĩ Tô Hải khái quát hoá toàn bộ con người và sự nghiệp của mình vào một chữ, chữ "hèn" khi đặt nhan đề cho cuốn hồi ký của mình: *Hồi ký của một thằng hèn*. Phạm Xuân Nguyên, trong bài "Cái hèn

---

[1] http://www.viet-studies.info/NhaVanDoiMoi/NguyenMinhChau_DocLoiAiDieu.htm

của người cầm bút" đăng trên tạp chí *Sông Hương* tháng 5 năm 1988, cũng thừa nhận cái hèn như một hiện tượng phổ biến.[1]

Các trí thức và văn nghệ sĩ bị trị thì hèn. Còn những kẻ thống trị thì dĩ nhiên được miễn nhiễm loại vi khuẩn ấy. Họ ác hay ngu nhưng họ không hèn.

Nhưng đó là chuyện ngày trước.

Gần đây, cụ thể là từ một hai năm cuối cùng của thập niên 2010 thì khác. Đọc trên các trang mạng hay blog từ trong đến ngoài nước, chúng ta gặp nhan nhản những chữ "hèn".

Trung Quốc ngang nhiên xâm chiếm Trường Sa và Hoàng Sa, chính quyền vẫn cúi đầu và im lặng: Hèn.

Trong khi khiếp nhược trước Trung Quốc, nhà cầm quyền lại mạnh tay đàn áp các thanh niên sinh viên yêu nước xuống đường phản đối chính sách bành trướng của Bắc Kinh: Hèn.

Tàu hải quân của Trung Quốc giết và bắt ngư dân Việt Nam đang đánh cá ngay trong lãnh hải Việt Nam mà nhà cầm quyền cũng không dám lên tiếng phản đối, thậm chí, không dám gọi là tàu Trung Quốc, chỉ gọi một cách bâng quơ là "tàu lạ": Hèn.

Nhà báo Ngô Nhân Dụng, trên nhật báo *Người Việt* ở California, sau khi so sánh với cách hành xử của các nước trong khu vực trong những trường hợp tương tự, đã đi đến kết

---

[1] http://www.viet-studies.info/NhaVanDoiMoi/PhamXuanNguyen_HenNguoiCamBut.htm

luận: thái độ của nhà cầm quyền Việt Nam là hèn yếu.[1] Nhà báo Huy Đức, hiện sống trong nước, trên Osin blog của anh, bày tỏ quan điểm của mình ngay trên nhan đề bài viết "Tàu thì lạ sự hèn hạ thì quen". Giáo sư Nguyễn Văn Tuấn, sống tại Úc nhưng có nhiều quan hệ gần gũi với Việt Nam, nhận định thẳng thừng: "Chưa thấy trong lịch sử Việt Nam, có thời nào mà Việt Nam khiếp nhược như thế."[2]

Từ ba vị thế khác nhau với những lập trường chính trị có khi khác hẳn nhau, cả Ngô Nhân Dụng, Huy Đức và Nguyễn Văn Tuấn đều có nhận định giống nhau về giới lãnh đạo Việt Nam hiện nay: Hèn!

Hình như chưa bao giờ trí thức Việt Nam, trong và ngoài nước, lại đồng ý với nhau như thế!

Hình như mọi người đều đồng thanh: Giới lãnh đạo Việt Nam hèn!

Riêng tôi, tôi không ngớt ngạc nhiên: Sao tự dưng họ lại đâm hèn đến vậy?

Quyền cai trị chính đáng

Đầu năm 2013, Thủ tướng Nguyễn Tấn Dũng công bố trên báo chí trong nước một bài viết có nhan đề "Kiên quyết khắc phục yếu kém, vượt qua khó khăn, tiếp tục kiềm chế lạm phát, bảo đảm tăng trưởng, đưa đất nước phát triển bền vững".

---

[1] http://www.nguoi-viet.com/absolutenm/anmviewer.asp?a=98137

[2] http://tuanvannguyen.blogspot.com/2009/06/trung-quoc-long-hanh.html

Trong đó, sau khi xác định năm 2012 vừa qua là một năm "đầy khó khăn thách thức" và trong năm 2013 "đất nước vẫn phải tiếp tục đối mặt với nhiều khó khăn, thách thức",[1] Nguyễn Tấn Dũng nêu lên sáu vấn đề chính cần được ưu tiên giải quyết:

- Nâng cao chất lượng thể chế và khả năng phản ứng chính sách, tạo lập niềm tin cho thị trường.

- Điều hành chính sách tiền tệ theo tín hiệu thị trường và theo lạm phát mục tiêu. Kết hợp chặt chẽ chính sách tiền tệ với chính sách tài khoá.

- Tháo gỡ khó khăn cho sản xuất kinh doanh và hỗ trợ thị trường.

- Đẩy mạnh cải cách thủ tục hành chính, đề cao trách nhiệm của cán bộ công chức trong thực thi công vụ.

- Đẩy mạnh tiến trình tái cơ cấu nền kinh tế.

- Bảo đảm an sinh xã hội và phúc lợi xã hội.

Không có vấn đề nào trong số sáu vấn đề nêu trên thực sự mới. Từ nhiều năm nay, hầu như năm nào chính phủ Việt Nam cũng nêu lên bấy nhiêu chuyện. Cũng "tháo gỡ khó khăn" và cũng "đẩy mạnh" việc này việc khác. Từ cái nhìn của giới quan sát chính trị Việt Nam, những vấn đề mà chính phủ Việt Nam phải thực sự đối đầu và phải giải quyết trong năm 2013 này khác hẳn.

---

[1] http://vnexpress.net/gl/kinh-doanh/2013/01/thu-tuong-6-van-de-uu-tien-giai-quyet-trong-2013/

Thứ nhất chính quyền phải chứng tỏ có khả năng quản trị đất nước một cách có hiệu quả. Về phương diện kinh tế, không thể để tình trạng các công ty và tập đoàn kinh tế quốc doanh gây hết thất thoát này đến lỗ lã khác để cuối cùng dân chúng phải gánh chịu những món nợ khổng lồ không biết bao giờ mới trả xong. Về phương diện xã hội, không phải cứ hứa hẹn vớ vẩn và tung ra hết lệnh cấm này đến lệnh cấm khác, phần lớn rất vô duyên. Về phương diện giáo dục, không thể để tình trạng xuống dốc thê thảm từ kiến thức đến kỹ năng và đạo đức của cả người học đến người dạy như vậy. Về phương diện đối ngoại, cũng không thể cứ khuất phục Trung Quốc một cách khiếp nhược như vậy mãi. Ở mọi phương diện, điều dễ nhận thấy nhất là chính quyền hầu như hoàn toàn bế tắc.

Thứ hai là tệ nạn tham nhũng đã đến lúc báo động: Nó không phải là những hiện tượng lẻ tẻ mà có tính hệ thống; không phải ở cấp thừa hành mà ở cấp lãnh đạo cao nhất; không phải là điều gì người ta có thể giấu giếm được mà đã được bạch hóa, ai cũng thấy. Việc tái lập Ban Nội chính và giao cho Nguyễn Bá Thanh đảm trách vừa làm nhen nhúm chút hy vọng trong dân chúng thì, đùng một cái, người ta choáng vang chứng kiến màn đánh phủ đầu của chính phủ đối với ông. Điều ấy cho thấy, một, cái gọi là chống tham nhũng đã trở thành một cuộc đấu đá trong nội bộ; và hai, không thể giải quyết vấn đề tham nhũng nếu không giải quyết vấn đề cơ chế. Hai điều đó, thật ra, mọi người đều biết. Từ lâu.

Thứ ba, và theo tôi, quan trọng nhất, vấn đề mà chính quyền Việt Nam phải đối diện trong năm nay là vấn đề quyền cai trị chính đáng (legitimate rule) của đảng cộng sản. Cho đến nay, đảng cộng sản khẳng định quyền lãnh đạo của mình dựa trên ba lý do chính: Một, họ có công giành độc lập cho đất nước; hai, họ được "toàn dân" ủng hộ; và ba, chỉ có đảng cộng sản mới đủ khả năng bảo vệ độc lập và làm phát triển đất nước. Cả ba dần dần không còn thuyết phục được ai cả. Chuyện giành độc lập đã quá lâu, gần 70 năm rồi. Chuyện "toàn dân" ủng hộ thì chỉ là một lời nói dối trắng trợn khi chính quyền không dám tổ chức bất cứ một cuộc bầu cử tự do và nghiêm chỉnh nào cả. Còn điều cuối cùng chỉ là những lời khẳng định vu vơ.

Nhưng chính lời khẳng định vu vơ ấy đã quay ngược lại phá vỡ tính chính đáng của nhà cầm quyền. Từ mấy năm nay, người ta nhận ra, càng lúc càng rõ, nhà cầm quyền không những không phát triển kinh tế đất nước mà còn gây ra những tai họa với những món nợ khủng khiếp mà mọi người phải còng lưng ra gánh chịu. Hơn nữa, nhà cầm quyền cũng không thiết tha gì đến việc bảo vệ độc lập hay chủ quyền của đất nước; thậm chí, không thiết tha gì đến việc bảo vệ danh dự của đất nước hoặc của chính họ. Nhận thức đó khiến nhiều người đâm ra khinh chính quyền.

Trước, trên các blog, nhiều người lên tiếng phê phán chính quyền là hèn hạ trước sự uy hiếp của Trung Quốc. Gần đây, người ta lại nhìn giới lãnh đạo như những "đồng chí Ếch" tham lam và vô liêm sỉ. Cần nhìn những trường hợp từ chối đề nghị trao giải thưởng hoặc bằng khen vừa qua của các văn nghệ sĩ như là những biểu hiện của sự khinh bỉ ấy.

Những khinh bỉ như thế không phải chỉ là chuyện thuần túy tình cảm. Khi sự khinh bỉ lan rộng, giới lãnh đạo chỉ còn quyền lực (power) chứ không còn thẩm quyền (authority).

Đây là hai khái niệm căn bản trong chính trị học. Quyền lực là khả năng tác động lên người khác. Một thằng điên cầm dao vung loang loáng trước đám đông tay không: Nó có quyền lực. Một bạo chúa: đầy quyền lực. Nhưng thẩm quyền, authority, thì lại khác: đó là thứ quyền lực chính đáng (rightful power). Tính chính đáng ấy, trong thời đại hiện nay, đến từ hai nguồn: một, được ủy thác qua các cuộc bầu cử tự do; và hai, được dân chúng kính trọng và do đó, mặc nhiên chấp nhận.

Trong trường hợp không có bầu cử tự do, sự kính trọng là nguồn sức mạnh duy nhất để duy trì thẩm quyền và biện chính cho quyền lực.

Khi mất sự kính trọng ấy, nhà cầm quyền sẽ mất đi sự chính đáng của mình.

Điểm G của chế độ

Mới đây, trong bài "Cơn nhức đầu 100 năm" đăng trên nhật báo Người Việt, nhà báo Ngô Nhân Dụng nhắc đến vấn đề biên giới giữa Israel và Palestine, và ông xem đó là một vấn đề "nhạy cảm" đối với sinh hoạt chính trị của Mỹ. Điều thú vị là ông lại để hai chữ "nhạy cảm" trong ngoặc kép. Tại sao? Tôi đoán là ông muốn mượn lại và cũng muốn nhắc nhở người đọc nhớ đến cái chữ "nhạy cảm" vốn rất thông dụng tại Việt Nam hiện nay.

Cảm thấy thú vị với hai chữ "nhạy cảm" trong ngoặc kép ấy, tôi tò mò vào Google, và phát hiện ra một điểm khác cũng thú vị không kém: Bạn có biết hai chữ "nhạy cảm" xuất hiện ở đâu nhiều nhất không? Thưa, đó là hai lãnh vực: chính trị (Việt Nam) và tình dục.

Liên quan đến tình dục, chữ "nhạy cảm" đã được dùng một cách phổ biến từ lâu. Nói đến "nhạy cảm", người ta hay nghĩ đến thân thể của người phụ nữ: Đại khái, ở đó, có một số điểm "nhạy cảm" hơn hẳn những chỗ khác. Nơi "nhạy cảm" nhất thường được gọi là điểm G (Gräfenberg Spot). Có điều, giới nghiên cứu y khoa lại không đồng ý với nhau về vị trí của cái điểm G ấy. Người nói thế này, người nói thế khác. Người thì nói nó nằm bên ngoài; người thì nói nó nằm bên trong. Người thì cho đó chỉ là một huyền thoại, người thì bảo: nó có thật; chỉ có vấn đề là không thể khẳng định dứt khoát nó nằm ở đâu mà thôi. Qua những sự cãi vã ấy, chúng ta, với tư cách là những người ngoại đạo trong ngành y học, có thể tạm rút ra ít nhất vài kết luận: một, cái điểm "nhạy cảm" ấy tương đối nhỏ; hai, nó khá khuất, chứ không lồ lộ như một cái nốt ruồi; và ba, ngay cả khi lồ lộ ra ngoài như thế, nó cũng chỉ "nhạy cảm" trong một số điều kiện nhất định chứ không phải ai hay cái gì đụng vào nó cũng lên tới... đỉnh cả. Chính ở đây, chúng ta dễ dàng nhận thấy có sự khác biệt lớn trong cách dùng chữ "nhạy cảm" trong lãnh vực tình dục và lãnh vực chính trị.

Trong lãnh vực tình dục, chỗ "nhạy cảm" là chỗ có khả năng làm cho người ta đạt đến chỗ "cực khoái"; trong lãnh vực chính trị, chỗ "nhạy cảm" là chỗ làm cho giới lãnh đạo, ngược lại, nhột nhạt và khó chịu, thậm chí, tức giận. Trong lãnh vực tình dục, người tìm ra chỗ "nhạy cảm" được khích lệ; trong lãnh vực chính trị, người nào đụng đến chỗ đó thì rất dễ có nguy cơ bị bắt và ở tù với bằng chứng là hai cái condom "đã qua sử dụng" (như trường hợp của Cù Huy Hà Vũ)! Nhưng sự khác biệt này mới là quan trọng: trên thân thể con người chỉ có một số điểm được xem là nhạy cảm; còn ở Việt Nam hiện nay thì dường như ở đâu cũng "nhạy cảm" cả. Chuyện đa nguyên đa đảng ư? - Ồ! Nhạy cảm lắm. Chuyện tự do và dân chủ ư? – Cũng nhạy cảm! Chuyện tranh chấp với Trung Quốc ư? – Cũng nhạy cảm! Chuyện tham nhũng ư? – Nhạy cảm! Chuyện khả năng của lãnh đạo ư? – Nhạy cảm! Chuyện cán bộ đua nhau mua bằng giả ư? – Nhạy cảm! Chuyện con cháu cán bộ ăn chơi hư hỏng ư? – Nhạy cảm! Chuyện ngư dân Việt Nam bị bắt, bị cướp hoặc bị giết chết ngoài biển khơi ư? – Nhạy cảm! Ngay cả những chuyện như tàu thủy chở du khách ngoại quốc bị chìm cũng bị xem là "nhạy cảm". Chuyện khai thác bauxite ở Tây nguyên cũng bị xem là "nhạy cảm". Chuyện xây dựng đường sắt cao tốc cũng lại là chuyện "nhạy cảm", v.v...

Chỗ nào cũng có thể bị xem là "nhạy cảm" cả. Bây giờ hãy thử tưởng tượng nền chính trị Việt Nam là thân thể của một phụ nữ: nơi nào cũng "nhạy cảm". Đi đường, chỗ hẹp, bạn vô tình chạm vào lưng nàng, nàng la toáng lên: "Sách nhiễu tình dục!" (sexual harassment). Lý do? Lưng nàng rất "nhạy cảm! Gặp nhau, theo lối Tây phương, bạn đưa tay bắt, nàng giãy lên đành đạch: "Sách nhiễu tình dục". Lý do? – Tay nàng rất "nhạy cảm"! Ngồi ăn chung một bàn, vô tình chân bạn đụng phải chân nàng dưới ghế, nàng cũng buộc tội là "sách nhiễu tình dục" và hăm he đòi gọi cảnh sát bắt bạn vì chân nàng rất... "nhạy cảm".

Ối giời!

Đảng Cộng sản còn nợ đất nước một lời xin lỗi

Thành thực mà nói, trong quá khứ, nhất là trong giai đoạn đầu, đảng Cộng sản Việt Nam có nhiều công lớn đối với dân tộc. Lớn nhất là họ đã giành được độc lập vào năm 1945; sau đó, chiến thắng thực dân Pháp, chấm dứt ách đô hộ kéo dài gần một thế kỷ của Pháp; cuối cùng, mặc dù phải trả một giá rất đắt bằng mạng sống của cả mấy triệu người qua cuộc nội chiến kéo dài gần 20 năm, đã thống nhất đất nước vào năm 1975.

Hai công đầu, lịch sử đã ghi nhận. Công thứ ba, do còn quá mới, khi vết thương của nhiều người chưa lành hẳn, nên dễ bị nghi vấn hoặc phản đối, cần thêm thời gian để khẳng định.

Nhưng bên cạnh đó, đảng Cộng sản đã vấp phải vô số sai lầm. Nhiều sai lầm đã trở thành tội ác. Trước hết là tội giết chết hàng chục ngàn người và đày đoạ hàng trăm ngàn người khác một cách thảm khốc và oan ức trong vụ cải cách ruộng đất trong nửa đầu thập niên 1950. Sau đó, tội trấn áp văn nghệ và trí thức trong vụ Nhân Văn Giai Phẩm trong nửa sau thập niên 1950. Rồi tội tước đoạt tài sản của dân chúng miền Nam trong cái gọi là chiến dịch đánh tư sản mại bản; tội bắt bớ cả hàng trăm ngàn cựu quân nhân và công chức miền Nam đày vào các trại học tập cải tạo có khi kéo dài cả chục năm; tội ban bố các chính sách bao cấp độc đoán làm kiệt quệ nền kinh tế vốn đã què quặt sau chiến tranh. Cuối cùng, như là hậu quả của tất cả các tội ác vừa kể, đảng Cộng sản đã đẩy hàng triệu người phải bỏ nước ra đi, trong đó, có cả hàng trăm ngàn người phải bỏ xác trên đường vượt biển.

Sự khốn cùng và lạc hậu kéo dài của đất nước sau 1975 là tội của đảng lãnh đạo. Thảm cảnh vượt biên của dân chúng cũng là tội của đảng lãnh đạo.

Cần nói ngay, đó không phải là một luận điệu của những người chống cộng. Chính đảng Cộng sản cũng ít nhiều thừa nhận những sai lầm đã thành tội ác của họ. Thừa nhận, nên mới tiến hành hết đợt sửa sai này đến đợt sửa sai khác. Sớm nhất là sửa sai sau cuộc cải cách ruộng đất với việc Trường Chinh bị mất chức Tổng bí thư, Hoàng Quốc Việt và Lê Văn Lương bị loại khỏi Bộ chính trị và Hồ Viết Thắng bị loại khỏi Ban chấp hành Trung ương đảng.

Thừa nhận, nên họ mới tung ra chính sách đổi mới từ giữa thập niên 1980, qua đó, công nhận quyền tư hữu và kinh tế tư nhân. Thừa nhận, nên họ mới phục hồi hội tịch, sau đó, trao giải thưởng cho một số cây bút thuộc nhóm Nhân Văn Giai Phẩm như Trần Dần, Hoàng Cầm và Lê Đạt. Thừa nhận, nên gần đây, họ hay nói đến vấn đề hoà giải này nọ với cộng đồng người Việt Nam lưu vong.

Nhưng họ chỉ thừa nhận một cách mặc nhiên, chung chung, như lỗi của một ai khác. Ai khác đó là ai? Nói theo chữ của Phạm Thị Hoài, trong bài "Về tư cách của trí thức Việt Nam", đó là "thằng khách quan" và "thằng lịch sử".[1]

---

[1] http://www.thongluan.org/vn/modules.php?name=News&file=article&sid=7

Nhưng cái gọi là "thằng khách quan" và "thằng lịch sử" ấy chỉ là một lối nói nguy biện nhằm trốn tránh trách nhiệm. Những sai lầm và tội ác ấy xuất phát từ chính sách mà chính sách là do con người, do những người đứng đầu đảng và chính phủ đưa ra chứ không phải từ "thằng khách quan" hay "thằng lịch sử" nào cả. Những điều kiện khách quan của lịch sử chỉ có thể tạo nên những hạn chế làm giảm tính hiệu quả của các chính sách đúng đắn nhưng không thể là nguyên nhân của những chính sách sai lầm gây tai hoạ cho cả dân tộc hay cho một bộ phận quần chúng đông đảo.

Đảng Cộng sản và chính phủ Việt Nam không thể chạy trốn trách nhiệm bằng cách đổ lỗi cho một cái gì khác. Cũng không thể chạy trốn trách nhiệm bằng cách lẳng lặng sửa sai bằng những biện pháp chắp vá dối giá nửa vời.

Những sai lầm và tội ác công khai tác động đến sinh mệnh của cả hàng triệu người, thậm chí, của cả dân tộc, không thể chuộc bằng sự tảng lờ hay lấp liếm.

Đảng Cộng sản và chính phủ Việt Nam thỉnh thoảng hay lên tiếng kêu gọi gạt bỏ những hận thù trong quá khứ để hoà hợp và hoà giải. Nhưng một sự hoà hợp, hoà giải thực sự chỉ có thể được tiến hành khi những người gây tội ác phải nhìn nhận và công khai xin lỗi về những tội ác của mình.

Đó là việc làm bình thường của các chính phủ văn minh trên thế giới.

Có thể nói một trong những đặc điểm nổi bật nhất trong sinh hoạt chính trị thế giới thời hậu-Chiến tranh lạnh là việc công khai hoá niềm ân hận đối với những lỗi lầm trong quá khứ. Năm 1990, Tổng thống Mỹ George Bush đã xin lỗi 120 ngàn người Mỹ gốc Nhật bị giam cầm trong thời Đệ nhị thế chiến. Cũng năm 1990, Mikhail Gorbachev bày tỏ sự ân hận sâu sắc trước việc Stalin giết chết 15.000 viên chức người Ba Lan tại Katyn Forest vào năm 1940. Đức giáo hoàng John Paul đệ nhị xin lỗi về việc Giáo hội Công giáo đã thất bại trong việc cứu giúp người Do Thái khỏi thảm hoạ Holocaust. Nữ hoàng Elizabeth II của Anh công khai xin lỗi việc nước Anh tàn sát người Maori ở Tân Tây Lan trước đây. Thủ tướng Anh Tony Blair xin lỗi về trách nhiệm của Anh trong nạn đói ở Ireland vào thế kỷ 19. Năm 1998, Tổng thống Bill Clinton xin lỗi người châu Phi về vai trò của Mỹ trong việc buôn bán nô lệ thế kỷ trước. Ở Nhật, năm 1993, Thủ tướng Morihiro Hosokawa bày tỏ sự ân hận và xin lỗi về những tội ác mà nước Nhật đã gây nên thời Đệ nhị thế chiến. Năm 1995, Thủ tướng Tomiichi Murayama lại xin lỗi lần nữa. Năm 1998, trong dịp gặp gỡ với Tổng thống Hàn Quốc Kim Dae Jung, Thủ tướng Keizo Obuchi lại xin lỗi lần nữa, nhắm chủ yếu vào những nạn nhân người Hàn Quốc.[1]

Riêng ở Úc, vào ngày 13 tháng 2 năm 2008, Thủ tướng Kevin Rudd đã công khai xin lỗi các thổ dân Úc về những chính sách sai lầm của Úc trong quá khứ, trong đó, quan trọng nhất là, để tiến hành chính sách đồng hoá người thổ dân, chính phủ Úc, cách đây cả một thế kỷ, cách ly trẻ em thổ dân khỏi gia đình bằng cách bắt các em ở riêng hoặc làm con nuôi của các gia đình người da trắng. Biện pháp đồng hoá thô bạo ấy đã làm tan nát tâm hồn bao nhiêu ông bố, bà mẹ và trẻ em.

---

[1] Xem *Reconciliation in the Asia-Pacific* do Yoichi Funabashi biên tập, United States Institutes of Peace Press xuất bản tại Washington, D.C. năm 2003, tr. 4-5.

Nó trở thành một vết nhơ trong lương tâm nhiều người Úc. Sau này, để chuộc lại lỗi lầm ấy, các chính phủ Úc đã tăng cường các nguồn trợ cấp xã hội dành cho người thổ dân, giúp họ được học hành, giúp họ kiếm công ăn việc làm và xây dựng nhà cửa, v.v...

Nhưng, chưa đủ.

Đại đa số người thổ dân vẫn thấy chưa đủ: Họ cảm thấy chính phủ còn nợ họ một lời xin lỗi công khai. Đại đa số người dân Úc bình thường, không phải thổ dân, cũng cảm thấy không đủ: Họ cảm thấy họ còn nợ các nạn nhân một lời xin lỗi chính thức.

Hiểu được điều đó, chính phủ Lao Động, dưới sự lãnh đạo của Thủ tướng Úc, đã nhân danh quốc gia, đứng ra xin lỗi người thổ dân một cách long trọng tại nhà Quốc Hội Úc ở Canberra. Nghe lời xin lỗi ấy, nhiều người, thổ dân và không phải thổ dân, ràn rụa nước mắt vì mừng. Với thổ dân, nỗi đau nhiều thế hệ của họ được khuây khoả; với người da trắng, sự xấu hổ âm thầm được lắng dịu.

Ai cũng thấy một lời xin lỗi chính thức và công khai như vậy là ý nghĩa. Nó không phải là một sự yếu đuối. Nó là sức mạnh của một thế hệ dám nhận lãnh trách nhiệm về những sai lầm trong quá khứ. Dù là những sai lầm do cha ông họ gây ra. Và ở một thời điểm nào xa lắc.

Đảng Cộng sản và chính phủ Việt Nam cũng nên có một hành động can đảm và sáng suốt tương tự nếu họ thực sự thành tâm muốn xây dựng một đất nước thống nhất và vững mạnh.

Phần 3:
Về giáo dục

Suy nghĩ có tính phê phán

Ngoài đời cũng như trên báo chí, một số người hay đề cập đến vấn đề suy nghĩ có tính phê phán (critical thinking). Tuy nhiên, nghe hay đọc họ, rất hiếm khi chúng ta bắt gặp bất cứ dấu hiệu nào cho thấy họ có khả năng, thậm chí, thiện chí để suy nghĩ có tính phê phán. Ngược lại, trong hầu hết các trường hợp, chúng ta chỉ bắt gặp những lối suy nghĩ rất cảm tính, hơn nữa, hoàn toàn nô lệ theo quán tính.

Đọc, thấy một câu nào đó không vừa ý đã nhảy nhổm lên phản đối, bất kể lập luận chung của toàn bài, nhất định không phải là lối suy nghĩ có tính phê phán. Bất đồng với ý kiến nào đó bèn lôi tác giả ra chửi cũng nhất định không phải là lối suy nghĩ có tính phê phán. Thậm chí, đọc mà chỉ chăm chăm tìm cách để phản bác hay phê phán cũng không phải là lối suy nghĩ có tính phê phán.

Chữ "phê phán" (critical), trong tiếng Việt cũng như trong tiếng Anh, dễ gợi liên tưởng đến sự chê bai, bới móc, nghĩa là thiên về ý nghĩa tiêu cực. Thật ra, không phải. Lối suy nghĩ có tính phê phán, ngược lại, bao giờ cũng xuất phát từ thiện chí muốn tìm sự thực bằng cách lục lọi chứng cứ và thay đổi góc nhìn để xác minh tính chính xác của một ý kiến trước khi tin tưởng hoặc chấp nhận.

Trong cuốn *Critical Thinking and Everyday Argument* (Southbank: Thomson – Wadsworth, 2005), Jay Verlinden (tr. 18-19) điểm qua các định nghĩa nổi tiếng về lối suy nghĩ có tính phê phán từ trước đến nay, và nhận ra tất cả các định nghĩa ấy đều nhấn mạnh đến năm đặc điểm chính: Một, nó có tính chủ động và tự giác cao; hai, nó liên quan đến ý tưởng và niềm tin; ba, nó tập trung chủ yếu vào lý tính và lý luận; bốn, nó giúp hình thành các phán đoán; và năm, nó gắn liền với một số kỹ năng nhất định. Jay Verlinden bổ sung thêm hai đặc điểm nữa: Thứ nhất, suy nghĩ có tính phê phán được áp dụng không phải đối với các ý tưởng của người khác mà còn đối với cả các ý tưởng của chính mình; và thứ hai, nó nhắm đến việc tiếp cận chân lý chứ không phải chỉ nhằm khẳng định những điều chúng ta đã tin tưởng từ trước.

Nói một cách tóm tắt, suy nghĩ một cách có tính phê phán là không phủ nhận cũng không chấp nhận bất cứ một ý kiến nào ngay trước khi chúng ta có đầy đủ bằng chứng và đã đi hết con đường lý luận để cảm thấy mình thực sự được/bị thuyết phục. Nói gọn hơn nữa, suy nghĩ có tính phê phán, trước hết, là một nghệ thuật đặt câu hỏi.

Xuất phát điểm của lối suy nghĩ có tính phê phán là nhiệt tình truy tìm sự thật và sự hoài nghi. Nên lưu ý: hai điểm này lúc nào cũng gắn liền với nhau. Nhiệt tình rất dễ biến thành một sự nhẹ dạ nếu không đi liền với sự hoài nghi. Nhưng nếu thiếu nhiệt tình đối với sự thật, sự hoài nghi chỉ dẫn đến thái độ phủ nhận sạch trơn để khư khư giữ lấy những thành kiến cũ kỹ cố hữu vốn rất thường thấy ở những kẻ lười biếng, cố chấp và cuồng tín.

Một sự hoài nghi gắn liền với nhiệt tình tìm kiếm sự thật như vậy không những là khởi điểm của lối suy nghĩ có tính phê phán mà còn là của kiến thức nói chung. Thánh Anselm, một nhà tư tưởng lớn thời Trung cổ, tuyên bố "Tôi hoài nghi, vậy tôi biết". Lời tuyên bố ấy gợi hứng cho một câu nói khác, nổi tiếng hơn, của Descartes: "Tôi tư duy, vậy tôi hiện hữu". Xin lưu ý: với Descartes, khởi thuỷ của cái gọi là tư duy ấy cũng là sự hoài nghi, hay nói theo chữ của ông, một thứ hoài nghi hệ thống (systematic doubt) hoặc hoài nghi khoa học (scientific doubt), sau này gắn liền với tên tuổi của ông: "Cartesian doubt". Một thứ hoài nghi như vậy, thật ra, đã manh nha từ thời cổ đại với Socrates, người không ngừng đặt câu hỏi. Đặt câu hỏi về các khái niệm. Đặt câu hỏi về các tiền đề đằng sau các khái niệm ấy. Lúc nào cũng hỏi. Hỏi trở thành một trong những bài học lớn nhất mà Socrates để lại cho đời: "Socratic Questioning".

Những bài học của Socrates và của Descartes không phải dễ thực hiện.

Trước hết, hoài nghi là một hành vi chống lại quyền lực. Theo Michel Foucault, bất cứ kiến thức nào cũng là quyền lực. Những điều chúng ta biết và tin, dù sai lầm và ấu trĩ đến mấy, cũng thường gắn liền với một số truyền thống nào đó. Mà truyền thống cũng lại là quyền lực: quyền lực của đám đông, và sau đám đông, quyền lực của cơ chế, từ các cơ chế xã hội đến các cơ chế chính trị, tất cả đều nhắm tới việc duy trì sự ổn định dựa trên tính ngoan ngoãn của con người.

Quan trọng hơn, hoài nghi cũng là một hành vi chống lại chính mình: cái "mình" nào cũng chủ yếu là sản phẩm của một nền văn hoá và một nền giáo dục nhất định, trong đó, có vô số điều không chính xác hoặc không còn chính xác nữa. Cái "mình" ấy cũng bị chi phối bởi vô số yếu tố hoàn toàn nằm ngoài lý trí và lý tính, những yếu tố hoặc mang tính bản năng hoặc gắn liền với thành kiến và quyền lợi. Bởi vậy, hoài nghi ít khi là một tính cách. Đó là một sự lựa chọn. Là một lựa chọn, hoài nghi cần sự tự ý thức, cần quyết tâm và cần tập luyện. Chỉ cần lơ đễnh một chút, người ta có thể đánh mất sự hoài nghi, nghĩa là, đánh mất sự suy nghĩ có tính phê phán, để trở thành nô lệ cho cảm tính và quán tính. Không có gì đáng ngạc nhiên khi thấy nhiều người, lúc này hoặc trong lãnh vực này thì rất có tinh thần phê phán, nhưng lúc khác hoặc đi vào lãnh vực khác thì trở thành nhẹ dạ hoặc giáo điều hẳn.

Ngoài hoài nghi, lối suy nghĩ có tính phê phán còn một nguyên tắc khác nữa: lúc nào cũng cần chứng cứ. Theo nguyên tắc này, không có gì có thể được chứng minh là đúng nếu chưa có đầy đủ chứng cứ. Nhưng chứng cứ không phải là những gì có sẵn. Người biết hoặc muốn suy nghĩ có tính phê phán bao giờ cũng, trước hết, là người có khả năng tìm kiếm thông tin và biết cách xử lý thông tin. Cái gọi là xử lý thông tin ấy bao gồm bốn việc: một, xác minh tính khả tín của thông tin; hai, phân tích để tìm kiếm các quan hệ tiềm ẩn bên trong các thông tin ấy; ba, diễn dịch để tìm kiếm ý nghĩa đích thực của các thông tin ấy; và bốn, tập hợp các thông tin ấy lại theo một trật tự nhất định để tạo nên một khối tư liệu thống nhất nhằm chứng minh cho một luận điểm nào đó.

Nguyên tắc thứ ba của lối suy nghĩ có tính phê phán là phải tin cậy vào lý trí, nghĩa là: một, chỉ tập trung vào ý tưởng và sự kiện chứ không phải là con người; hai, phải tuân thủ các quy luật luận lý: không tự mâu thuẫn, không vội khái quát hoá khi chưa đủ chứng cứ, không nguỵ biện, v.v…

Nguyên tắc thứ tư là không được thành kiến. Là không được có kết luận trước khi đi hết con đường lý luận. Điều đó có nghĩa là, để suy nghĩ có tính phê phán, chúng ta phải thực sự trong sáng và cởi mở, hơn nữa, can đảm để sẵn sàng chấp nhận một trong hai điều vốn rất khó được chấp nhận trong hoàn cảnh và tâm lý bình thường: một, chấp nhận điều thoạt đầu mình tin hoặc muốn tin là sai; và hai, chấp nhận một ý kiến khác thoạt đầu mình không tin hoặc không thích, có khi xuất phát từ một kẻ hoặc một lực lượng thù nghịch, là đúng.

Dĩ nhiên, lối suy nghĩ có tính phê phán còn một số nguyên tắc khác. Nhưng kể thêm các nguyên tắc ấy, theo tôi, không quan trọng bằng nhấn mạnh lại điều này: Trong khi suy nghĩ là một điều tự nhiên (ai cũng suy nghĩ, ngay cả một đứa cực ngốc!), suy nghĩ có tính phê phán lại chỉ có thể là kết quả của giáo dục: Đó là điều người ta phải học và phải tập thường xuyên. Ngay từ nhỏ. Và kéo dài cả đời.

Nhưng học và tập không phải chỉ là chuyện của cá nhân. Cả hai đều gắn liền với hai môi trường: giáo dục và xã hội. Cả giáo dục và xã hội đều gắn liền với một yếu tố khác nữa: chính trị.

Có những nền chính trị sẵn sàng treo cổ những người suy nghĩ có tính phê phán.

Đừng khinh bỉ các thầy cô giáo

Lối giáo dục ở Việt Nam hiện nay hoàn toàn không có sự tin cậy nào đối với học sinh và sinh viên cả. Tất cả đều bị xem là ngu dốt. Do đó, chỉ cần ngoan ngoãn lắng nghe và ghi nhớ những gì thầy cô giáo dạy bảo. Không được nghi ngờ. Không được tra vấn. Thậm chí, không cần tự tìm hiểu gì thêm nữa. Chỉ cần học thuộc lòng: đủ rồi!

Lối giáo dục ấy, thật ra, cũng rất coi thường các thầy cô giáo. Có thể nói hiếm có ở nơi nào các thầy cô giáo bị khinh bỉ như ở Việt Nam. Không phải phụ huynh khinh bỉ. Không phải xã hội khinh bỉ. Mà là chính quyền khinh bỉ. Bộ giáo dục khinh bỉ. Cơ chế giáo dục chính thống trong cả nước khinh bỉ. Tất cả dường như đồng loạt mắng thẳng vào mặt các thầy cô giáo: Bọn mày ngu lắm!

Viết vậy có quá đáng lắm không?

Tôi nghĩ là không.

Nhưng trước hết, xin nói qua một chút về vài nét giáo dục tại Úc (và cũng tại hầu hết các quốc gia Tây phương khác) để bạn đọc dễ so sánh.

Tại Úc, ở mọi cấp dường như không có sách giáo khoa bắt buộc.[1] Tôi xin lấy các môn ngôn ngữ làm ví dụ. Ở mỗi cấp lớp, Bộ giáo dục chỉ nêu lên các yêu cầu chung, một số đề tài chung, và một số tài liệu chung. Hết. Công việc thiết kế chương trình giảng dạy cũng như việc tìm kiếm tài liệu tham khảo cho từng buổi là nhiệm vụ của các thầy cô giáo.

Tại sao ư? Lý do đơn giản: Mọi việc giảng dạy chỉ có hiệu quả khi, thứ nhất, đáp ứng nhu cầu của học sinh, và thứ hai, phù hợp với trình độ chung trong cả lớp. Ở cả hai khía

---

[1] Nghĩa là vẫn có sách giáo khoa, đặc biệt trong các môn khoa học tự nhiên, nhưng việc lựa chọn sách nào là sách giáo khoa thì tùy vào từng trường, theo đề nghị của các thầy cô giáo.

cạnh này, mức biến thiên rất lớn: Chúng khác nhau tuỳ theo yếu tố địa lý (nông thôn / thành thị), yếu tố xã hội (giàu / nghèo), yếu tố chủng tộc (khu có nhiều hay ít di dân), v.v... Không ai nắm chắc những biến thiên ấy cho bằng người giáo viên đang trực tiếp giảng dạy trong từng lớp. Bởi vậy, không có ai có thẩm quyền hơn các thầy cô giáo ấy trong việc quyết định nên chọn bài đọc và bài tập như thế nào để các em có thể đáp ứng được đòi hỏi chung của Bộ giáo dục.

Ở Việt Nam thì khác.

Ở Việt Nam, hầu hết các thầy cô giáo giống như mấy con chim con, cứ há mồm cho chim mẹ đút thức ăn.

Này nhé, chương trình mỗi môn học đều được Bộ giáo dục soạn thảo rất kỹ. Tuần nào dạy đề tài gì và dạy bao lâu đều được ghi rõ. Chưa hết. Trong đề tài ấy, những kiến thức gì cần phải dạy cũng được ghi sẵn. Cũng chưa hết. Người ta còn bày – và thật ra là bắt – giáo viên phải theo đúng từng bước, từng bước trong việc trình bày các kiến thức ấy. Tất cả đều nằm trong cái gọi là "giáo án".

Cầm giáo án ấy trên tay như một thứ bửu bối, điều bận tâm duy nhất của các thầy cô giáo là làm sao cho khỏi "cháy giáo án", nghĩa là không dạy quá giờ hay không đúng giờ quy định!

Dạy chán, không ai chê trách. Dạy học sinh không hiểu, cũng không ai chê trách. Nhưng chỉ cần dạy "cháy giáo án" là có vấn đề: Không hoàn thành nhiệm vụ. Học sinh có thể chê trách. Hiệu trưởng có thể chê trách.

Dần dần người ta không cần gì ở thầy cô giáo hơn cái chức năng của một thứ máy đọc: Đọc các giáo án viết sẵn và phát sẵn. Đọc có chút duyên dáng và hài hước càng tốt; không có cũng chẳng sao. Điều học sinh cần là nghe rõ và chép kịp để về nhà học thuộc lòng hay chuẩn bị cho các kỳ kiểm tra hay thi cử về sau.

Một chính sách giáo dục như vậy không phải khinh bỉ giáo viên thì còn là cái gì nữa?

Khinh bỉ giáo viên, thật ra, là khinh thường chính hệ thống giáo dục của cả nước. Chứ không phải sao? Một hệ thống giáo dục không thể đào tạo được những trí thức có đủ khả năng thực hiện yêu cầu cơ bản của nghề nghiệp, tức tìm tòi và giảng dạy, không phải là một nền giáo dục què quặt sao?

Nếu vậy thì phải sửa chữa lại hệ thống đào tạo giáo viên. Và cả hệ thống giáo dục nói chung.

Nhưng có thực là các thầy cô giáo ở Việt Nam không đủ khả năng lên lớp một cách độc lập? Không đủ khả năng để thiết kế và chuẩn bị bài giảng để đáp ứng các yêu cầu của Bộ giáo dục?

Tôi không tin.

Phải tạo cơ hội cho các giáo viên thực tập thì mới biết được là họ có đủ khả năng hay không. Đúng hơn, phải nói thế này: Phải để cho các giáo viên tự do thực tập thì họ mới có đủ khả năng giảng dạy độc lập được.

Nếu không cho tập đi, người ta sẽ không bao giờ biết đi cả.

Giáo dục Việt Nam: Cần thay đổi toàn diện và đồng bộ

Hầu như ai cũng biết là giáo dục Việt Nam lạc hậu. Một trong những sự lạc hậu nhất là thái độ học tập của học sinh và sinh viên: hoàn toàn thụ động; trong lớp chỉ cắm cúi nghe giảng; về nhà chỉ chăm chăm học thuộc lòng; vào phòng thi, chỉ trả bài như vẹt; cuối cùng, lúc ra khỏi phòng thi: quên sạch!

Ai cũng biết như thế. Ngay cả những người có trách nhiệm đối với nền giáo dục Việt Nam, từ giới chuyên gia đến các nhà hành chính, cũng đều biết như thế.

Biết, biết rõ nữa là khác, vậy mà, đến nay, dường như không có một chính sách hay một biện pháp nào được đề xướng và thực hiện cả. Chỉ nghe những lời hô hào rỗng tuếch cứ lặp đi lặp lại mãi.

Nhưng học sinh và sinh viên không thể từ bỏ thái độ học tập thụ động nếu ở các kỳ thi, thầy cô giáo cứ ra đề thi theo kiểu cũ, chủ yếu chỉ nhắm đến việc kiểm tra những kiến thức đã được giảng dạy trong lớp, và chỉ giới hạn trong những kiến thức ấy.

Ví dụ, xin thử đọc các câu hỏi của môn Sử trong kỳ thi tốt nghiệp Trung học Phổ thông năm 2009 sau đây:

KỲ THI TỐT NGHIỆP TRUNG HỌC PHỔ THÔNG NĂM 2009

Môn thi: LỊCH SỬ − Giáo dục trung học phổ thông

Thời gian làm bài: 90 phút, không kể thời gian giao đề

I. PHẦN DÀNH CHO TẤT CẢ THÍ SINH (7,0 điểm)

Câu 1 (3,0 điểm)

Nêu những thành tựu chủ yếu trong công cuộc xây dựng chủ nghĩa xã hội ở Liên Xô từ sau Chiến tranh thế giới thứ hai đến nửa đầu những năm 70 của thế kỉ XX.

Câu 2 (4,0 điểm)

Trình bày những hoạt động cách mạng của Nguyễn Ái Quốc từ năm 1925 đến năm 1930.

II. PHẦN RIÊNG (3,0 điểm)

Thí sinh học chương trình nào thì chỉ được làm một câu dành cho chương trình đó (câu 3.a hoặc 3.b)

Câu 3.a. Theo chương trình Chuẩn (3,0 điểm)

Trình bày những nét chính về cuộc Tiến công chiến lược Đông - Xuân 1953 - 1954 của quân dân Việt Nam trong kháng chiến chống thực dân Pháp.

Câu 3.b. Theo chương trình Nâng cao (3,0 điểm)

Nêu những thắng lợi lớn trên mặt trận quân sự của quân dân ta trong cuộc chiến đấu chống chiến lược "Chiến tranh cục bộ" của đế quốc Mĩ ở miền Nam (1965 - 1968).

.....................Hết.....................

Thí sinh không được sử dụng tài liệu. Giám thị không giải thích gì thêm.

Đề thi có bốn câu hỏi. Tất cả bốn câu hỏi đều chỉ yêu cầu học sinh "nêu lên" hay "trình bày" một sự kiện gì đó. Nghĩa là chỉ tập trung hoàn toàn vào trí nhớ. Không cần khả năng phân tích. Không cần nỗ lực tổng hợp. Không cần óc phán đoán hay khiếu biện luận. Người đặt câu hỏi, và từ đó, người chấm bài, chỉ có một yêu cầu duy nhất đối với học sinh: nhớ đủ các chi tiết liên quan đến một sự kiện lịch sử nào đó. Vậy thôi.

Có thể nói, với lối đặt câu hỏi như vậy, học sinh và sinh viên không cần học bất cứ điều gì khác ngoài các bài giảng. Thậm chí, những kiến thức nằm ngoài bài giảng có khi còn có hại nữa. Nếu không có hại thì cũng vô ích.

Bởi vậy, để thay đổi thái độ học tập của học sinh và sinh viên, từ thụ động sang chủ động, các thầy cô giáo phải thay đổi, trước hết, cách thức kiểm tra và thi cử, ở đó, trọng tâm không phải là kiểm tra kiến thức mà là khả năng phân tích và tổng hợp tài liệu. (Bởi vậy, lối kiểm tra hay thi *open book* - tự do mang tài liệu vào phòng thi – nên được khuyến khích.)

Các loại đề thi có tính chất phân tích và tổng hợp đòi hỏi học sinh và sinh viên đọc nhiều. Nhưng việc đọc của học sinh và sinh viên cũng cần được hướng dẫn: họ phải biết họ cần đọc gì cho mỗi đề tài được giảng dạy trong lớp. Bởi vậy, việc cung cấp danh sách các những tài liệu tham khảo cần thiết phải trở thành một trong những nội dung chính của chương trình giảng dạy.

Học sinh và sinh viên không những cần được hướng dẫn đọc những gì mà còn cần được giúp đỡ cách phân tích những tài liệu mình đã đọc. Bởi vậy, thầy cô giáo cần thay đổi cách thức giảng dạy: tạo cơ hội cho học sinh và sinh viên thảo luận về các tài liệu tham khảo, qua đó, giúp họ rèn luyện cách đọc văn bản, phân tích các dữ kiện và đối chiếu cũng như tổng hợp kiến thức từ nhiều nguồn khác nhau. Tất cả những sự thay đổi - từ sự thay đổi trong cách kiểm tra và thi đến những thay đổi trong chương trình và cách thức giảng dạy - kể trên chỉ có thể có hiệu quả với một điều kiện: có đủ tài liệu tham khảo cho học sinh và sinh viên.

Không thể đòi hỏi học sinh hay sinh viên phải biết rộng nếu họ không có sách hay báo để đọc. Một cuộc cải cách giáo dục, do đó, phải được đi kèm với những sự cải cách trong hệ thống thư viện.

Bởi vậy, chỉ thị đòi chấm dứt lối dạy đọc-chép trong vòng hai năm tới mà Phó thủ tướng kiêm Bộ trưởng Giáo dục – Đào tạo Nguyễn Thiện Nhân công bố vào đầu tháng 9 năm 2009 chỉ là một lời hô hào rỗng tuếch nếu nó không gắn liền với bất cứ một thay đổi nào khác từ hệ thống thư viện đến cách ra đề trong các cuộc thi.

Bảo thầy cô giáo không được dạy theo lối đọc-chép và bảo học sinh, sinh viên không nên học thuộc lòng mà trong các kỳ thi, các câu hỏi chỉ tập trung vào việc kiểm tra trí nhớ như ở trên thì chỉ là một cách đánh lừa người đi học. Không có gì lạ khi vài năm hoặc vài chục năm sau một Bộ trưởng Giáo dục – Đào tạo khác lại lên tiếng hô hào y như thế.

Chúng đã lặp đi lặp lại ở Việt Nam từ cả hơn nửa thế kỷ nay rồi!

Muốn trung thực cũng khó

Một đề thi Văn trong kỳ thi đại học tại Việt Nam năm 2009 gây khá nhiều xôn xao trong dư luận.

Đó là câu hỏi số 2: "Trong thư gửi thầy hiệu trưởng của con trai mình, Tổng thống Mĩ A. Lin-côn (1809-1865) viết: 'Xin thầy hãy dạy cho cháu biết chấp nhận thi rớt còn vinh dự hơn gian lận khi thi.' (Theo *Ngữ văn 10*, Tập hai, NXB Giáo dục, 2006, tr.135). Từ ý kiến trên, anh/chị hãy viết một bài văn ngắn (không quá 600 từ) trình bày suy nghĩ của mình về đức tính trung thực trong khi thi và trong cuộc sống."

Xôn xao, trước hết, vì người ta khám phá bức thư nói là gửi cho thầy hiệu trưởng ấy, thật ra, không phải do Abraham Lincoln viết. Xôn xao vì một lẽ khác nữa: vấn đề đặt ra trong đề thi trái ngược hẳn với thực tế cuộc sống tại Việt Nam, và do đó, chắc chắn sẽ gây khó khăn không ít cho học sinh.

Tôi không đề cập đến khía cạnh thứ nhất; chỉ xin tập trung vào khía cạnh thứ hai.

Ai cũng biết gian lận là một thói xấu.

Gian lận trong thi cử lại càng là một thói xấu cần được ngăn chặn và trừng phạt.

Không phải gian lận trong thi cử gây tác hại cho xã hội nhiều hơn các hình thức gian lận khác. Mà, lý do chính là vì gian lận trong thi cử, ở lứa tuổi học trò, lúc các em đang trong quá trình được uốn nắn về đạo đức, sẽ có tác hại lâu dài trong việc hình thành tính cách của các em về sau. Có thể nói một thanh thiếu niên gian lận trong việc học tập và thi cử rất khó có thể trở thành một người ngay thẳng ở tuổi trưởng thành được.

Bởi vậy không ai có thể phàn nàn về một đề thi nhằm phê phán sự gian lận. Càng không ai có thể phàn nàn nếu trong lớp học, học sinh được dạy dỗ về tính trung thực.

Có lẽ ở đâu người ta cũng dạy như thế. Tại Úc, ở tất cả các trường đại học, mỗi lần sinh viên nộp bài, họ đều phải ký tên xác nhận về sự trung thực của họ: không đạo văn và không sử dụng bài làm cũ đã từng nộp ở đâu đó rồi.

Có lẽ không phải chỉ ở Úc. Ở hầu hết các nước Tây phương đều thế. Chỉ có điều là, việc giáo dục trong nhà trường không thể tách rời với môi trường đạo đức trong xã hội.

Cái khó đối với các em học sinh ở Việt Nam khi học bài học về tính trung thực là ở chỗ này: Ở đâu các em cũng thấy sự giả dối và gian lận. Hơn nữa, ở đâu sự giả dối và gian lận cũng chiến thắng. Chiến thắng hiểu theo nghĩa là thành công về cả vật chất lẫn tinh thần, vừa có tiền vừa có quyền lại vừa được tôn trọng.

Trong một bài viết được đăng rộng rãi trên nhiều trang mạng, Bùi Hoàng Tám đóng vai học trò viết bài luận văn về đề tài nêu trên. Ông phân tích:

Vâng. Giả dối là nỗi quốc nhục nhưng buồn thay, chúng ta đang phải sống chung với sự giả dối dù trong sâu thẳm, mỗi người đều khao khát được sống trung thực với mọi người, trung thực với chính mình. Thế nhưng ai cho họ sự trung thực? Làm sao có thể sống trong sự trung thực khi xung quanh tràn lan sự lọc lừa, dối trá?

Ông nêu dẫn chứng: Ngay khi đứa bé còn nằm trong bụng mẹ, nó đã biết đến sự gian lận qua việc bố mẹ lo lót cho bác sĩ siêu âm để biết bào thai là trai hay gái; mới chào đời, còn nằm trong bệnh viện, bố mẹ đã phải lo lót cho y tá để cô ta tắm đứa bé nhẹ nhàng; lên hai tuổi, muốn đi nhà trẻ, bố mẹ cũng phải hối lộ; lớn lên, đi học, từ tiểu học đến đại học, ở đâu cũng có cảnh đưa "phong bì". Cả đến chung sự, cũng cần đưa "phong bì" để có được một chỗ nằm trong nghĩa địa.

Bùi Hoàng Tám kết luận: "Hành trình làm người là hành trình giả dối."[1]

Trong xã hội, ai cũng giả dối.

Nhưng giả dối nhất là ai?

Ở Việt Nam, người ta thường nói: đó là cái loa ở góc phố, cái loa suốt ngày đêm ra rả những điều không thực.

Gần đây, số lượng những cái loa ấy giảm dần. Nhưng chúng không biến mất. Chúng vẫn còn chình ình trên ti vi, trên mặt báo. Chúng vẫn còn chói lói trên các đài phát thanh

---

[1] http://ngominhblog.wordpress.com/2009/08/02/em-bi%E1%BA%BFt-b%E1%BB%99-tr%C6%B0%E1%BB%9Fng-s%E1%BA%BD-im-l%E1%BA%B7ng/

từ trung ương xuống địa phương. Chúng hoá thân thành trang mạng. Chúng cũng nét-hoá. Cũng blog-hoá. Cũng rất hiện đại.

Chúng tràn vào sách giáo khoa. Chúng trào ra từ miệng các thầy cô giáo. Chúng ngập ngụa trong các bài diễn văn chính trị đọc long trọng trong các hội trường.

Không thể dạy học sinh phải trung thực khi toàn bộ đời sống xã hội chung quanh các em được xây dựng trên nền tảng của sự giả dối và gian lận. Sẽ không có em học sinh nào thực sự biết quý trọng sự trung thực khi các em, từ nhỏ đến lớn, lúc nào cũng chứng kiến cảnh những người trung thực thì bị thiệt thòi, thậm chí, bị trù dập và khinh bỉ, trong khi những kẻ giả dối và gian lận thì có chức, có quyền, có tiền và có tiếng, không những không bị lên án mà còn được tôn trọng, đi đâu cũng có kẻ hầu người hạ.

Tuy nhiên, điều đáng nói là sự giả dối và gian lận không phải chỉ tồn tại ở ngoài học đường. Chúng còn hiện hữu ngay trong lớp học. Đáng kể nhất: chúng tồn tại ngay trong chương trình và cách thức giảng dạy.

Có thể nói hầu hết các bài học thuộc nhân văn, đặc biệt bộ môn chính trị mà tất cả các em, bất kể ban ngành gì, cũng bị bắt buộc phải học, là những sự dối trá và gian lận.

Dối trá và gian lận từ những việc chọn lựa sự kiện xã hội đến việc diễn dịch và đánh giá các sự kiện ấy.

Thời kháng chiến chống Pháp, nhà văn Nguyên Hồng được dạy là nông dân lúc nào cũng yêu nước và thành thực, nhưng, thực tế ông chứng kiến lại khác hẳn. Ông tâm sự với Vũ Đức Phúc: "Tao ra chợ chỉ thấy toàn hàng buôn lậu."[1]

Bây giờ học sinh các cấp cũng được học như vậy. Học: chủ nghĩa xã hội rất tiến bộ. Thấy: nước xã hội chủ nghĩa nào cũng lạc hậu và nghèo đói. Học: trong xã hội xã hội chủ nghĩa, "người với người sống để yêu nhau" (thơ Tố Hữu). Thấy: ở đâu người dân cũng bị chà đạp và bóc lột thậm tệ. Học: cán bộ là đầy tớ của nhân dân. Thấy: cán bộ nào cũng nhà cao cửa rộng, giàu có và đầy quyền lực, lúc nào cũng đè đầu cưỡi cổ nhân dân. V.v…

Trong bộ môn Văn Học, các em cũng học nói dối ở những hình thức tinh vi nhất.

Những cảnh được miêu tả trong các tác phẩm văn học, nhất là những tác phẩm được viết theo phương pháp hiện thực xã hội chủ nghĩa, phương pháp sáng tác chính thống từ sau năm 1948, đặc biệt, từ sau 1954, đầy những sự giả dối.

Tuy nhiên, đó chỉ là một khía cạnh. Khía cạnh nhỏ.

Quan trọng hơn là cách cấu tạo chương trình và cách thức giảng dạy.

Ở cấp phổ thông, học sinh được học thật nhiều các tác phẩm văn học khác nhau, nhưng trừ những bài thơ ngắn, hiếm khi các em được học trọn vẹn một tác phẩm nào. Hầu hết chỉ được học các đoạn trích. *Truyện Kiều* cũng trích đoạn. *Tắt đèn* cũng trích đoạn. *Chí Phèo* cũng trích đoạn.

---

[1] Cách mạng kháng chiến và đời sống văn học, 1945-54, nxb Khoa Học Xã Hội, Hà Nội, 1995, tr. 219.

Nhưng không thể hiểu một tác phẩm văn học qua các trích đoạn ngắn ngủi như thế được. Kiến thức của các em, dù muốn hay không, cũng được bổ sung bằng các đoạn kể của các thầy cô giáo.

Thành ra, nói là các em học văn học nhưng trên thực tế, các em không tiếp cận với các tác phẩm ấy. Các em chỉ phân tích dựa trên những lời kể của các thầy cô giáo.

Ngay chính các thầy cô giáo cũng chưa chắc đã đọc những tác phẩm ấy. Có khi, nếu không muốn nói nhiều khi, các thầy cô giáo cũng kể qua lời kể tóm tắt trong các tài liệu hướng dẫn giảng dạy đâu đó.

Thử tưởng tượng cảnh này: trong cả nước, ở mọi lớp học, cả thầy lẫn trò đều say sưa sôi nổi phân tích, bàn luận, đánh giá về *Truyện Kiều* nhưng cả thầy lẫn trò đều không hề đọc *Truyện Kiều*.

Không đọc, nhưng ai cũng làm như mình biết rõ về *Truyện Kiều*, thậm chí, từ phía các thầy cô giáo, đầy thẩm quyền về *Truyện Kiều*.

Đó là sự nói dối chứ còn gì nữa?

Không đọc mà làm như mình đã đọc. Không biết mà làm như mình đã biết. Chỉ nhai lại mà làm như tự mình nghĩ ra. Đó là lối giáo dục giả dối và gian lận chứ còn gì nữa?

Được đào luyện trong một lối giáo dục giả dối và gian lận như thế làm sao đòi hỏi con người có được sự trung thực trí thức chứ?

Bởi vậy, để giáo dục sự trung thực, người ta không những cần cải thiện xã hội mà còn phải thay đổi cả chiến lược giảng dạy trong nhà trường nữa.

Nhưng ai sẽ làm điều đó?

Cần giáo dục về sự xấu hổ

Từ năm 1945, đặc biệt từ năm 1954, người Việt Nam, nhất là ở miền Bắc và sau đó, từ năm 1975, trong cả nước, không ngớt được/bị giáo dục về lòng tự hào. Tự hào về bốn hay năm ngàn năm văn hiến. Tự hào về tài đánh giặc, hết giặc Tống đến giặc Minh, giặc Thanh, giặc Chiêm, rồi cuối cùng, giặc Pháp và giặc Mỹ.

Ngoài ra, người Việt Nam còn tự hào về tài trí của mình, bao gồm cả tài văn chương, với những tên tuổi có thể làm lu mờ truyền thống lừng lẫy của thời Tiền Hán và Thịnh Đường bên Trung Quốc.

Tự hào. Lúc nào cũng tự hào. Sách viết về đất nước và con người Việt Nam lúc nào cũng rực lên ánh tự hào. Có những điều tự hào có thực và cũng có không ít những điều chỉ do tưởng tượng.

Câu nói "ra ngõ gặp anh hùng" hay "nhiều người ngoại quốc mơ ước sáng ngủ dậy thấy mình là người Việt Nam" được lặp lại lặp lại từ học đường đến các phương tiện truyền thông đại chúng.

Tuy nhiên, theo tôi, đã đến lúc nên có chính sách giáo dục người Việt Nam về lòng xấu hổ.

Thật ra, nói "theo tôi" là một cách nói hơi cường điệu. Rõ ràng, tôi không phải là người đầu tiên và càng không phải là người duy nhất nói lên điều đó.

Trước, từ giữa thập niên 1980, đạo diễn Trần Văn Thuỷ đã nhấn mạnh vào nhu cầu giáo dục lòng xấu hổ. Trong cuốn phim tài liệu *Chuyện tử tế* nổi tiếng, Trần Văn Thuỷ đã so sánh việc giáo dục tại Nhật và tại Việt Nam: Trong khi ở Nhật, một quốc gia tiến bộ và giàu mạnh nhất châu Á, trẻ em luôn được giáo dục là đất nước của họ rất nghèo tài nguyên và bị thua trận một cách nhục nhã, thì tại Việt Nam, một quốc gia thuộc loại lạc hậu và nghèo đói nhất trên thế giới, trẻ em, ngược lại, lại luôn được giáo dục một cách đầy tự hào: tài nguyên thì giàu có, lịch sử thì rực rỡ, con người thì anh hùng, tài trí thì vô song, v.v…

Cũng trong thập niên 1980, sau *Chuyện tử tế* một tí, trong bài "Nhìn từ xa… Tổ quốc", nhà thơ Nguyễn Duy cũng nói đến hiện tượng "bội thực tự hào", hơn nữa, "ngộ độc tự hào" của người Việt Nam.

Ông chỉ ra những điều nghịch lý: "xứ sở thông minh / sao thật lắm trẻ con thất học", "xứ sở thật thà sao thật lắm thứ điếm", "xứ sở cần cù / sao thật lắm Lãn Ông", "xứ sở bao dung / sao thật lắm thần dân lìa xứ", "xứ sở kỷ cương / sao thật lắm vua / vua mánh - vua lừa - vua chôm - vua chỉa / vua không ngai - vua choai choai - vua nhỏ". Nhưng trên tất cả là nghịch lý: Trong tuyên truyền, lúc nào cũng "hát đồng ca": "Ta là ta mà ta vẫn mê ta", trong khi đó, trên thực tế, ai cũng biết: "Thần tượng giả xèo xèo phi hành mỡ / ợ lên thum thủm cả tim gan".

Tuy nhiên, xin lưu ý: Trần Văn Thuỷ và Nguyễn Duy không phải là những người đầu tiên phê phán bệnh tự hào và đặt vấn đề về nhu cầu giáo dục lòng xấu hổ.

Ngay từ đầu thế kỷ 20, các nhà nho cấp tiến đã nhận ra được điều đó. Trong các tác phẩm của mình, cả Phan Châu Trinh lẫn Phan Bội Châu đều nhiều lần nhấn mạnh đến cái ngu và cái hèn của người Việt Nam. Hãy thử đọc lại đoạn văn này của Phan Châu Trinh:

Nhân dân nước Nam bây giờ, ngu xuẩn như trâu như ngựa, tha hồ cho người ràng trói, cho người đánh đập, có miệng mà không dám kêu, gần chết mà không dám than thở.[1]

Việt Nam hiện nay là một quốc gia độc lập. Tuy nhiên, trên rất nhiều phương diện, so với mặt bằng chung của thế giới cũng như so với chính tiềm năng và tiềm lực mà chúng ta có, có rất nhiều điều khiến chúng ta phải xấu hổ.

Cần xấu hổ về trình độ phát triển của Việt Nam hiện nay vốn rất thấp không những so với thế giới mà còn so với cả các quốc gia láng giềng của chúng ta ở châu Á.

Cần xấu hổ về khoảng cách giàu nghèo phi lý và bất nhẫn giữa thành thị và nông thôn, giữa cán bộ và người lao động bình thường không có quyền thế và thân thế.

---

1 Trích theo Đặng Thai Mai, *Văn thơ cách mạng Việt Nam đầu thế kỷ 20*, nxb Văn Học, Hà Nội, 1974, tr. 85.

Cần xấu hổ về tinh thần vô kỷ luật, thậm chí, rất kém văn hoá nhan nhản khắp nơi, từ công tư sở đến ngoài đường phố, từ cách làm việc đến cách đi lại.

Cần xấu hổ về sự hoành hành của nạn tham nhũng ở mọi cấp.

Cần xấu hổ về những cách hành xử của nhà cầm quyền: nhu nhược đối với nước ngoài, đặc biệt với Trung Quốc, nhưng lại độc tài và tàn bạo ngay với những người tha thiết nhất đối với chủ quyền và sự toàn vẹn lãnh thổ của Việt Nam.

Theo tôi, không chừng xấu hổ nên được xem là một đức hạnh cần thiết nhất hiện nay.

Trong chừng mực nào đó, có thể nói, người Việt Nam hiện nay nên được chia thành hai loại: Loại biết xấu hổ và loại không biết xấu hổ.

Giận thay, chính những kẻ không biết xấu hổ ấy lại đang không ngừng rao giảng chân lý, công lý và đạo lý.

Nghĩ về một bài luận văn bị điểm 0

Ở trong nước, đầu năm 2013, dư luận khá xôn xao về một bài luận văn của một học sinh lớp 12 tên Vũ Hoàng L. Xôn xao vì bài văn ấy "hồn nhiên", "thô thiển" và "tục tĩu" đến độ khiến người ta phải "giật mình", hơn nữa, "choáng váng".

Về đề tài giáo viên cho *"Em hãy trình bày suy nghĩ của em về hiện tượng nói tục chửi bậy trong học đường hiện nay"*, em học sinh ấy đã nhập đề bằng cách tự hỏi và tự trả lời:

Nhắc đến vấn đề nói tục chửi bậy thì nó là một trò bình thường, vãi. Mục đích của nó là gì? Ý nghĩa của nó là chi? Để mọi người có thể mắng nhiếc ư? Không! Thế thì bạn bè đã đ...chửi nhau. Sao? Đấy chỉ là một số thằng à? CCC. Đ... ai mà chả nói tục chửi bậy.

Theo tường thuật trên báo chí, ở đoạn sau đó, học sinh này thừa nhận: *"Mình cũng hay nói bậy lắm"*, rồi phân bua:*"Trường hợp nào chúng ta cũng có thể nói bậy. Cơ bản là vì nó ăn sâu vào máu rồi, người nào mà chẳng chửi..."*[1]

Bản tin cũng cho biết, bài luận văn ấy đã bị điểm 0 với lời phê của giáo viên: "Cần xem lại đạo đức bản thân".

Bản tin về bài luận văn đầy những "tiếng lòng thô tục đang rất 'thịnh hành' trong giới trẻ hiện nay" ấy được đăng tải trên nhiều tờ báo khác nhau. Ở đâu nó cũng bị phê phán một cách gay gắt. Phần lớn đều cho là cách viết như thế "không thể chấp nhận được". Một số người đi xa hơn, cho là nó phản ánh sự "xuống cấp đáng thất vọng về nhận thức và đạo đức của một bộ phận học sinh hiện nay." Một người khác, đi xa hơn nữa, cho đó là sự xuống cấp của xã hội với hiện tượng "ngay cả những người có học hàm học vị cao vẫn giữ thói quen 'đệm chữ' khi nói chuyện với người quen và coi chuyện đó rất đỗi bình thường."[2]

Tôi không muốn biện hộ hay bênh vực cho em học sinh ấy. Đã lớp 12 rồi mà viết văn như vậy quả là một điều rất

---

1   http://vietnamnet.vn/vn/giao-duc/103714/choang-voi-bai-van-tuc-tiu-cua-hoc-sinh-lop-12.html

2   http://thebox.vn/Phong-Cach/Xon-xao-bai-van-Ai-chang-chui-bay/26212.html

đáng kinh ngạc. Nhưng tôi không kinh ngạc về sự tục tĩu của em. Tôi chỉ kinh ngạc vì cái dốt của em. Và cả của thầy (cô?) giáo của em nữa.

Trước hết, cần lưu ý: hiện tượng học sinh nói tục là một hiện tượng khá bình thường. Dĩ nhiên, đó là điều không tốt. Nhưng vẫn bình thường. Ở đâu và thời nào cũng thế. Thời tôi còn học trung học, nhất là những năm đầu trung học (cấp 2), rất nhiều bạn bè tôi cũng thường nói tục. Cứ mở miệng ra là nói tục. Những chữ Đ.M. được sử dụng nhiều như những dấu chấm, dấu phẩy trong câu văn. Nhớ, lúc tôi học lớp 6 hay lớp 7 gì đó, thầy giáo ra lệnh là ai nghe bạn bè nói tục thì báo cho thầy biết; thầy sẽ phạt. Một lần, có đứa hỗn hển chạy lại thầy tố: "Thưa thầy, Đ.M., thằng Minh nói Đ.M. em! Em nói 'Không được' mà, Đ.M., nó cứ nói hoài." Ở Úc, ở lứa tuổi đó, học sinh cũng rất hay nói tục. Các nhà tâm lý học và giáo dục học cho điều đó không có gì đáng hốt hoảng cả. Đến lứa tuổi nào đó, tự dưng người ta bị khủng hoảng về bản sắc, muốn tự khẳng định mình, muốn tự xem mình là "người lớn", muốn tỏ ra ngang tàng… Thế là người ta nói tục. Thông thường, vài năm sau, hiện tượng ấy tự dưng biến mất.

Tuy nhiên, hiện tượng viết tục như em học sinh trên vẫn bất bình thường. Bất bình thường ở hai điểm: Một, học lớp 12, em đã khá lớn tuổi; và hai, điều này mới quan trọng: em dám sử dụng cái thứ ngôn ngữ tục tĩu ấy vào bài viết.

Đi dạy cả mấy chục năm, tôi có kinh nghiệm về điều này: Ở Việt Nam (trước đây) cũng như ở Úc, không hiếm học sinh và sinh viên, ở ngoài đời, với những mức độ nhiều ít khác nhau, vẫn nói tục; nhưng khi cầm bút viết, nhất là viết luận văn (theo phong cách academic!) thì hầu như không ai chêm những thứ tiếng "Đức" hay tiếng "Đan Mạch" ấy cả. Người ta tự động kiểm duyệt. Người ta biết chúng không phải chỗ. Người ta biết người ta cần sử dụng một thứ ngôn ngữ khác với ngôn ngữ bình thường hằng ngày, với bạn bè.

Tôi cho lý do chính khiến em học sinh ấy viết như vậy là vì em không phân biệt được sự khác nhau giữa văn nói và văn viết.

Nếu đúng như vậy, khuyết điểm chính của em không phải là ở "đạo đức". Mà là ở kiến thức.

Ở đây, chúng ta có thể đặt ra câu hỏi khác: Liệu các thầy cô có dạy cho các em phân biệt hai lối văn ấy hay không? Trong các xứ nói tiếng Anh, hai khái niệm "spoken English" và "academic English" được phân biệt rất rõ. Học sinh nào cũng được dạy và cũng phải biết. Còn ở Việt Nam? Hình như không. Bởi vậy, không có gì đáng sửng sốt khi có những học sinh viết y như cách các em nói chuyện hàng ngày. Lỗi, nhất định không thuộc về các em.

Trong các lời nhận xét trên báo chí, tôi chưa thấy ai đặt vấn đề với lời phê của giáo viên: "Cần xem lại đạo đức bản thân".

Đứng về phương diện sư phạm, lời phê ấy hoàn toàn sai.

Sai ở hai điểm:

Thứ nhất, sai về nguyên tắc. Một trong những nguyên tắc đầu tiên và căn bản nhất mà giáo viên cần được học khi phê bài viết hay bài làm của học sinh / sinh viên là: Chỉ tập trung vào sản phẩm và không được nhắm vào con người; chỉ nói về những ưu và khuyết điểm của bài viết chứ không được phê phán tính cách của các em. Những cách phê như "Em chậm hiểu quá!" hay "Em dốt", "Em ngu quá!" đều tuyệt đối bị cấm.

Thứ hai, sai về cách đánh giá. Nói tục hay viết tục dĩ nhiên là không nên. Nhưng nó chỉ thuộc phạm trù văn hóa chứ không phải là đạo đức; hoặc, nếu khó tính, xem đó là chuyện đạo đức thì cũng nên nhớ, trong thang đạo đức, đó là những điều ít xấu nhất. Một người nói tục chắc chắn không xấu bằng một tên ăn cắp. Đúng không? Nếu đúng, một học sinh viết tục và một học sinh đạo văn, ai cần bị phê phán hơn ai?

Bởi vậy, tôi cho qua hiện tượng học sinh viết bài văn tục tĩu như trên, vấn đề đáng báo động không phải là chuyện "đạo đức bản thân" của học sinh. Mà là ở nền giáo dục hiện nay.

Cái màng trinh của trường Đại học FPT

Trên báo chí Việt Nam tháng 4, 2012, nhiều người bàn cãi khá sôi nổi về một đề luận văn trong kỳ thi sơ tuyển của trường đại học tư thục FPT (của tập đoàn công nghệ thông tin và truyền thông Financing and Promoting Technology Corp.) ngày 8 tháng 4 năm 2012.

Đề luận như sau:

Trong kiệt tác Truyện Kiều, đại thi hào Nguyễn Du đã từng chia sẻ quan niệm của mình thông qua phát ngôn của nhân vật Kim Trọng về "chữ trinh":

"Xưa nay trong đạo đàn bà / Chữ trinh kia cũng có ba bảy đường / Có khi biến, có khi thường / Có quyền, nào phải một đường chấp kinh" cho dù chính ông cũng từng khẳng định: "Đạo tòng phu lấy chữ trinh làm đầu".

Ngày xưa, nếu cô dâu bị mất trinh thì coi như mất hết, hôn nhân đổ vỡ, người vợ bị đem trả lại. Nhưng ngày nay, đối với nhiều bạn trẻ, cái màng trinh không còn ý nghĩa quan trọng như thế, thậm chí nhiều người còn ủng hộ quan điểm tình dục trước hôn nhân.

Vậy theo bạn, người phụ nữ có nhất thiết phải phải giữ trinh tiết trước khi về nhà chồng? Và hạnh phúc thật sự của một cuộc hôn nhân có phụ thuộc vào việc người phụ nữ còn trinh hay không?

Hãy viết một bài luận để phát triển quan điểm của bạn về vấn đề này. Hãy củng cố quan điểm và lập luận của mình bằng các ví dụ từ sách báo và các quan sát của bạn trong cuộc sống.

Đối với đề luận ấy, dư luận được chia thành hai nhóm.

Thứ nhất, nhóm chống đối kịch liệt, bao gồm phần lớn những người thuộc giáo giới. Giáo sư Trần Đình Sử cho đề luận ấy không đáp ứng được ba yếu tố căn bản của một đề thi: tri thức, thẩm mỹ và giáo dục. Về tri thức, người ra đề đồng nhất lời nói của nhân vật với quan điểm của tác giả. Về thẩm mỹ, người ta đã "tầm thường hóa" vấn đề trinh tiết (đồng nhất nó với màng trinh) và "dung tục hóa" một vấn đề đạo đức thiêng liêng. Cuối cùng, về giáo dục, vô tình hay cố ý, với cách ra đề như thế, người ta "vẽ đường cho hươu chạy", "đi ngược lại thuần phong mỹ tục của đất nước." Giáo sư Nguyễn Minh Thuyết thì cho đề luận ấy "yếu kém đến ngô nghê về chuyên môn", là "một sự xúc phạm văn chương của bậc thi hào" và "thô tục đến khó chấp nhận". Phó giáo sư Văn Giá thì cho rằng người ra đề "mắc sai lầm nghiêm trọng" là "không giấu được chủ kiến của mình" (đó là khuyến khích cho quan hệ tình dục trước hôn nhân). Còn Tiến sĩ Trịnh Tuyết thì cho đề luận ấy vừa thiếu tính khoa học vừa thiếu tính giáo dục.

Thứ hai, nhóm bênh vực, bao gồm khá nhiều độc giả vô danh, những người cho việc phản đối đề thi về "trinh tiết" phản ánh một thái độ "cổ hủ". Nhà văn Nguyên Ngọc, chủ tịch Hội đồng Quản trị trường Đại học Phan Châu Trinh, cho biết ông hoàn toàn ủng hộ cách ra đề thi như thế. Ông cho đó là điều bình thường vì "Sinh viên đã trưởng thành, đã là công dân, đã 18 tuổi, thì có thể chủ động suy nghĩ một vấn đề trong cuộc sống. Vấn đề tình dục là một vấn đề của con người, sinh viên cũng phải suy nghĩ, tôi thấy không có sao."

Tôi cũng đồng ý với Nguyên Ngọc. Ở Tây phương, các đề tài nghị luận xã hội như thế rất thường thấy, không phải chỉ ở đại học hay các kỳ thi vào đại học mà còn ở cả cấp trung học nữa. Lý do là vì, dù đồng ý hay không, người ta cũng không thể phủ nhận một thực tế là quan hệ tình dục tiền-hôn nhân của thanh thiếu niên càng ngày càng trở nên phổ biến, không phải ở Tây phương mà ngay cả ở Việt Nam; không phải chỉ ở thành thị mà ngay cả ở nông thôn. Một nền giáo dục lành mạnh không thể né tránh mãi cái thực tế ấy được.

Tuy nhiên, tôi lại không đồng tình với cách ra đề của Đại học FPT.

Chuyện dẫn *Truyện Kiều*, thật ra, cũng chẳng sao. Đọc, ai cũng thấy ngay là nội dung câu hỏi không nhằm việc phân tích *Truyện Kiều*. Tác giả ra đề chỉ mượn mấy câu phát ngôn trong *Truyện Kiều* như một cái cớ nhằm khơi gợi cảm hứng cũng như gợi ý cho học sinh. Để học sinh thấy đó không phải là một vấn đề đơn giản, chỉ có một câu trả lời duy nhất. Thì cũng được. Không nên cho đó là một cách xúc phạm Nguyễn Du hay *Truyện Kiều.*

Nhưng tôi vẫn thấy cách diễn đạt trong đề thi có cái gì không thích hợp. Nếu là văn nói thì không sao. Nếu là một bài báo thì cũng không sao. Nhưng với tư cách một đề thi, trong môi trường giáo dục, cách sử dụng ngôn ngữ cần nghiêm túc hơn. Ở Tây phương, ví dụ trong tiếng Anh, người ta phân biệt hai lối viết: theo phong cách khẩu ngữ và theo phong cách học thuật (academic). Tất cả các bài luận văn đều đòi hỏi phải được viết theo phong cách học thuật. Sự đòi hỏi ấy không thể đáp ứng được nếu ngay trong đầu đề tính chất học thuật đã bị vi phạm.

Quan trọng hơn, tôi cho những người ra đề dường như không biết cách ra đề. Không biết cách vì không phân biệt được các loại đề luận văn khác nhau.

Đề thi nêu lên hai câu hỏi. Câu thứ nhất, *"người phụ nữ có nhất thiết phải giữ trinh tiết trước khi về nhà chồng"*, thoạt nhìn, có vẻ như một câu hỏi mở, thiên về lý thuyết. Nhưng khi, tiếp theo sau đó, lại là câu hỏi khác, *"hạnh phúc thật sự của một cuộc hôn nhân có phụ thuộc vào việc người phụ nữ còn trinh hay không?"*, nó lại bị thu hẹp lại ngay: người ra đề chỉ nhìn vấn đề trinh tiết trong quan hệ với hạnh phúc gia đình. Mà hạnh phúc ở đây lại lệ thuộc vào việc chấp nhận hay không chấp nhận của người chồng. Vô tình, các câu hỏi lại nhằm tôn vinh vấn đề nam quyền vốn từ lâu đã bị đặt thành nghi vấn. Trong khi đó, vấn đề trinh tiết, tự bản chất, gắn liền với nhiều quan hệ và có thể được nhìn theo nhiều khía cạnh khác nhau, trong đó có những quan hệ và khía cạnh quan trọng hơn hẳn: tình yêu, tình dục, bản sắc và quyền của phụ nữ, cũng như cả các vấn đề xã hội và y tế (xin lưu ý: Việt Nam là quốc gia có tỉ lệ thiếu nữ phá thai thuộc loại cao nhất thế giới!)

Quan trọng hơn nữa là hai lời yêu cầu kế tiếp: *"Hãy viết một bài luận để phát triển quan điểm của bạn về vấn đề này. Hãy củng cố quan điểm và lập luận của mình bằng các ví dụ từ sách báo và các quan sát của bạn trong cuộc sống."* Trong hai lời yêu cầu ấy, yêu cầu thứ hai rõ ràng là quan trọng nhất. Chúng làm cho bài luận biến thành một bài văn chứng minh thay vì một bài văn phân tích. Chứng minh từ các ví dụ lấy từ văn học và từ thực tế. Tuy nhiên, ở đây lại nảy sinh ra vấn đề. Thứ nhất, ai cũng biết, trong văn học Việt Nam, số lượng tác phẩm, nhất là tác phẩm được xem là kinh điển để học sinh phổ thông biết được, đề cập đến quan hệ giữa trinh tiết và hạnh phúc không nhiều. Thứ hai, làm cách nào học sinh có thể quan sát được những điều tế nhị như vậy trong cuộc sống hàng ngày? Làm sao họ biết được cặp vợ chồng nào hạnh phúc hay không hạnh phúc gắn liền với việc còn trinh hay mất trinh của người vợ? Nếu biết được thì họ biết được bao nhiêu trường hợp? Rất dễ thấy, để chứng minh cho một vấn đề như thế, người ta cần những cuộc điều tra xã hội học rộng rãi do các chuyên gia thực hiện. Thiếu kết quả các cuộc điều tra như thế, chắc chắn học sinh sẽ chỉ tán nhảm, chẳng hạn, em thấy anh/chị hay bạn bè hay hàng xóm của em có những phụ nữ đã có quan hệ tình dục với người khác trước khi lấy chồng mà vẫn hạnh phúc (hoặc không hạnh phúc). Tôi không thể hình dung được là các thầy cô giáo sẽ chấm các bài luận văn ấy như thế nào. Làm sao biết em nào viết đúng và em nào viết sai? Ví dụ của em nào là có tính thuyết phục, của em nào là không?

Một đề thi như thế không nên dẫn đến việc chứng minh (vì bất khả, so với trình độ của học thi và giới hạn ngặt nghèo của phòng thi và thời gian thi). Nó chỉ nên là một đề có tính chất phân tích để các em có thể đào sâu vào bản chất của trinh tiết vốn là một hiện tượng có tính chất văn hóa: Nó thay đổi theo từng nền văn hóa; và trong mỗi nền văn hóa, thay đổi theo từng thời đại. Việc phân tích nguyên nhân và diễn biến của những sự thay đổi ấy sẽ làm sáng tỏ nhiều vấn đề thú vị hơn hẳn.

Và cũng bổ ích hơn hẳn.

Tai hại của tham nhũng

Liên quan đến lãnh vực giáo dục ở Việt Nam, vào cuối tháng 5 năm 2010, có một sự kiện thu hút sự chú ý của quần chúng: cuộc hội thảo quốc tế về chống tham nhũng tại Hà Nội vào ngày 28 tháng 5.

Cuộc hội thảo do hai đơn vị cùng đứng ra tổ chức: Bộ Giáo dục và Đào tạo Việt Nam và Đại sứ quán Thụy Điển tại Hà Nội. Đọc các bài tường thuật đăng tải trên báo chí Việt Nam về cuộc hội thảo ấy, chúng ta bắt gặp một sự mâu thuẫn khá thú vị: trong khi các quan chức Việt Nam, từ Thứ trưởng Bộ Giáo dục và Đào tạo đến Thanh tra Chính phủ đều khẳng định vấn đề tham nhũng trong lãnh vực giáo dục tại Việt Nam không có gì trầm trọng, ý kiến của các chuyên gia cả Việt Nam lẫn quốc tế đều ngược lại.

Ông Rolf Bergman, Đại sứ Thuỵ Điển thì cho "tham nhũng vẫn tràn lan"; Đại sứ Úc thì cho biết tham nhũng làm thất thoát khoảng 1-2% tốc độ tăng GDP mỗi năm của Việt Nam; Đại sứ Thuỵ Sĩ thì nhắc nhở mọi người là theo "chỉ số công bố của Tổ chức minh bạch quốc tế năm 2009, Việt Nam được 2,77 điểm, đứng thứ hạng không cao trong số 180 nước so sánh."[1]

Các quan chức Việt Nam, ngược lại, cho các vụ tham nhũng trong lãnh vực giáo dục "không nhiều và quy mô không lớn": "Theo thống kê của Bộ GD&ĐT, từ năm 2006 đến nay có 8 hành vi tham nhũng tại các cơ sở giáo dục thuộc quản lý của Bộ GD&ĐT; 2 hành vi tham nhũng tại các cơ sở thuộc quản lý của Bộ, ngành khác; 13 sở GD&ĐT có phát hiện hành vi tham nhũng tại một số cơ sở do mình quản lý. Những hành vi này đã được phát hiện kịp thời và xử lý nghiêm."[2]

Ngoài các số liệu chắc chắn là không đáng tin nêu trên, một trong các lập luận mà giới chức Việt Nam đưa ra để biện hộ cho nhận định của họ là ngân sách giáo dục, sau khi trừ

---

[1] http://dantri.com.vn/c20/s20-398698/tham-nhung-vat-trong-giao-duc-bat-dau-tu-cu-xu.htm
[2] http://www.gdtd.vn/channel/2741/201005/Cac-sai-pham-trong-linh-vuc-giao-duc-la-ca-biet-1927531/

tiền lương, còn lại rất ít. Mà tiền cấp ít thì cơ hội tham nhũng cũng ít.[1]

Thật ra, lập luận như thế hoàn toàn không thuyết phục. Thứ nhất, không có chứng cứ nào cho thấy ngân sách ít thì tham nhũng ít cả. Đã đành là không có cán bộ nào trong lãnh vực giáo dục có thể bỏ túi cả mấy chục triệu đô la như các cán bộ trong lãnh vực ngân hàng, đầu tư hay xây dựng. Nhưng điều đó không có nghĩa là ngân sách ít thì có ít người tham nhũng. Tham nhũng vài trăm ngàn đô, vài chục ngàn đô, thậm chí, vài ngàn đô thì cũng vẫn là tham nhũng.

Thứ hai, ngân sách giáo dục thường phân tán, ở nhiều cấp và nhiều trường khác nhau; tính chất phân tán ấy là điều kiện thuận lợi cho tham nhũng: mỗi nơi cắn xé một ít. Rất khó kiểm soát và kiểm tra.

Thứ ba, nói đến tham nhũng, không thể giới hạn trong số tiền của nhà nước. Vòi vĩnh một cách bất chính tiền bạc của phụ huynh học sinh cũng là tham nhũng. Buôn bán bằng cấp, học vị, học hàm và chức tước trong ngành giáo dục cũng là tham nhũng. Mà ở khía cạnh này, cơ hội để tham nhũng lại nhiều vô cùng: không có lãnh vực nào có nhiều người tham gia như trong lãnh vực giáo dục.

Ở Việt Nam hiện nay có hơn 22 triệu học sinh. Cộng với gần hai triệu sinh viên đại học và hậu đại học. Rồi còn số lượng cực lớn các giáo viên và giáo sư nữa. Tất cả đều là những nguồn tiền, dù nhỏ, cho những kẻ tham nhũng.

---

[1] http://www.vnchannel.net/news/giao-duc/201005/tham-nhung-trong-giao-duc-nhieu-hay-it.185830.html

Bởi vậy, tham nhũng trong lãnh vực giáo dục khá phổ biến và cũng khá đa dạng. Theo Tiến sĩ Nguyễn Đình Cử thuộc Viện Dân số và các vấn đề xã hội, Đại học Kinh tế Quốc dân, chỉ riêng trong hệ thống giáo dục phổ thông, có đến 9 hình thức tham nhũng khác nhau: "chạy trường (năm 2006, muốn vào học trường Phổ thông Trung học Lê Quý Đôn, TP.HCM, mất 2000 USD); chạy điểm (vụ chạy điểm 553 triệu đồng ở Bạc Liêu); tham nhũng qua dạy thêm; lạm thu phí giáo dục; độc quyền xuất bản sách giáo khoa; tham nhũng trong tuyển dụng, đề bạt và luân chuyển giáo viên; rút ruột các công trình xây dựng (kiên cố hoá trường học phát hiện 14% phòng học gây thất thoát hơn 27 tỷ đồng); xà xẻo khi mua thiết bị dạy học; xà xẻo kinh phí dự án giáo dục."

Nguyễn Đình Cử chỉ giới hạn ở cấp phổ thông, từ tiểu học đến trung học. Còn ở đại học thì sao? Thì chắc chắn cũng đầy tham nhũng. Tham nhũng từ khâu tuyển sinh đến khâu tốt nghiệp. Muốn bảo vệ luận án thành công? Phải có quà cáp cho cả giáo sư hướng dẫn đến các giáo sư phản biện. Những điều này báo chí trong nước đã nói đến khá nhiều.

Viết đến đây, tôi sực nhớ một lần, năm 1996, nhà phê bình Đỗ Lai Thuý chở tôi đến nhà giáo sư Trần Quốc Vượng chơi. Buổi tối. Hôm đó Giáo sư Trần Quốc Vượng vừa mới được bổ làm chủ nhiệm Khoa Văn hoá học ở trường Đại học Quốc gia Hà Nội. Lâu rồi, tôi hoàn toàn không nhớ tối đó chúng tôi nói chuyện gì với nhau. Mà, thật ra, nói chuyện cũng không nhiều. Cuộc nói chuyện thường xuyên bị ngắt quãng bởi các cú điện thoại gọi đến Trần Quốc Vượng. Không biết những người bên kia nói gì. Tôi chỉ nghe giọng Trần Quốc Vượng gắt lên: "Để mai tính, mày!" hay "Bây giờ tao đang có khách!" Sau đó, có tiếng gõ cửa. Trần Quốc Vượng vừa mở cửa vừa la lớn: "Tao đã nói là tao đang có khách mà! Khách Việt kiều đấy nhé! Về đi!" Thế nhưng mấy người kia vẫn vào. Vẫn cười cười. Và vẫn nói nói. Từ dáng điệu đến giọng nói đều có vẻ gì vừa nịnh nọt vừa bẽn lẽn.

Qua câu chuyện của họ, tôi biết họ đang vận động cho các chức vụ trong cái Khoa mới vừa được thành lập. Trần Quốc Vượng, tính tình bỗ bã, vừa gắt gỏng vừa xua tay. Mấy người kia vẫn khúm núm năn nỉ. Đỗ Lai Thuý ngồi cắm cúi đọc cuốn sách anh mang theo. Tôi nhìn mông lung lên kệ sách và mấy bức tranh treo trên tường, nhưng vẫn lắng nghe câu chuyện với tất cả sự tò mò của một Việt kiều lần đầu tiên về nước. Trước, lúc ở Việt Nam, tôi cũng đã từng đi dạy học; nhưng, thú thực, tôi hoàn toàn không biết gì về những kiểu vận động cửa sau như vậy. Dạy học ở ngoại quốc, tôi lại càng không biết những vụ như vậy. Tối hôm đó, lần đầu tiên trong đời tôi biết thế nào là "chạy chọt".

Dĩ nhiên, kể lại chuyện trên, tôi không muốn nói Trần Quốc Vượng dính dáng đến tham nhũng. Không. Tuyệt đối tôi không có ý ấy. Tính cách ông không phải là người như vậy. Ông cũng không cần làm vậy. Điều làm tôi ngạc nhiên và để lại trong tôi ấn tượng sâu đậm nhất là cách thức vận động chức vụ ở Việt Nam: Luồn cúi và đi cửa sau. Trong lãnh vực giáo dục mà còn thế, huống gì các lãnh vực khác béo bở hơn? Trí thức mà còn thế, huống gì những người không phải là trí thức?

Đồng ý số tiền đút lót trong lãnh vực giáo dục chắc không nhiều. Nhưng số tiền nhỏ không có nghĩa là tác hại của chúng cũng nhỏ. Ngược lại. Có thể nói không ở đâu tham nhũng lại có tác hại lâu dài và sâu sắc cho bằng tham nhũng trong giáo dục. Một cán bộ ngành xây dựng tham nhũng, cùng lắm, làm cho công trình giảm chất lượng đi một tí. Giảm thì sửa. Một cán bộ thuế vụ tham nhũng, ngân sách nhà nước sẽ bị giảm đi một tí. Giảm thì bù. Một cán bộ hải quan tham nhũng, một số mặt hàng lậu có thể tràn vào nước; hại thì có hại, nhưng nói thực tình, trừ ma tuý, chúng cũng chẳng làm chết ai cả.

Còn tham nhũng trong giáo dục?

Qua cách chạy điểm và buôn bán bằng cấp, người ta sẽ tạo ra vô số những trí thức giả, vừa kém tài vừa kém tư cách, những kẻ sẽ góp phần phá huỷ bất cứ một dự án tốt đẹp nào của xã hội. Dạy học, họ sẽ là những thầy cô giáo dốt. Làm việc, họ sẽ là những cán bộ tồi. Khi cái dốt và cái tồi ngồi cao hơn vị trí vốn có của chúng, chúng trở thành gian.

Nhưng tai hại nhất là ở hai điểm này:

Thứ nhất, chúng tạo ra hoặc khoét sâu thêm các bất công trong xã hội. Nói đến chuyện bình đẳng, hầu như ai cũng thừa nhận: quan trọng nhất là sự bình đẳng trong các cơ hội giáo dục. Có cơ hội giáo dục là có cơ hội thăng tiến. Có cơ hội thăng tiến là có tương lai. Có tương lai là có tất cả. Với sự xuất hiện của tham nhũng, cơ hội giáo dục của rất nhiều người sẽ bị cướp mất: vì nghèo, họ không thể vào học được các trường có chất lượng cao; hay vì nghèo, không thể học thêm ngay với các thầy cô giáo đang đứng lớp, do đó, không thể có điểm cao; và cũng do đó, mất hẳn tự tin, chẳng hạn.

Nhưng tai hại thứ hai này mới thực sự lớn: chúng làm cho trẻ em, ngay từ nhỏ, đã mất hẳn niềm tin vào sự công bằng và công lý. Thi tuyển vào trường, các em biết kết quả không thuộc ở khả năng hay sự cố gắng của bản thân mà chủ yếu tuỳ thuộc vào quà cáp của bố mẹ. Ngồi trong lớp học, các em biết rõ thái độ của thầy cô giáo đối với mình sẽ khác hẳn đi không phải do hạnh kiểm bản thân mà do sự hào phóng của bố mẹ các em. Những bài học đầu đời, do đó, là những bài học xấu: mọi chuyện đều, có khi chỉ, được giải quyết bằng tiền. Và đồng tiền khôn luôn luôn là đồng tiền đi cửa sau.

Với những bài học đầu đời như vậy, tương lai các em sẽ ra sao?

Và đất nước sẽ ra sao?

Tiến sĩ dỏm ở Việt Nam

Giữa năm 2010, báo chí trong cũng như ngoài nước xôn xao bàn tán về cái bằng tiến sĩ dỏm của ông Nguyễn Ngọc Ân, giám đốc Sở Văn hoá - Thể thao - Du lịch tỉnh Phú Thọ. Ông Ân khoe là có bằng tiến sĩ do trường Đại học Nam Thái Bình Dương ở Mỹ cấp. Nhưng ông lại không biết tiếng Anh. Và trước đó, ông cũng chỉ có bằng cử nhân tại chức (xin nhớ câu nói đã thành tục ngữ ở Việt Nam: "Dốt như chuyên tu, ngu như tại chức!"). Vậy mà ông cũng có bằng tiến sĩ!

Ông học tiến sĩ bằng cách nào?

Ông kể: Ông học chương trình tiến sĩ từ tháng 2 năm 2007 đến tháng 9 năm 2009. Trong hơn hai năm rưỡi đó, ông sang Mỹ hai lần. Mỗi lần một tuần. Ông không biết tiếng Anh. Nhưng không sao cả: Đã có người phiên dịch. Khi ông bảo vệ "luận án", cũng có người phiên dịch. Cuối cùng, sau khi trả chi phí 17.000 đô Mỹ, ông cũng có bằng tiến sĩ để nộp cho Ban tổ chức tỉnh uỷ Phú Thọ. Từ đó, đi đâu ông cũng được giới thiệu là tiến sĩ ngon lành. Lại là tiến sĩ... ngoại! Ở Mỹ.

Giáo sư Nguyễn Văn Tuấn ở Úc đã nhanh chóng phát hiện cái gọi là trường Đại học Nam Thái Bình Dương ấy, thật ra, chỉ là một trường... dỏm. Tuy trên danh nghĩa là ở Hawaii (Mỹ) nhưng nó lại đăng ký ở Malaysia. Nó phỏng theo tên của một trường đại học đã bị chính phủ Mỹ buộc giải thể từ năm 2003 vì kém chất lượng. Nó nhái theo tên trường University of South Pacific ở Fiji. Nó không có giáo sư, không có giảng đường, không có giáo trình, thậm chí, không có cả chương trình học. Nó kém cỏi đến độ chỉ có mấy dòng tiếng Anh trên tấm bằng cũng viết sai. Không câu nào không có lỗi sai.[1] Nói một cách tóm tắt, đó là một trường dỏm. Hoàn toàn dỏm. Nó được lập ra để lừa gạt những kẻ hiếu danh nhưng lười biếng và nhẹ dạ. Nó không có chút giá trị gì cả.

Những kiểu trường dỏm như thế đầy dẫy khắp nơi. Trước đây, thỉnh thoảng tôi cũng nhận được email quảng cáo của những "trường" đại loại như vậy. Nội dung quảng cáo đại khái: "Bạn muốn có bằng Thạc sĩ hay Tiến sĩ không? Dễ lắm! Không cần phải học gì cả. Không cần có điều kiện gì cả. Giá rẻ và bảo đảm bí mật!" Sợ *virus*, chưa bao giờ tôi mở cái *link*

---

[1] http://nguyenvantuan.net/education/3-edu/943-them-bang-chung-ve-bang-gia-truong-dom

mà họ cho. Nhưng tôi biết không phải chỉ ở Việt Nam mà ở nhiều nơi khác, ngay tại Úc, cũng có nhiều người chấp nhận trò chơi mua danh kiểu ăn xổi ấy. Họ cũng đóng tiền và cuối cùng họ cũng có mảnh bằng để loè bà con và bạn bè. Nhưng tôi đoán số lượng những người ấy không nhiều. Lý do: Họ chẳng được gì cả. Ở Tây phương, hiếm có cơ quan nào dễ bị lừa bởi những cái bằng dỏm kiểu ấy. Kể cả dân chúng cũng không dễ gì bị lừa.

Nhưng ở Việt Nam thì chắc là nhiều. Báo *Sài Gòn Tiếp Thị* ngày 16 tháng 6 năm 2010 cho biết: riêng ở tỉnh Phú Thọ, có khoảng 10 người khác cũng làm bằng tiến sĩ kiểu như ông Ân.[1] Đó chỉ là trường Đại học Nam Thái Bình Dương, còn những trường dỏm khác nữa thì sao? Tổng cộng, có bao nhiêu người ghi danh và trả tiền để có được cái bằng tiến sĩ dỏm như thế? Hơn nữa, đó là ở tỉnh Phú Thọ, còn 62 tỉnh và thành phố khác nữa thì sao?

Hai câu hỏi không thể không đặt ra:

Một, ở Việt Nam hiện nay có bao nhiêu người có những cái bằng dỏm như của ông Ân?

Hai, trong kế hoạch đào tạo 20.000 tiến sĩ trong mười năm tới mà cựu Bộ trưởng Giáo dục Đào tạo kiêm Phó thủ

---

[1] Cuối bài "Làm tiến sĩ ở Mỹ nhưng không biết tiếng Anh" trên *Sài Gòn Tiếp Thị* ngày 16/6, có câu: "Tại tỉnh Phú Thọ hiện còn có khoảng 10 người cũng được đào tạo tiến sĩ như theo kiểu của ông Ân!" Nhưng trong bài phỏng vấn Nguyễn Ngọc Ân hai ngày sau đó cũng trên *Sài Gòn Tiếp Thị*, khi được hỏi: "Ở Phú Thọ có ai học cùng ông không?" thì ông Ân lại khẳng định: "Khoảng chín, mười người gì đó, họ đều ở Hà Nội, Thái Nguyên; còn ở Phú Thọ không có ai."

tướng Nguyễn Thiện Nhân mơ mộng sẽ có bao nhiêu bằng tiến sĩ dỏm như của ông Ân?

Rất khó có câu trả lời chính xác cho hai câu hỏi vừa nêu. Lý do chính là việc phát hiện những cái bằng giả và dỏm như thế hoàn toàn có tính chất ngẫu nhiên, dựa vào báo chí và giới nghiên cứu, chứ không do một cơ quan nào có đủ thẩm quyền để tiếp cận mọi nguồn thông tin một cách chính xác và toàn diện. Chúng thuộc diện "bí mật quốc gia"! Chính vì thế, ông Nguyễn Ngọc Ân tự nhận mình là người thiếu may mắn chứ không phải là người gian dối.

Lời biện hộ thật thà ấy nghe buồn cười nhưng lại phản ánh đúng thực tế: Nếu ông Ân không được giới thiệu là tiến sĩ trong một buổi họp có đông đảo báo giới tham dự và nếu trong giới báo chí không có người biết tỏng thực học của ông thì có lẽ ông vẫn ung dung, thậm chí, nghênh ngang, với cái bằng tiến sĩ dỏm của mình và giới cầm quyền tỉnh Phú Thọ vẫn tiếp tục tự hào với thành tích có những cán bộ có bằng cấp ngoại sang trọng như ông Ân!

Nên lưu ý là: thứ nhất, ông Ân học để lấy bằng tiến sĩ từ một trường dỏm như vậy đã được sự đồng ý của chính quyền Phú Thọ, hơn nữa, chính quyền Phú Thọ còn đồng ý tài trợ chi phí cho ông theo học. Ông Ân nói là ông chưa làm giấy tờ để nhận số tiền tài trợ ấy. Nhưng điều đó không thay đổi gì cả. Chưa hay đã thì cũng như nhau: Vấn đề là chính phủ đồng ý tài trợ. Thứ hai là ông Ân đã nộp bằng tiến sĩ của mình cho tỉnh để bổ sung vào lý lịch học thuật và nghiệp vụ của mình.

Chính việc liên hệ giữa tấm bằng dỏm và công việc ấy mới là vấn đề.

Chợt nhớ, ở Úc, mấy năm trước đây có một vụ kiện liên quan đến việc phỉ báng cá nhân. Một tờ báo tiếng Việt ở địa phương, trong một bài phiếm luận, chế giễu một người hay tham gia các sinh hoạt cộng đồng là có bằng cử nhân giả. Người ấy kiện tờ báo. Trong phiên toà kéo dài khá lâu, tờ báo nọ chứng minh được là người ấy không có bằng cử nhân như ông tự nhận. Nhưng cuối cùng toà vẫn xử người ấy thắng kiện. Lý do? Theo toà, người đàn ông tự xưng là ông Cử ấy chỉ là kẻ ba hoa chứ không phải là người lừa bịp. Ông nói cho sướng miệng. Ông không sử dụng cái bằng mà ông tưởng tượng ấy để xin việc hay để thăng quan tiến chức.

Như vậy, ở đây chúng ta cần phân biệt một số điều.

Thứ nhất, về bằng: bằng giả khác với bằng dởm. Bằng giả là dùng một bằng thật nào đó rồi cạo sửa để thay tên mình, trong khi bằng dởm là bằng, về phương diện kỹ thuật, là thật, nhưng về phương diện học thuật, không có giá trị, và về phương diện pháp lý, không được công nhận.

Thứ hai, về cái "dụng" của bằng: Nếu mua cái bằng dởm để chỉ khoe khoang chơi với anh em, bạn bè, hàng xóm thì không sao. Vấn đề, nếu có, chỉ là vấn đề tâm lý và đạo đức. Không liên quan gì đến pháp luật. Nhưng nếu sử dụng cái bằng dởm hay giả ấy để mưu lợi thì lại khác. Ví dụ để xin dạy trong các trường học hoặc để thăng quan tiến chức như ông Nguyễn Ngọc Ân thì khác: Nó trở thành một hành động lừa bịp.

Luật pháp không xía vào chuyện khoác lác của các cá nhân. Nhưng luật pháp phải trừng phạt và ngăn chặn những sự lừa bịp vì chúng có hại cho người khác và cho xã hội. Riêng trường hợp cán bộ sử dụng bằng giả hoặc bằng dỏm để củng cố vị thế của mình trong guồng máy chính quyền như trường hợp của ông Ân thì còn thêm nhiều tai hại khác: về phương diện chính trị, nó làm giảm uy tín của chính quyền (nếu có); về phương diện đạo đức, nó khuyến khích hoặc ngầm khuyến khích những việc làm gian dối, không dựa trên thực học và thực tài; và về phương diện xã hội, nó làm loạn chuẩn, không còn sự phân biệt giữa cái thực và cái giả, v.v…

Thế nhưng, điều tôi ngạc nhiên là vụ bằng dỏm của ông Nguyễn Ngọc Ân, đến nay, chỉ được giới báo chí và giới nghiên cứu bàn tán. Còn chính quyền thì nín khe.

Không ai thấy đó là vấn đề.

Hoặc họ thấy mà đành làm ngơ vì không dám phanh phui ra một đống rác khổng lồ trong đó có nhiều cán bộ cao cấp khác?

Lại chuyện bằng giả và bằng dỏm

Thật ra, nói cho cùng, những chuyện mua bằng dỏm như hai ông Nguyễn Ngọc Ân, giám đốc Sở Văn hoá - Thể thao –

Du lịch tỉnh Phú Thọ và ông Nguyễn Văn Ngọc, Phó bí thư tỉnh uỷ Yên Bái[1] cũng chẳng có gì đáng ngạc nhiên.

Thứ nhất, trước vụ bằng dỏm của hai ông Ân và Ngọc bị phát hiện, hầu như ai cũng biết hiện tượng sử dụng bằng dỏm và bằng giả tràn lan ở Việt Nam. Ngay cả bằng thật do các cơ sở giáo dục thật cấp thì chất lượng, phần lớn, cũng không khác gì bằng giả và bằng dỏm. Ví dụ, bằng cấp từ các khoá chuyên tu hay tại chức, chẳng hạn.

Thứ hai, trên phạm vi thế giới, hiện tượng mua bán bằng giả và bằng dỏm cũng không hiếm. Nó hình thành cả một kỹ nghệ liên quốc gia rộng lớn, bao gồm hai hình thức chính: chế biến bằng giả từ các trường có thật (diploma mill) và chế biến bằng thật từ các cơ sở giáo dục ma, nghĩa là chỉ có danh hiệu nhưng không có chương trình và cũng không được công nhận, thậm chí, ở nhiều quốc gia, bị xem là bất hợp pháp (degree mill). Để cho tiện, trường hợp đầu, chúng ta gọi là bằng giả; trường hợp sau là bằng dỏm. Doanh thu của các cơ sở chế biến bằng giả và bằng dỏm này rất cao; hơn nữa, càng ngày càng cao.

Theo Candis McLean, trong bài "A high degree of fraud" trên báo *Economics* số ra ngày 12 tháng 8 năm 2002, thu nhập của kỹ nghệ chế biến bằng giả và bằng dỏm lên đến 300 triệu Mỹ kim mỗi năm (tr. 40). Bốn năm sau, theo George Brown,

---

[1] Ông Ngọc cũng học ở trường "Đại học" Nam Thái Bình Dương như ông Nguyễn Ngọc Ân; nhưng khác ông Ân, ông Ngọc chỉ học có 6 tháng! Xem Bài "Phó bí thư Tỉnh ủy Yên Bái học Tiến sĩ chỉ sáu tháng!" trên http://tuoitre.vn/chinh-tri-xa-hoi/392020/pho-bi-thu-tinh-uy-yen-bai-hoc-tien-si-chi-6-thang.html

trong bài "Degrees of Doubt: Legitimate, real and fake qualifications in a global market" trên tạp chí *Journal of Higher Education Policy and Management* số 28, tháng 3 năm 2006, số thu nhập ấy nhảy lên đến khoảng một tỉ (tr. 71).

Xin lưu ý: số liệu một tỉ đô Mỹ này chỉ dừng lại ở thời điểm 2006. Bây giờ, tôi đoán, nó đã tăng vọt. Một phần vì nhu cầu có bằng cấp giả và dỏm càng lúc càng nhiều, đặc biệt ở các quốc gia đang phát triển, trong đó, có Việt Nam. Hiện nay, hầu như chính phủ nước nào cũng thấy tầm quan trọng của kinh tế tri thức (knowledge economy), do đó, đều khuyến khích dân chúng và các viên chức học tập. Bằng cấp trở thành một bậc thang cần thiết để tiến thân. Nhưng không phải ai cũng có khả năng hoặc điều kiện để có thể có được một bằng cấp đàng hoàng bằng chính sức lực của mình từ những cơ sở giáo dục được công nhận. Thành ra có vô số người chọn đi đường tắt bằng cách gian lận.

Hơn nữa, hiện nay, với sự phát triển của các kỹ thuật truyền thông hiện đại, việc quảng cáo và in ấn bằng cấp giả và dỏm trở thành cực kỳ dễ dàng. Cứ vào Google, đánh chữ bằng giả (Fake degree), chúng ta sẽ thấy cơ man trang web rao bán bằng giả hoặc bằng dỏm với giá rất rẻ, có khi chỉ vài trăm đô cho một cái bằng, từ cử nhân đến thạc sĩ và tiến sĩ.

Có nhiều lý do để người ta mua bằng dỏm và bằng giả.

Thứ nhất, về tâm lý, nó đáp ứng tính hiếu danh rất thông thường của nhân loại. Tôi có người quen, sau khi về hưu, có lẽ cảm thấy buồn tủi vì không còn danh hiệu (title) gì khác để người khác gọi, bèn mua một cái bằng dỏm, đi đâu cũng khoe um lên là mình có bằng tiến sĩ. Anh in trên danh thiếp (business card) hẳn hoi, gặp ai cũng phát, kể cả các đồng nghiệp cũ. Họ biết, nhưng tế nhị và rộng lượng, tất cả đều im lặng. Một người khác, vốn là doanh nhân, làm ăn có vẻ khá thành công, nhưng có lẽ sợ mang tiếng là trọc phú vô học, nên cũng mua một cái bằng tiến sĩ dởm để treo trong phòng khách. Những chuyện như vậy, chắc chắn không phải chỉ có ở Việt Nam hay trong cộng đồng người Việt ở hải ngoại. Có thể nói: ở đâu cũng có. Ở các quốc gia càng trọng học vấn bao nhiêu, tâm lý ấy càng dễ phát triển bấy nhiêu. Tuy nhiên, dù sao, đó cũng là điều vô hại.

Lý do thứ hai, về kinh tế, bằng giả và bằng dởm có thể tạo cơ hội để người ta có việc làm hay thăng quan tiến chức. Báo chí khắp nơi trên thế giới từng phanh phui ra nhiều vụ sử dụng bằng giả và bằng dởm cho những mục đích như thế. Có những vụ sử dụng bằng giả và bằng dởm rất liều lĩnh, như trong lãnh vực y khoa, chẳng hạn. Thỉnh thoảng, đây đó, báo chí phanh phui ra một vài bác sĩ giả. Họ không học hành gì về y khoa cả. Họ chỉ bỏ tiền ra mua một cái bằng giả hoặc dởm. Rồi họ mở phòng mạch. Cũng khám bệnh. Cũng cho thuốc. Ngay ở địa phương tôi ở, cách đây mấy năm, cũng có một "bác sĩ" như thế. (Tôi chỉ biết điều này qua báo chí. May là tôi chưa đến khám bệnh ở phòng mạch của ông bao giờ!)

Ở Mỹ, những vụ sử dụng bằng giả và dởm để xin việc, thậm chí, những việc khá cao cấp, cũng khá nhiều. Được dư luận bàn tán sôi nổi nhất là vụ bà Laura Callahan, vụ trưởng Vụ thông tin trong bộ An ninh Nội địa Hoa Kỳ bị phát hiện có bằng cử nhân, bằng thạc sĩ và bằng tiến sĩ từ một trường dởm có tên là Hamilton University vào năm 2003.

Mới đây, ở Pakistan, người ta cũng phanh phui ra mấy chục dân biểu và nghị sĩ sử dụng bằng giả và bằng dởm. Số lượng người bị phát hiện như vậy khá lớn, gây nên một *scandal* chính trị dữ dội đến mức một số người tiên đoán là chính phủ đương nhiệm sẽ gặp khủng hoảng, thậm chí, có thể bị sụp đổ hẳn.

Bằng giả và bằng dởm ở đâu cũng có.

Việt Nam không phải là ngoại lệ.

Chỉ có một sự khác biệt lớn, và quan trọng, là phản ứng của chính phủ trước các vụ *scandal* về bằng giả và bằng dởm ấy.

Ở Mỹ, sau khi bà Laura Callahan bị phát hiện là mua bằng dởm, bà bị buộc từ chức ngay. Chưa hết. Chính phủ Mỹ liền thành lập một uỷ ban điều tra có quy mô lớn trong phạm vi toàn quốc. Sau 11 tháng điều tra, có 463 người có bằng cấp dởm và giả bị phát giác. Năm sau, người ta phát giác thêm 135 viên chức trong chính phủ liên bang mang tội danh tương tự. Năm 2009, cơ quan an ninh Mỹ cũng phát hiện 350 nhân viên chính phủ liên bang là khách hàng của cơ sở chế biến bằng cấp giả và dởm mang tên Saint Regis. Trước đó, vào ngày 31 tháng 7 năm 2008, báo *Washington Post* loan báo là họ có trong tay danh sách 9600 người mua bằng giả từ St Regis.[1]

---

[1] Theo Sabir Shah, "Govet mum over verification of public servants', *The News* ngày 28.6.2010. Đọc trên
http://www.thenews.com.pk/top_story_detail.asp?Id=29722

Tại Pakistan, sau khi có 43 nghị sĩ và dân biểu bị phát hiện sử dụng bằng giả, Toà án tối cao đã ra lệnh kiểm tra lại bằng cấp của toàn bộ trên 1100 nghị sĩ và dân biểu cấp quốc gia cũng như địa phương trong cả nước. Người ta biết việc điều tra này có thể dẫn đến việc một số khá đông các vị dân cử bị bãi nhiệm, từ đó, dẫn đến tổ chức bầu cử sớm và chính phủ đương nhiệm có thể sẽ bị sụp đổ. Biết vậy, nhưng người ta vẫn làm.[1]

Còn ở Việt Nam thì sao? Ngoài hai ông Nguyễn Ngọc Ân và Nguyễn Văn Ngọc, còn có người nào khác sử dụng bằng giả và bằng dỏm không? Không ai biết cả. Giới truyền thông thì hẳn nhiên là không đủ sức để điều tra một cách toàn diện. Nhà cầm quyền thì im lặng.

Hoàn toàn im lặng.

Cái giả thứ ba

May, cuối cùng, chính quyền Việt Nam đã ra tay. Nhưng tiếc, họ chỉ ra tay với tầng lớp cán bộ cấp thấp nhất trong guồng máy hành chính và chính trị trong nước: cán bộ cấp xã và phần nào, cấp huyện. Nói "phần nào" vì báo chí nhấn mạnh: đó chỉ là một số cán bộ thuộc "phòng ban của huyện". Tức là không phải các cán bộ lãnh đạo.

---

[1] Xem trên http://www.abc.net.au/news/stories/2010/07/14/2953777.htm và http://www.theage.com.au/world/hunt-for-fake-degrees-20100701-zqh8.html

Theo tờ báo mạng *Dân Trí* ngày 17 tháng 8 năm 2010, huyện uỷ Bố Trạch tỉnh Quảng Bình đã quyết định cách chức bí thư Đảng uỷ xã Hưng Trạch đối với ông Lê Anh Đáng vì tội sửa bằng trung cấp chuyên nghiệp từ ngành "Quản lý kinh tế" thành "Quản lý kinh tế và kế toán" và sửa hạng tốt nghiệp từ "Trung bình" lên thành "Khá".[1]

Nhưng ồn ào hơn là đợt truy quét bằng giả ở đồng bằng sông Cửu Long.

Theo bài "Loạn cán bộ xài bằng giả" đăng trên báo *Tuổi Trẻ* ngày 17.8, bà Nguyễn Thị Thuận, trưởng phòng khảo thí Sở Giáo dục – Đào tạo thành phố Cần Thơ cho biết có hàng trăm cán bộ cấp xã và phòng ban cấp huyện thuộc các tỉnh Sóc Trăng, An Giang, Cần Thơ và thành phố Hồ Chí Minh sử dụng bằng tốt nghiệp phổ thông giả. Cũng theo bài báo, giá một cái bằng tốt nghiệp phổ thông giả là 9.5 triệu đồng (khoảng gần 500 đô Mỹ). Thượng tá Đặng Thị Bền, trưởng phòng Công an PA83 tỉnh Sóc Trăng cho con số trên 100 vụ cán bộ sử dụng bằng giả có thể còn thấp hơn nhiều so với thực tế. Trong bài "Đừng lạ khi nhiều cán bộ xài bằng giả" đăng trên *Đất Việt* ngày 23 tháng 8, Tuyết Trịnh cung cấp một số liệu cụ thể hơn: Riêng tỉnh Long An đã phát hiện 111 cán bộ sử dụng văn bằng hay giấy chứng nhận tốt nghiệp Trung học Phổ thông "không hợp lệ". Con số văn bằng giả bị phát hiện này ở các tỉnh Sóc Trăng, An Giang, Vĩnh Long, Cần Thơ và thành phố Hồ Chí Minh là 200, trong đó, riêng tỉnh Sóc Trăng chiếm hơn một nửa.

---

[1] http://dantri.com.vn/c20/s20-416122/bi-thu-xa-bi-cach-chuc-vi-sua-bang-cap.htm

Tuy nhiên, vấn đề nghiêm trọng hơn là có một số cán bộ sau khi bị nghi vấn, đã làm công văn xác minh giả để khẳng định đó là bằng thật chứ không phải bằng giả! Giả phôi bằng. Giả con dấu. Giả chữ ký. Nói cách khác, theo nội dung bài báo trên *Tuổi Trẻ*, ở đây có đến hai lần giả: bằng giả và công văn xác minh giả.

Theo tôi, thật ra, không phải chỉ có hai lần giả. Mà là ba. Hai cái giả đầu thuộc các cán bộ được bài báo nhắc. Cái giả thứ ba, quan trọng hơn nhưng không được đề cập, thuộc về chính sách của nhà nước: muốn đánh lừa dư luận.

Hầu như bất cứ ai quan tâm đến tình hình Việt Nam đều nhận thức được, như giáo sư Hoàng Tuy từng nêu lên trong bài viết "Gian, dởm chẳng phải chuyện nhỏ!",[1] những gì được báo chí phanh phui thời gian gần đây chỉ là "phần nổi của tảng băng" và những cái "gian" và "dởm" ấy là những "con vi rút ẩn mình đang gây ra những căn bệnh hiểm nghèo tàn phá dữ dội cơ thể xã hội ta nếu không lo chữa chạy."

Việc "chữa chạy" ấy phải là nhiệm vụ của nhà nước.

Ở các nước khác, mỗi khi có những sự việc như vậy xảy ra, nhà nước tung ra ngay những biện pháp quyết liệt và toàn diện nhằm điều tra và ngăn chận. Ở Việt Nam, ngược lại, đến nay, nhà nước vẫn im thin thít. Chỉ có một số địa phương ở đồng bằng sông Cửu Long khởi động. Nhưng đối tượng của họ lại chỉ dừng lại ở các "cán bộ cơ sở", tức cán bộ cấp xã và một số thuộc "phòng ban" cấp huyện.

1

http://www.tiasang.com.vn/Default.aspx?tabid=116&CategoryID=42&News=338
5

Người ta không thể không tự hỏi: Tại sao không mở rộng quy mô điều tra đến các cán bộ lãnh đạo thuộc cấp huyện, cấp tỉnh hoặc thuộc trung ương? Ở các cấp đó không có vấn đề gì ư? Không phải. Hai vụ mua bằng dỏm được báo chí phát hiện và gây ồn ào trong dư luận vừa rồi đều thuộc cán bộ nòng cốt cấp tỉnh cơ mà!

Khi cái bằng dỏm của ông Nguyễn Ngọc Ân bị vạch trần, trong một cuộc phỏng vấn, ông Ân cho biết có hơn chục cán bộ khác cũng tham gia vào trò mua bằng dỏm như ông. Đó hẳn phải là những cán bộ ngang cấp. Tại sao không có cơ quan nào điều tra xem đó là những người nào? Tại sao tất cả đều im lặng?

Người dân có quyền được biết bao nhiêu người sử dụng bằng giả và bằng dỏm trong thành phần lãnh đạo của hơn 60 tỉnh và thành phố trong nước. Rồi trong các bộ và các cục thuộc trung ương? Các uỷ viên Trung ương đảng thường khoe khoang là họ có bằng này bằng nọ: Trong số đó có bao nhiêu cái bằng là thực? Rồi phải nhìn sang cả Quốc Hội nữa: Liệu có đại biểu nào từng mua bằng giả hoặc bằng dỏm hay không?

Chính những đối tượng ấy mới là những kẻ cần thanh sát bởi sự gian dối của họ mới thực sự là một hiểm hoạ cho đất nước. Bởi ở đây không phải chỉ là một sự gian dối mà là một sự bất lương, nó giúp cho những kẻ bất tài được đứng vào những vị trí mà họ không đáng có. Khi sự bất tài kết hợp với bất lương, không những guồng máy nhà nước bị vô hiệu hoá mà đạo lý xã hội cũng bị đảo lộn, không ai còn phân biệt được thật và giả, đúng và sai nữa, thậm chí, cái thật và cái đúng có khi bị xem là dấu hiệu của sự ngu xuẩn, và bị gạt ra bên lề.

Nhưng cho đến nay, rõ ràng là nhà nước Việt Nam hoàn toàn tránh né việc điều tra giới lãnh đạo chóp bu trong chính quyền. Thay vào đó, họ tập trung vào một số cán bộ cấp xã và cấp huyện ở những tỉnh lẻ heo hút tận đồng bằng sông Cửu Long. Để chứng tỏ là họ quyết tâm bài trừ nạn bằng giả và "sạch hoá" hàng ngũ cán bộ. Nhưng đó chỉ là một âm mưu đánh lừa dư luận. Bằng cách biến bệnh ung thư thành ghẻ lở và thay thế việc chữa trị thực sự bằng mấy thứ cây cỏ ngắt từ sau vườn.

Đó chỉ là một động tác giả. Cái giả thứ ba.

Nếu việc làm bằng giả và sau đó, làm công văn giả để xác minh cái bằng giả ấy của một số cán bộ xã ở Sóc Trăng chỉ là một hành động dại dột thì động tác giả của nhà nước để đánh lạc hướng dư luận là một sự thâm độc. Hai cái giả đầu chỉ nhằm lừa dối các cơ quan liên hệ. Cái giả sau nhằm đánh lừa cả nước.

Mà không phải chỉ trong vụ bằng giả và bằng dỏm mới có những động tác giả như thế.

Như trong việc chống tham nhũng, chẳng hạn. Cũng đầy những động tác giả. Lâu lâu bắt, phạt và làm ầm ĩ về chuyện một cảnh sát giao thông nhận hối lộ ngoài đường, một cán bộ phường xã hay huyện nhận tiền lót tay. Làm ra vẻ đầy công tâm và quyết tâm. Nhưng với những kẻ tham nhũng cả hàng trăm ngàn hay hàng triệu, thậm chí hàng chục triệu đô Mỹ thì lại ngoảnh mặt làm lơ.

Làm lơ cho đến khi bị các công ty và chính phủ nước ngoài lên tiếng tố cáo (như vụ Huỳnh Ngọc Sỹ) hoặc xảy ra những trận đấu đá giữa các phe phái trong nội bộ Bộ chính trị (như vụ Bùi Tiến Dũng và dự án PMU-18).

Khi làm lơ trở thành một quốc sách, không những chúng ta mà cả con cháu của chúng ta cũng đều trở thành nạn nhân. Và tương lai cũng sẽ bị cầm tù.

Phần 4:
Về văn hoá

Chế độ gia đình trị của Cộng sản

Nói đến chế độ gia đình trị ở Việt Nam, hầu như ai cũng nghĩ ngay đến chế độ Ngô Đình Diệm: Ngô Đình Diệm là Tổng thống, một người anh của ông là vị lãnh đạo tôn giáo (Giám mục Ngô Đình Thục), một người em là cố vấn chính trị (Ngô Đình Nhu), một người em khác tuy không có chức vụ gì cụ thể nhưng lại nắm quyền sinh sát gần như toàn bộ mấy tỉnh miền Trung (Ngô Đình Cẩn); và một người em dâu đầy quyền lực, được xem là lãnh tụ của nữ giới (Trần Lệ Xuân).

Hình như chưa ai nói chế độ cộng sản là chế độ gia đình trị.

Tuy nhiên, theo tôi, bản chất của chế độ cộng sản là một chế độ gia đình trị. Tính chất gia đình trị ấy không nằm ở chỗ cha truyền con nối hay chia ghế chia quyền cho anh em, bà con ruột thịt. Hiện tượng ấy, dưới chế độ cộng sản, có; nhưng nó không quá nổi bật và cũng không quá lộ liễu, ít nhất cho đến kỳ đại hội Đảng vào đầu năm 2011 vừa rồi, khi con cháu của một số lãnh đạo và cựu công thần của chế độ được "cơ cấu" vào Trung ương đảng một cách rất mập mờ: Nông Quốc Tuấn (con Nông Đức Mạnh), Nguyễn Thanh Nghị (con Nguyễn Tấn Dũng),[1] Nguyễn Xuân Anh (con Nguyễn Văn Chi), Phạm Bình Minh (con Nguyễn Cơ Thạch), Nguyễn Chí Vịnh (con Nguyễn Chí Thanh), Trần Sỹ Thanh (cháu Nguyễn Sinh

---

[1] Cuối năm 2011, Nguyễn Thanh Nghị được bổ làm Thứ trưởng Bộ xây dựng.

Hùng), Nguyễn Thị Kim Yến (cháu ngoại Hà Huy Tập), Trần Bình Minh (con Trần Lâm), v.v..

Khi nói chế độ cộng sản là một chế độ gia đình trị, tôi nghĩ đến một khía cạnh khác, theo tôi, sâu hơn và thâm độc hơn, đó là: ngay lúc mới giành được chính quyền, cộng sản đã có âm mưu biến cả nước thành một gia đình để dễ cai trị.

Âm mưu gia đình hoá xã hội ấy có thể được nhìn thấy dễ dàng qua cách xưng hô.

Ai cũng biết, trong tiếng Việt, các đại từ nhân xưng mang tính chính trị rất rõ.

Với nhiều ngôn ngữ khác, bao gồm hầu hết các ngôn ngữ Tây phương, nói, trước hết, là xác định tư thế hành ngôn: người nói (ngôi thứ nhất), người nghe (ngôi thứ hai) và người được đề cập đến (ngôn thứ ba). Hết. Bất cứ ai nói, từ Tổng thống đến dân quèn, bất kể địa vị sang hèn hay tình cảm yêu ghét, đều xưng giống nhau (ví dụ trong tiếng Anh là "I", tiếng Pháp là "Je"). Người nghe cũng thế: Ai cũng là "you" hay "tu" hoặc "vous".

Tiếng Việt thì khác.

Xưng hô, với người Việt Nam, thật ra, là diễn xuất, ở đó, người ta đóng một vai nhất định trong màn kịch xã hội.

Có những vai được chỉ định, gắn liền với những quan hệ cố định (ví dụ: con cái nói chuyện với bố thì bao giờ cũng gọi là "bố"/ "cha"/ "ba"/ "tía", v.v.. và xưng "con"; nói chuyện với mẹ thì gọi là "mẹ" / "má", v.v.. và cũng xưng "con". Sự thay đổi trong một số từ vựng ở đây là do phương ngữ, chứ không do sở thích).

Ngược lại cũng có những vai được lựa chọn, gắn liền với một ý đồ nào đó (Ví dụ khi muốn khẳng định quyền lực với ai thì xưng "tôi" hoặc "ông" / "bà"; khi muốn nịnh bợ ai thì xưng "em" / "con" / "cháu", v.v..).

Nếu loại vai chỉ định chỉ gắn liền với thân tộc, một yếu tố nền tảng trong xã hội và văn hoá Việt Nam thì loại vai được lựa chọn lại có tính chính trị rõ rệt. Nói, ở đây, không phải chỉ là thông tin suông mà còn là khẳng định một mối quan hệ; không phải chỉ là quan hệ cá nhân mà còn là quan hệ quyền lực gắn liền với vị thế xã hội mang tính đẳng cấp.

Ví dụ: Thử đọc một đoạn đối thoại trong *Bước đường cùng* của Nguyễn Công Hoan:

Vừa bước xuống xe, quan đã cau có hỏi lý trưởng:
"Thiếu bao nhiêu?"
"Lạy quan lớn, chín mươi bảy đồng."
Quan gắt:
"Chúng mày trễ nãi công việc, liệu không ông cách cổ hết. Bảo tuần vào từng nhà bắt trâu bò giải ra đình cho tao."
Cả tụi hương lý, ai cũng có trâu, nên sợ hãi, đưa mắt cho lý trưởng. Lý trưởng xum xoe thưa:
"Bẩm trâu bây giờ không còn con nào ở nhà, làm ngoài đồng cả từ sáng."
Chánh hội tâng công:
"Lạy quan lớn, để con bảo khán thủ đánh mõ gọi về."[1]

1

http://vnthuquan.net/Truyen/truyentext.aspx?tid=2qtqv3m3237nvn0ntnmn1n31n34
3tq83a3q3m3237nvnmn&AspxAutoDetectCookieSupport=1

Quan thì xưng "ông" và gọi những người đối thoại là "mày" hoặc chỉ nói trống không; còn các hương lý thì cứ khúm núm "lạy quan lớn" và xưng "con".

Nhưng dường như trong lịch sử Việt Nam, không ai sử dụng hệ thống đại từ nhân xưng như một hành vi chính trị một cách tự giác cho bằng đảng Cộng sản. Dưới chế độ của họ, mọi kẻ thù đều là "thằng" hay "con", từ "thằng" Ngô Đình Diệm đến "con" Ngô Đình Nhu, từ "thằng" Trần Dần đến "con mụ" Thuỵ An. Với chữ "thằng" hay "con" ấy, người ta xếp đối thủ vào những thành phần hạ cấp và chưa trưởng thành trong xã hội; nói cách khác, họ kết án tử hình nhân cách và nhân vị của đối thủ.

Đó là với kẻ thù.

Với phe ta thì khác. Nếu với đối thủ, người ta loại trừ thì với người cùng phe, người ta nối kết lại. Có hai cách nối kết. Một, ở phạm vi lý tưởng, mọi người được xem là "đồng chí" của nhau. Hai, ở phạm vi tình cảm, cách tốt nhất là biến mọi người thành những thành viên trong gia đình.

Ở phạm vi thứ hai, ông Hồ Chí Minh đi tiên phong, đóng vai "Bác".

Thật ra, hình như mất mấy năm sau 1945 ông Minh mới nhận ra cái vai trò mới này. Thoạt đầu, lúc mới lên nắm chính quyền, ông chỉ đóng vai "Cụ".

Trong bài "Tâm tình về cụ Hồ" đăng trên tạp chí *Xưa và Nay* (6/2003), Trần Văn Giàu kể, vào cuối năm 1945, lúc ông được triệu tập ra Hà Nội:

Nhớ đời, phút đầu tiên, gặp Chủ tịch Hồ Chí Minh (hôm đi Bắc bộ phủ), tôi được Cụ 'chỉnh' cho một trận. Chủ tịch bắt tay tôi. Tôi nhanh miệng nói 'Chào anh, anh mạnh giỏi' thì Chủ tịch vừa siết chặt tay tôi, vừa đưa một ngón tay lên môi, mỉm cười nói : 'Nên nói chào Cụ nghe, đừng nói chào anh, có biết tại sao không?' Tôi hiểu ngay; ở đây đông khách, xưng hô theo lối đồng chí trong nội bộ với nhau, là bất lịch sự.

Sau khi trích dẫn đoạn văn trên của Trần Văn Giàu, Bùi Trọng Liễu nhận định thói quen gọi Hồ Chí Mính là "Bác" chỉ bắt đầu từ sau năm 1950.

Hình như sau 1950, cách xưng hô bằng 'Bác' mới phổ biến. Cũng có thể là mấy năm kháng chiến gần gụi với những người cộng tác, cách xưng hô 'gia đình' dần dần cũng trở thành thói quen chăng (?). Rồi chữ 'Bác' trở thành 'Bác' viết hoa. Ông Cù Huy Cận trong bài trả lời phỏng vấn về cái vụ 'ấn kiếm' hồi vua Bảo Đại thoái vị 1945 (nay tôi không nhớ xuất xứ) cũng kể rằng bắt đầu 1950 mới gọi Cụ bằng Bác.[1]

Tôi không tin chuyện xưng "Bác" chỉ xuất phát từ thói quen "gần gụi" trong mấy năm kháng chiến chống Pháp. Tôi nghĩ đó là biểu hiện của một chiến lược mới trong nỗ lực xây dựng hình ảnh Hồ Chí Minh trong lòng quần chúng. Có lẽ một lúc nào đó Hồ Chí Minh nhận thấy chữ "Cụ" không đủ mạnh: Nó chỉ dựa chủ yếu trên tuổi tác, nhưng nó lại mắc khuyết điểm là gợi nhớ đến giới quan lại cách đó chỉ mới có mấy năm, với những "cụ Thượng" (thư), "cụ Tổng Đốc", v.v.. đầy dẫy.

---

[1] Bùi Trọng Liễu (2005), *Học gần học xa*, Hà Nội: Nxb Đại học Quốc gia Hà Nội, tr. 16.

Chắc chắn là Hồ Chí Minh không muốn đứng ngang hàng với các "Cụ" quan lại dưới triều nhà Nguyễn. Ông có tham vọng lớn hơn nhiều. Ông chỉ muốn làm Cha của cả nước. Trong cuốn *Những mẩu chuyện về đời hoạt động của Hồ Chủ Tịch* in năm 1949, Hồ Chí Minh (dưới bút hiệu Trần Dân Tiên) tự nói về mình trong ngày tuyên bố Độc lập vào đầu tháng 9 năm 1945:

Trong buổi lễ trang nghiêm này, người người chờ đợi một vị Chủ tịch, một lãnh tụ. Người ta nghĩ rằng: Người mà chúng ta chờ đợi nhất định không phải như một hoàng đế ngày xưa mặc áo hoàng bào, thắt đai khảm ngọc, nhưng nhất định là một vị lãnh tụ nước nhà ăn mặc chỉnh tề, một người đi đứng đường hoàng, ăn nói trang trọng, nói tóm lại là một nhân vật rất nhiều điều đặc biệt.

Với sự tưởng tượng như thế về Chủ tịch Hồ Chí Minh, nhân dân sớm biết mình là bị lầm. Trông thấy Chủ tịch đến, nhân dân nhận thấy Hồ Chủ tịch giản dị, thân mật như một người cha hiền về với đám con.

Rồi ông kể tiếp:

Khi Chủ tịch bắt đầu đọc bản Tuyên ngôn độc lập, giọng sang sảng của Chủ tịch còn nhắc lại rừng núi xa xăm, chiến tranh du kích. Đọc xong một đoạn và giữa những tiếng vỗ tay, tiếng hoan hô nhiệt liệt, Chủ tịch nói:

"Tôi nói đồng bào nghe rõ không?"

Câu hỏi giản đơn này làm tiêu tan tất cả những gì còn xa cách giữa Chủ tịch và nhân dân, và làm thành một mối tình thắm thiết kết chặt lãnh tụ và quần chúng.

Với câu hỏi lạ lùng này, không một ai ngờ Chủ tịch Hồ Chí Minh đã trừ bỏ tất cả lễ tiết, tất cả hình thức, Chủ tịch trở thành "Cha Hồ" của dân tộc Việt Nam.

"Tôi nói đồng bào nghe rõ không?", tất cả quần chúng cảm thấy sâu sắc lòng thương yêu của một người Cha, của Chủ tịch Hồ Chí Minh đối với quần chúng, với nhân dân.

Rồi ông lại viết tiếp:

Nhiều nhà báo và nhiều người bạn ngoại quốc rất lấy làm ngạc nhiên trước lòng kính yêu của nhân dân Việt Nam đối với vị Cha già Hồ Chí Minh. Nhưng đối với chúng ta, người Việt Nam, thì rất dễ hiểu.

Cuối cuốn sách, Hồ Chí Minh kết luận:

Nhân dân gọi Chủ tịch là Cha già của dân tộc, vì Hồ Chủ tịch là người con trung thành nhất của Tổ quốc Việt Nam. [1]

Rõ ràng, không phải một lần mà là rất nhiều lần, trong cuốn sách, Hồ Chí Minh nhấn mạnh hình ảnh "Cha già". Đó là một hình ảnh trung tâm, mang tính chiến lược mà ông muốn sử dụng để đi vào quần chúng và để còn lại trong lịch sử.

Muốn đóng vai "Cha già" của dân tộc, nhưng chữ "cha già" lại không thể dùng để xưng hô được. Hồ Chí Minh chọn chữ "Bác". "Bác" lớn hơn "cha" nhưng lại gần gũi thân mật chứ không xa cách như là "Ông".

Giải quyết chuyện mình xong, Hồ Chí Minh giải quyết cách xưng hô của đám đàn em: Tất cả đều là anh chị hết.

---

[1] http://www.talawas.org/talaDB/showFile.php?res=9151

Thoạt đầu, những cán bộ chung quanh Hồ Chí Minh đều được gọi bằng bí danh: anh Văn (Võ Nguyên Giáp), anh Tô (Phạm Văn Đồng), anh Thận (Trường Chinh), anh Lành (Tố Hữu); sau, phần lớn theo số thứ tự trong gia đình như anh Ba (Lê Duẩn), anh Sáu (Lê Đức Thọ), anh Sáu Dân (Võ Văn Kiệt), anh Mười Cúc (Nguyễn Văn Linh), v.v.. (Xin lưu ý: Cách gọi tên theo thứ tự trong gia đình này xuất hiện khá muộn và gắn liền với các cán bộ gốc miền Nam hoặc hoạt động lâu năm ở miền Nam. Có lẽ đó là do ảnh hưởng của Lê Duẩn?)

Với hệ thống xưng hô như vậy, giới lãnh đạo cộng sản xuất hiện trước quần chúng như những người trong nhà. Người này là "Bác", người kia là "anh", người nọ là "chị", còn những người khác là "chú", là "cô", v.v..

Ngày xưa, các triều đình phong kiến sử dụng hệ thống xưng hô để giai cấp hoá xã hội: Vua chúa có kiểu xưng hô khác; quan lại có kiểu xưng hô khác; và dân chúng có kiểu xưng hô khác. Tuyệt đối không có sự nhập nhằng.

Cộng sản đi ngược lại khuynh hướng giai cấp hoá ấy. Họ gia đình hoá toàn bộ cơ chế chính trị của cả nước. Tất cả đường như là anh em một nhà (trừ kẻ thù, những kẻ bị xem là "thằng" / "con", dĩ nhiên!).

Với chiến lược gia đình hoá chính trị ấy, Cộng sản tận dụng được hầu hết các truyền thống văn hoá của người Việt Nam: truyền thống coi trọng gia đình và huyết thống, truyền thống coi trọng người lớn tuổi trong dòng họ, truyền thống đề cao chữ hiếu, coi trọng sự hoà thuận. Họ cũng tận dụng được những ảnh hưởng của Nho giáo vốn lúc nào cũng đề cao lòng trung hiếu.

Chiến lược ấy không những giúp họ dễ dàng đi vào quần chúng mà còn giúp họ triệt tiêu được những mầm mống phản kháng và bất phục tùng từ dân chúng. Chống lại Hồ Chí Minh hay bất cứ một lãnh tụ nào khác, do đó, không phải là bất trung (chống lại lãnh tụ) mà còn bị xem là bất hiếu (chống lại Bác hay Cha) và bất nghĩa (chống lại người trong gia đình).

Chiến lược ấy giúp đảng Cộng sản củng cố và duy trì quyền lực. Nhưng lại là một trở ngại lớn trong tiến trình dân chủ hoá Việt Nam.

Chính trị hoá gia đình

Không phải trong lãnh vực chính trị, ngay cả trong lãnh vực xã hội, chiến lược gia đình hoá như vậy cũng có tác dụng triệt tiêu tinh thần dân chủ và ý thức bình đẳng.

Một người bạn của tôi, trong một chuyến về Việt Nam, ghé thăm công ty của một người em trai, nhận ra một thứ quan hệ kỳ lạ trong công ty, một thứ quan hệ mà anh không hề thấy ở Úc.

Người em trai của anh là giám đốc một công ty kỹ thuật lớn ở Sài Gòn. Đang ngồi nói chuyện với anh một lát, người em sai một nhân viên kỹ thuật đang làm việc gần đó: "Cháu chạy xuống đường mua cho chú hai ly cà phê đi, cháu!". Cô gái, nghe đâu tốt nghiệp từ ngoại quốc về, vui vẻ chạy đi và lát sau mang về hai ly cà phê. Lát sau, anh giám đốc lại ới một nhân viên kỹ thuật khác: "Em chạy mua cho anh bao thuốc lá nhé!" Và người nhân viên ấy lại tất tả chạy đi.

Người bạn của tôi nhận xét: Những chuyện như thế không những không hề có mà cũng không thể tưởng tượng ra được ở Úc. Mà có lẽ ở Úc cũng không có giám đốc nào dám sai nhân viên những chuyện như vậy. Và cũng hiếm có nhân viên, nhất là nhân viên kỹ thuật, nào lại sẵn lòng làm những chuyện vặt vãnh như vậy.

Anh và tôi đồng ý với nhau ở điểm này: Nguyên nhân chính của việc sẵn-sàng-sai-bảo và sẵn-sàng-vâng-lời ấy nằm trong cách xưng hô.

Dùng "I" và "you" như trong tiếng Anh hay "Je" và "tu" hay "vous" trong tiếng Pháp, những sự sai bảo kiểu đó rất dễ trở thành một sự xúc phạm. Nhưng khi người ta dùng chữ "chú" / "cháu" hay "anh" / "em" thì vấn đề lại khác. Đó không còn là sự sai khiến của một người chủ, một cấp chỉ huy mà là sự nhờ vả thân tình của một người anh hay một người chú.

Với tư cách người anh hay chú, vị giám đốc cảm thấy hoàn toàn thanh thản sai khiến em hay cháu. Và với tư cách em hay cháu, các nhân viên cũng thấy bình thường trước những yêu cầu ngoài công việc của anh hay chú của mình.

Một chuyện như thế xảy ra ở một công ty cũng có thể dễ dàng xảy ra ở các công sở thuộc mọi cấp, từ trung ương xuống địa phương.

Trong một không khí sinh hoạt như thế, ý niệm về bình đẳng hay dân chủ khó mà nảy nở trọn vẹn được.

Có thể đó là điều Hồ Chí Minh và các lãnh tụ khác của cộng sản đã thấy và đã tận dụng để duy trì quyền lực của họ.

Nhưng ngoài chiến lược gia đình hoá chính trị ấy, cộng sản còn có một chiến lược quan trọng khác nữa: chính trị hoá mọi quan hệ gia đình.

Nói cách khác, ở cấp quốc gia, cộng sản biến mọi sinh hoạt chính trị thành thứ quan hệ gia đình; nhưng ở cấp gia đình, cộng sản lại làm mọi cách để chính trị hoá các quan hệ thân tộc, từ quan hệ cha/mẹ-con đến quan hệ vợ - chồng.

Lâu nay, người ta hay dẫn mấy câu thơ của Tố Hữu viết nhân ngày Stalin chết để chế giễu cái họ gọi là thói nịnh bợ của người được gọi là ngọn cờ đầu của thơ ca cách mạng tại Việt Nam:

Sta-lin! Sta-lin!
Yêu biết mấy nghe con tập nói
Tiếng đầu lòng con gọi Sta-lin!
Mồm con thơm sữa xinh xinh
Như con chim của hoà bình trắng trong
Hôm qua loa gọi ngoài đồng
Tiếng loa xé ruột xé lòng biết bao
Làng trên xóm dưới xôn xao
Làm sao, ông đã làm sao, mất rồi!
Ông Sta-lin ơi! Ông Sta-lin ơi!
Hỡi ôi Ông mất! Đất trời có không?
Thương cha thương mẹ thương chồng
Thương mình thương một thương Ông thương mười
[...]
(Tố Hữu 1953)

Xin lưu ý là năm 1953, lúc Tố Hữu viết bài thơ trên, ông không phải chỉ là một nhà thơ bình thường như vô số các nhà thơ khác mà là một uỷ viên dự khuyết Trung ương đảng, đang đảm trách vai trò lãnh đạo toàn bộ sinh hoạt văn học nghệ thuật và tư tưởng của Việt Nam. Những câu tán tụng công ơn của Stalin như vậy không phải chỉ là những lời nịnh bợ bình thường mà chắc chắn phải xuất phát từ một chính sách tuyên truyền nhất định. Chính sách ấy là biến Stalin thành một người Ông, nghĩa là một thành viên trong gia đình. Nhưng đó không phải là một thành viên bình thường. Đó là người đã ban phát ân huệ cho cả nhân loại, trong đó có Việt Nam, do đó, mọi người cần phải biết ơn, hơn nữa, thương yêu; quan trọng hơn nữa, thương yêu hơn cả đối với những người ruột thịt hay với chính bản thân mình: "Thương cha, thương mẹ, thương chồng / Thương mình thương một, thương Ông thương mười".

Nói cách khác, sau khi đưa Stalin vào quan hệ gia đình, Tố Hữu hạ thấp tất cả các quan hệ cố hữu trong gia đình: mọi thứ tình cảm cha con, mẹ con, vợ chồng đều là thứ yếu và nhẹ hều so với tình cảm dành cho Stalin, và cùng với Stalin là Hồ Chí Minh: "Một vai ơn Bác, một vai ơn Người".

Không những xem tình cảm đối với Stalin và Hồ Chí Minh cao hơn tình cảm cha - con, mẹ - con và vợ - chồng, Tố Hữu còn phá vỡ cả quan hệ nam - nữ vốn dựa chủ yếu trên tình yêu cá nhân bằng cách chính trị hoá nó, hay nói theo ngôn ngữ của Lê Đạt, thời Nhân Văn Giai Phẩm: "đem bục công an đặt giữa trái tim người".

Trong bài "Bài ca mùa xuân 1961", Tố Hữu viết:

Như buổi đầu hò hẹn, say mê
Anh nắm tay em, sôi nổi, vụng về
Mà nói vậy: "Trái tim anh đó

Rất chân thật chia ba phần tươi đỏ
Anh dành riêng cho đảng phần nhiều
Phần cho thơ và phần để em yêu".
Em xấu hổ: "Thế cũng nhiều, anh nhỉ?"
Rồi hai đứa hôn nhau, hai người đồng chí.

Đoạn thơ trên bị nhiều người giễu cợt. Tuy nhiên không nên vì giễu cợt mà quên đi hậu ý của Tố Hữu, vị trưởng Ban Tuyên huấn của đảng Cộng sản.

Đại ý của bài thơ là: Trái tim Tố Hữu chia làm ba ngăn: ngăn lớn nhất dành cho đảng cộng sản, hai ngăn nhỏ còn lại chia đều cho thơ và cho người tình.

Thì cũng được. Thật ra, đó cũng là điều khá bình thường ở những người đang theo đuổi một lý tưởng lớn nào đó. Cái bất bình thường ở đây là: sự khác nhau giữa các ngăn không phải chỉ ở thể tích mà còn ở quan hệ.

Nói một cách tóm tắt, cái ngăn nhỏ trong trái tim ấy chỉ dành cho em với một điều kiện: em cũng phải là người trong đảng. Đó là ý nghĩa của câu cuối: "Rồi hai đứa hôn nhau, hai người đồng chí". Câu thơ chín chữ, thừa bốn chữ: "hai người đồng chí". Giả dụ trong thơ tình bình thường, người ta chỉ cần viết: "Rồi hai đứa hôn nhau". Đã quá đủ. Thêm "hai người đồng chí" không có ý nghĩa nào khác ngoài ý đồ làm mờ bớt màu sắc của nụ hôn, đặt ra những giới hạn cho nụ hôn.

Đó là nụ hôn của tình đồng chí trước khi là của tình yêu trai gái.

Nói cách khác, "anh" chỉ hôn "em" nếu em là "đồng chí" của anh. Còn tình đồng chí ấy thì còn tình yêu. Mất tình đồng chí, tình yêu cũng mất. Nếu có sự mâu thuẫn giữa tình đồng chí và tình yêu, ưu tiên lựa chọn là tình đồng chí chứ không phải là tình yêu.

Xin lưu ý là, với tư cách lãnh đạo tư tưởng của đảng, quan điểm của Tố Hữu cũng đồng thời là quan điểm chính thống của đảng. Bởi vậy không có gì đáng ngạc nhiên khi tất cả những người cầm bút khác đều răm rắp đi theo ông.

Trong bài "Núi đôi", Vũ Cao cũng có cái nhìn tương tự. Bài thơ, được sáng tác năm 1956, kể lại một mối tình trong chiến tranh chống Pháp với một kết thúc bi thảm: người con gái hy sinh. Người con trai còn sống, nghe tin, bàng hoàng, đau đớn cực độ:

Nắng lụi bỗng dưng mờ bóng khói
Núi vẫn đôi mà anh mất em!

Thế nhưng, nỗi đau riêng tư ấy nhanh chóng bị mờ đi trước những thắng lợi rực rỡ của cách mạng:

Ruộng thấm mồ hôi từng nhát cuốc
Làng ta rồi đẹp biết bao nhiêu.

Chỉ còn, ở người con trai, một nỗi nhớ:

Nhớ nhau, anh gọi: em, đồng chí
Một tấm lòng trong vạn tấm lòng.

Quan trọng nhất là câu áp chót ở trên. "Nhớ nhau, anh gọi: em, đồng chí". Em không còn là em. Em chỉ là một người đồng chí. Chỉ là một trong muôn vàn những đồng chí. "Một tấm lòng trong vạn tầm lòng". Nghe bất nhẫn? Nhưng đó là ý đồ của đảng cộng sản.

Trong bài "Không nói", Nguyễn Đình Thi cũng viết:

Dừng chân trong mưa bay
Liếp nhà ai ánh lửa
Yên lặng đứng trước sau
Em em nhìn đi đâu
Em sao em không nói
Mưa rơi ướt mái đầu
Mỗi đứa một khăn gói
Ngày nào lần gặp sau
Ngập ngừng không dám hỏi
Chuyến này chắc lại lâu
Chiều mờ gió hút
Nào đồng chí – bắt tay
Em
Bóng nhỏ
   Đường lầy.

Bài thơ này được Nguyễn Đình Thi sáng tác năm 1948. Sau này, trong *Thơ, tác phẩm chọn lọc*, xuất bản năm 1994, ông sửa lại, ngắn hơn:

Dừng chân trong mưa bay
Ướt đầm mái tóc
Em em nhìn đi đâu
Môi em đôi mắt
Nhìn em nữa
Phút giây
Chiều mờ gió hút
Em
Bóng nhỏ
Đường lầy

Trong bản mới, chữ "đồng chí" biến mất.

Nhưng ảnh hưởng tai hại của việc chính trị hoá tình cảm gia đình, trong đó có tình cảm nam nữ và tình cảm vợ chồng có thể dễ dàng biến mất?

Người ta không thể không nhớ đến những cảnh con cái tố bố mẹ hay vợ chồng tố cáo lẫn nhau ở miền Bắc, nhất là thời cải cách ruộng đất vào giữa thập niên 1950.

Tôi nghĩ việc tìm hiểu các di hại của âm mưu chính trị hoá gia đình có thể là một đề tài cực hay cho giới nghiên cứu.

Tầm nghĩ ngắn

Có thể nói, một trong những hạn chế lớn và đáng kể nhất của người Việt Nam, hầu như trong mọi lãnh vực, từ chính trị đến kinh tế, văn hoá, xã hội, là ở tầm nhìn: Phần lớn đều rất ngắn hạn. Kiểu ăn xổi ở thì.

Bán hàng thì chỉ cần và chỉ nhắm đến những cái lợi ngay trước mắt. Để có lợi, người ta dùng đủ mọi biện pháp, kể cả lừa. Có hai kiểu lừa chính: lừa về chất lượng và lừa về giá cả. Lừa về chất lượng bao gồm cả việc bán hàng giả hoặc hàng nhãn ngoại nhưng ruột nội. (Nhớ, có lần, trong một chuyến về Việt Nam, tôi ghé một tiệm bán rượu ở khu Chợ Cũ, Sài Gòn mua một chai cognac để đãi bạn. Nhận tiền xong, giao chai rượu 'ngoại' vào tận tay tôi rồi, cô bán hàng cười rất tình tứ và nói: "Khi nào uống xong rồi, anh bán lại cái chai không cho em nhé!" Tôi ngạc nhiên nhưng không nói gì. Đến nhà bạn, khui chai rượu ra, mới nhấm một chút, bạn tôi la lên:

"Rượu giả!" Mọi người thử lại: Quả là rượu giả thật.) Nhưng lừa về giá cả thì nhiều hơn. Lừa bằng cách nói thách. Việt kiều về nước thường được người nhà dặn dò: ra chợ mua hàng, nhớ trả giá. Trả bao nhiêu là vừa? Nhiều người nói chung chung: Khoảng một nửa. Nhưng một số người bạn của tôi than thở: Trả một nửa rồi mà vẫn cứ bị hớ như thường!

Cách buôn bán như vậy không phải chỉ thấy ở các khu chợ búa xô bồ và nhếch nhác. Cứ nhìn ngay vào lãnh vực du lịch ở Việt Nam thì cũng đủ thấy. Ở đâu cũng có cảnh chụp giựt và có khi lật lọng. Vô số bạn người Úc của tôi, sau khi đi Việt Nam về, bên cạnh những chuyện vui và lạ, bao giờ cũng có những chuyện buồn bực từ cách hành xử của người bán hàng, người tổ chức các tour và của giới chức trong chính quyền. Ai cũng có nhận xét này: Hầu như ở Việt Nam không ai quan tâm đến việc giữ khách du lịch. Người ta có ấn tượng đẹp hay không? – Không cần biết! Người ta có trở lại hay không? – Không cần biết. Mọi người chỉ muốn có cái lợi ngay trước mắt. Mà các con số thống kê do ngành du lịch cung cấp cũng cho thấy rõ điều đó: Trong những năm vừa qua, phần lớn, khoảng trên 70% du khách quốc tế đến Việt Nam đều "một đi không trở lại".[1]

Với lối làm ăn như thế, làm sao du lịch, vốn là một mũi nhọn trong lãnh vực kinh tế Việt Nam, có thể phát triển được? Không lạ gì cảnh ngành du lịch Việt Nam cứ bị vỡ kế hoạch liên tục. Trước, người ta dự kiến trong năm 2010 Việt Nam sẽ đón khoảng sáu triệu du khách quốc tế. Nửa năm trôi qua,

---

[1] http://vietbao.vn/Du-lich/Hon-70-khach-quoc-te-mot-di-khong-tro-lai/40215019/254/

người ta "điều chỉnh" lại: "bây giờ chỉ có thể đạt 4.2 triệu".[1] Mất gần hai triệu khách du lịch so với chỉ tiêu. Đâu phải ít? Không ít người lo là về du lịch chỉ vài năm nữa Việt Nam có thể bị Campuchia qua mặt: Năm 2010 số du khách đến nước họ lên đến khoảng ba triệu. Gần bằng Việt Nam!

Trong giáo dục cũng toàn những tầm nhìn ngắn hạn: Làm sao để đạt chỉ tiêu trong từng năm, hoặc có khi, từng mùa thi. Khi muốn vươn lên một tầm nhìn xa hơn một chút thì lại tính toán như những kẻ mộng du: chẳng hạn kế hoạch trong 10 năm, từ 2010 đến 2020, đào tạo được 23.000 tiến sĩ với một ngân sách 14.000 tỉ đồng (tức khoảng 778 triệu Mỹ kim). Hầu hết những người quan tâm và am hiểu về giáo dục đều cho đó chỉ là một giấc mơ đầy lãng mạn nhưng không thể thành hiện thực được. Thứ nhất, chi phí ấy không đủ. Để hoàn tất chương trình tiến sĩ ở nước ngoài, nghiên cứu sinh phải học mất ba hay bốn năm (thường là bốn). Mỗi năm mất khoảng từ hai đến ba chục ngàn Mỹ kim. Như vậy số tiền 778 triệu ấy may lắm chỉ đủ để đào tạo được khoảng năm hay sáu ngàn tiến sĩ là nhiều. Thứ hai, một nửa số tiến sĩ ấy sẽ được đào tạo trong nước. Nhưng ai cũng thấy là ở trong nước, hoàn toàn không có đủ cơ sở cũng như nhân lực cho một số lượng nghiên cứu sinh lớn như thế.[2]

Giáo sư Nguyễn Xuân Hãn nhận định: "Trong 65 năm qua, kể từ khi nước nhà giành được độc lập, cùng với sự giúp đỡ nhiệt tình của các nước bè bạn và nỗ lực của các cơ sở đào

---

[1] http://www.sggp.org.vn/kinhte/2010/7/231031/
[2] http://nguyenvantuan.net/education/3-edu/960-hai-van-tien-si-trong-vong-10-nam-lang-man

tạo trong nước, đến nay ta mới có khoảng 15.000 tiến sĩ (trong đó có khoảng 5.000 tiến sĩ từ nước ngoài về). Vậy trong vòng 10 năm nữa làm sao có thể đào tạo 20.000 tiến sĩ? Nếu làm không khéo, chúng ta có thể sẽ đào tạo ra hàng ngàn tiến sĩ 'kiểu ông Ân'.ˮ[1] 'Ông Ân' ở đây chính là Nguyễn Ngọc Ân, giám đốc Sở Văn hoá - Thể thao - Du lịch ở Phú Thọ, người bỏ ra 17 ngàn Mỹ kim để lấy cái bằng dỏm từ Đại học Nam Thái Bình Dương dỏm mà báo chí đã phanh phui và làm ồn ào.

Không chừng chính chủ trương có vẻ như dài hạn (kéo dài đến 10 năm!) ấy cũng chỉ để phục vụ cho những mục tiêu ngắn hạn: nhằm vơ vét ngân sách của nhà nước. Vơ vét khi cấp học bổng cho nghiên cứu sinh du học ở nước ngoài. Vơ vét khi cho mở các khoá đào tạo trong nước. Vơ vét khi buôn bán bằng cấp cho những người cần có bằng cấp và cho các cơ quan cần hoàn thành chỉ tiêu.

Khi vơ vét như thế, người ta bất chấp hậu quả: chất lượng giáo dục xuống cấp ư? - Mặc kệ! Bằng cấp không tương xứng với trình độ ư? - Mặc kệ!

Mặc kệ tương lai đất nước, người ta chỉ lao vào những món lợi có sẵn trước mắt.

Có thể nói tầm nghĩ ngắn vốn gắn liền với tâm lý ăn xổi ở thì và văn hoá chụp giựt như vậy là một trong những nguy cơ lớn nhất của dân tộc trong thời hiện đại. Ở người dân bình

---

[1] http://sgtt.vn/Thoi-su/124765/%E2%80%9CNeu-la-bang-gia-phai-thu-hoi-ky-luat%E2%80%9D.html

thường, một tầm nghĩ ngắn như thế là một bất lợi; ở giới lãnh đạo, đó là một bất hạnh. Cho cả đất nước.

Nhìn sang Trung Hoa, thấy những tính toán mang tính chiến lược lâu dài, cả mười năm, hai mươi năm, ba mươi năm của họ - những tính toán được giới bình luận chính trị trên thế giới nhìn thấy và phân tích thật nhiều lâu nay - chúng ta không khỏi lo lắng.

Bởi, trước các tính toán của họ, Việt Nam không thể bình yên mãi được.

Không thể.

Văn hoá chụp giựt

Xuất phát từ một tầm nhìn ngắn, văn hoá Việt Nam hiện nay thực chất là một thứ văn hoá chụp giựt.

Trong tiếng Việt, chữ *chụp giựt* thật hay. Trong hai từ tố, *chụp* và *giựt*, *giựt* quan trọng hơn, đóng vai trò trung tâm. *Chụp giựt* giống *giựt* (hay giật) ở chỗ: giằng lấy cái gì đó từ trong tay người khác một cách chóng vánh và mạnh mẽ. Nhưng ngoài hai sắc thái chóng vánh và mạnh mẽ, có khi một cách thô bạo ấy, *chụp giựt* còn hai sắc thái khác mà chữ *giựt* đứng một mình không có: sự tham lam và nhếch nhác. Tham lam? Thì cũng dễ hiểu: trong chụp giựt có hàm ý giành giựt. Nhưng còn nhếch nhác? Tôi nghĩ sắc thái nhếch nhác ấy chủ yếu xuất phát từ chữ *chụp*. *Chụp* thường chỉ động tác từ trên xuống dưới. Điều đó có nghĩa là vật thể được/bị chụp giựt phần lớn nằm dưới thấp. Từ thấp về vị trí đến thấp về giá trị: Điều người ta chụp giựt thường là những món lợi nho nhỏ. Đây là sự khác biệt giữa hai chữ *giành giựt* và *chụp giựt*: Trong chữ *chụp giựt* có chút gì như bỉ thử. Bởi vậy, trong khi *chụp* hay *giựt* chỉ là những động tác, thuần tuý là những động tác, *chụp giựt* lại là một động tác mang ý nghĩa đạo đức. Bao giờ nó cũng xuất phát từ một động cơ mang tính cá nhân, ít nhiều chà đạp lên những nguyên tắc cơ bản về sự công bằng và tinh thần tập thể.

Cần lưu ý : *giựt* là biến âm của *giật*. Nhưng người ta thường nói *chụp giựt* chứ ít nói *chụp giật*. Điều này cho thấy gốc gác của *chụp giựt* có lẽ xuất phát từ miền Nam. Trong các cuốn từ điển tiếng Việt xuất bản ở miền Bắc, từ cuốn của Văn Tân đến cuốn của Hoàng Phê đều không có *chụp giựt* hay *chụp giật*. Chỉ có *Việt Nam tân tự điển* của Thanh Nghị xuất bản tại Sài Gòn năm 1967 mới có. Có, nhưng có lẽ lúc ấy chữ *chụp giựt* chưa phổ biến lắm nên nó mới vắng mặt ngay trong một cuốn từ điển được soạn một cách rất công phu và khá đầy đủ như cuốn của Lê Văn Đức và Lê Ngọc Trụ.

Xuất phát từ miền Nam nhưng chữ *chụp giựt* chỉ trở thành thông dụng những năm gần đây. Không những thông dụng, theo tôi, nó còn rất tiêu biểu: nó phản ánh được một cách sống, cách ứng xử và cách suy nghĩ của đa số người Việt Nam. Nó trở thành một thứ văn hoá: văn hoá chụp giựt.

Thấy rõ nhất là trong cách làm ăn buôn bán. Làm ăn mà không nghĩ đến những cái lợi lâu dài, không cần xây dựng và bảo vệ uy tín là một thứ văn hoá kinh doanh chụp giựt. Nói thách để lừa những người cả tin, bán hàng giả để lừa những người thật thà, dùng ngay cả những hoá chất mang nhiều độc tố chết người để chế biến thực phẩm miễn kiếm lợi ngay tức khắc là những kiểu làm ăn chụp giựt.

Trong chính trị cũng có những kiểu chụp giựt tương tự. Khi các chính sách không gắn liền với chiến lược lâu dài, chỉ nhằm mục đích củng cố quyền lực và mang lại lợi nhuận tức thời cho bản thân mình là chụp giựt.

Giáo dục cũng chụp giựt. Dạy mà bất cần chất lượng, chỉ chăm chăm chạy theo các chỉ tiêu hình thức chủ nghĩa do cấp trên đặt ra; học mà không cần kiến thức hay kỹ năng, chỉ cần có bằng cấp là những sự chụp giựt. Quản lý giáo dục theo lợi nhuận, tự bản chất, cũng là chụp giựt.

Về phương diện xã hội, ở đâu cũng thấy cảnh chụp giựt. Người này lừa người nọ; mọi người chèn ép nhau bất cứ khi nào có thể.

Nhưng thảm hại và nguy hiểm nhất là chụp giựt về phương diện văn hoá, ngay cả trong văn học nghệ thuật. Để ý mà xem, từ một hai thập niên trở lại đây, ở Việt Nam càng ngày càng hiếm những công trình nghiên cứu công phu và có chiều sâu. Có. Nhưng hiếm. Rất hiếm.

Hầu hết các cuốn sách gọi là nghiên cứu, phê bình, tiểu luận đều hình thành từ sự tập hợp những bài báo ngăn ngắn, nho nhỏ viết cho các tờ báo ngày: Mỗi cuốn sách như một mẹt hàng xén tạp nham và dễ dãi. Nhiều nhất là các tuyển tập kiểu "cuộc đời và tác phẩm" hay "tác phẩm và dư luận", ở đó, những người gọi là biên tập chỉ làm mỗi một việc là gom góp một cách cẩu thả các bài báo rải rác khắp nơi lại thành một cuốn sách. Những người tương đối có tài và có tiếng hơn một chút thì xé lẻ các tác phẩm của mình thành nhiều cuốn sách khác nhau; mỗi cuốn sách là sự lặp lại một phần, có khi là phần lớn, từ các cuốn sách khác. Bởi vậy có người khoe khoang là có nhiều đầu sách nhưng tác phẩm họ thực sự viết lại rất ít.

Viết ít và viết dối nhưng người ta lại bỏ thật nhiều công sức cho khâu quảng cáo và tiếp thị. Thành ra nhiều cuốn sách gây dư luận thật ồn ào nhưng chất lượng thì lại cực kỳ mỏng manh, không có chút giá trị khám phá gì cả.

Tại sao văn hoá chụp giựt lại phổ biến ở khắp nơi như vậy? Tại sao, mặc dù chữ *chụp giựt* đã có từ lâu, ít nhất là từ thập niên 1960 ở miền Nam, và mặc dù hiện tượng chụp giựt có lẽ thời nào cũng có, kể cả thời xa xưa, bây giờ chụp giựt mới trở thành yếu tố thống lĩnh trong văn hoá và triết lý sống của người Việt? Điều kiện chính trị xã hội nào làm cho văn hoá chụp giựt nẩy nở nhanh chóng như vậy?

Theo tôi, có lẽ có ba nguyên nhân chính: tính chất chuyển tiếp từ kinh tế xã hội chủ nghĩa sang kinh tế thị trường; tình trạng thiếu kỷ cương và sự thiếu niềm tin vào tương lai.

Sự chuyển tiếp từ nền kinh tế này sang nền kinh tế khác tạo ra những kẽ hở, ở đó, cơ hội mang lại lợi nhuận không nằm ở tài năng, sự tháo vát hay cần cù mà chủ yếu ở điều kiện chính trị và xã hội: chức vụ càng lớn thì kiếm tiền càng dễ, quyền lực càng nhiều thì lại càng giàu có. Ngoài ra, vì xã hội thiếu kỷ cương, từ luật pháp đến đạo đức, nên người ta mới càng dễ chụp giựt. Lại thiếu niềm tin vào tương lai nên ai cũng hối hả chụp giựt. Chụp giựt được chút nào hay chút ấy.

Tương lai xa ư? Mặc kệ. Miễn là có lợi ngay bây giờ. Ngay lúc này. Trước mắt.

Người Việt Nam thường chưa bao giờ nổi tiếng về tính nghĩ xa. Với văn hoá chụp giựt, cái tính nghĩ xa ấy lại càng trở thành xa vời hơn nữa.

Trong ít nhất hơn một thập niên vừa qua, nhiều trường đại học tại Úc thường cấp học bổng cho các cán bộ giảng dạy tại Việt Nam sang du học. Thường là học bổng bán phần, tức là chỉ miễn học phí còn mọi sinh hoạt khác thì tự lo liệu lấy. Nhưng như thế cũng đã là nhiều. Tiền học của cấp hậu đại học ít nhất cũng mười mấy, hai chục ngàn đô-la một năm. Như vậy hai năm cho chương trình Thạc sĩ là khoảng từ 30 đến 40 ngàn; ba hay bốn năm cho chương trình Tiến sĩ là khoảng từ 50 đến 80 ngàn. Đâu phải ít? Vậy mà, theo kinh nghiệm của tôi, rất nhiều người từ chối. Lý do? Một số người nói với tôi, đại khái: "Ví dụ, qua Úc du học trong vòng bốn năm để lấy được bằng Tiến sĩ, tuy được miễn tiền học, nhưng phải tốn tiền ăn ở ít nhất 5,7 chục ngàn đô. Nếu chịu khó đi làm bán thời thì cũng tạm xoay xở được. Trong khi đó, nếu ở lại Việt Nam, học bậy bạ ở đâu đó, sau bốn năm, người ta cũng có thể lấy được một cái bằng nội địa, bên cạnh đó, người ta vẫn có thể làm việc, dạy học và đầu tư, có thể kiếm được cả mấy chục ngàn đô-la một năm. Đằng nào lợi hơn?"

Dĩ nhiên làm như thế là lợi hơn. Về kinh tế. Nhưng về chất lượng giáo dục thì sao? Và sự nghiệp nghiên cứu về lâu về dài nữa? Đối với những vấn đề ấy, hầu như ai cũng biết. Chẳng cần gì phải bàn cãi cả. Biết, nhưng từ từ... tính sau. Trước mắt, là làm sao có cái nhà thật đẹp. Vậy thôi.

Tôi cũng xin nói thêm: Tôi chỉ nêu lên sự kiện nhưng không hề chê trách các bạn đồng nghiệp ấy. Họ tính toán như vậy cũng phải. Cuộc sống như thế, họ phải chọn lựa những gì tốt nhất cho họ và gia đình của họ. Họ phải chụp giựt. Dù sao, cách chụp giựt của họ cũng là cách chụp giựt lương thiện nhất. So với tất cả các hình thức chụp giựt nhan nhản khác trong xã hội Việt Nam hiện nay.

Điều tôi muốn nhấn mạnh ở đây là: khi mọi người, kể cả giới trí thức lương thiện, đều chụp giựt như vậy, tương lai của đất nước chắc là mù mịt lắm.

Văn hoá giao thông ở Việt Nam

Trước đây, mỗi lần về Việt Nam, một trong những điều tôi sợ nhất là giao thông. Ở xa, đọc báo, biết ở Việt Nam mỗi năm trung bình có trên mười ngàn người chết và vô số người bị thương tật vì tai nạn giao thông đã sợ. Về đến nơi, nhìn cảnh xe cộ chen chúc một cách vô cùng mất trật tự lại càng sợ hơn nữa. Lần nào cũng thế, ra đường là thấy căng thẳng. Có lúc tôi chỉ đi toàn tắc xi. Nhưng đi tắc xi lại phải chịu cảnh kẹt xe. Đành đi xe ôm hay nhờ bạn bè chở trên xe gắn máy.

Nhưng ngồi trên xe gắn máy, lúc nào cũng có cảm tưởng như lao vào trận địa. Xe cứ lạn bên này, lách bên kia. Nhiều khi sợ quá, ngồi sau, nhưng tôi cứ oằn người để... né. Bạn tôi phải nhắc: "Anh đừng lắc!" Okay. Thì ngồi yên. Nhưng khi xe quẹo, tôi sợ xe sau đụng nên đưa tay ra hiệu. Bạn tôi ngồi trước, lại nhắc: "Anh rút tay lại. Coi chừng bọn chúng giật đồng hồ!" Sau này, một người bạn khác giải thích: "Ở đây, chẳng ai đưa tay hay bật đèn *signal* cả." Tôi hỏi làm sao để biết người ta sắp quẹo; bạn tôi đáp: "Lái xe lúc nào cũng phải quan sát cái đầu của người lái xe phía trước. Nếu nó nghiêng sang một bên thì phải chuẩn bị đạp thắng. Vì chỉ có hai khả năng: hoặc là nó sắp quẹo hoặc là nó sắp phun nước miếng!"

Khiếp!

Đi xe đã khiếp, băng qua đường lại càng khiếp hơn nữa. Ở Việt Nam, ngay ở những thành phố lớn, rất ít có chỗ giành cho người đi bộ. Ở các ngã tư, ngay cả khi có đèn đỏ, xe vẫn được phép quẹo, do đó, lúc nào người đi bộ cũng phải né xe. Băng qua giữa đường thì lại càng ghê. Xe lúc nào cũng nườm nượp, cũng chen chúc nhau phóng tới như tên bắn.

Hầu hết các sách du lịch viết về Việt Nam đều nhắc đến cảnh băng qua những con đường trùng trùng xe cộ như vậy. Hầu như tất cả đều chỉ dẫn một cái mẹo băng qua đường giống nhau: Là, cứ đi thẳng. Đừng nhìn ngang ngó dọc gì cả. Cứ nhìn phía trước mà đi. Bước đều. Không nhanh, không chậm và cũng không thậm thụt. Xe cộ sẽ tránh mình.

Lời khuyên trên được rất nhiều người áp dụng. Ai cũng nói là có hiệu quả (dĩ nhiên trừ những người đã bị xe tông chết rồi!). Điều đó tiết lộ khá nhiều về văn hoá giao thông ở Việt Nam, một thứ văn hoá dựa trên hai nguyên tắc chính:

Khi nào có thể chèn lấn được thì cứ chèn lấn. Chèn lấn đến mức tối đa.

Chỉ dừng lại ngay trước khi có thể gây tai nạn.

Áp dụng nguyên tắc ấy, khi lái xe, người ta không bao giờ nhường nhau cả. Lúc nào cũng lao xe về phía trước. Phía ấy cũng có xe đang lao tới? Mặc kệ. Tuyệt đối không nhường. Cứ lao tới. Đến lúc sắp đụng, một trong hai chiếc sẽ tự động lách qua hay chậm lại nhường cho xe kia. Nhiều người nhận xét cảnh xe cộ chạy trên đường phố Việt Nam như một cuộc luân vũ vừa hỗn loạn nhưng lại hài hoà; ai cũng tranh nhau nhưng lại biết nhường nhau ngay trước khi có thể xảy ra tai nạn. Nói như vậy, thật ra, chưa chắc đúng hẳn. Sự hài hoà hay nhường nhịn biểu kiến ẩn giấu phía sau nó quy luật cạnh tranh sinh tồn cực kỳ gay gắt: Thường, xe lách hay nhường thường là xe nhỏ hơn, chậm hơn hoặc người lái yếu gan hơn. Bởi vậy, có thể nói, trên đường phố Việt Nam, (a) xe lớn luôn luôn thắng: xe tải thắng xe buýt; xe buýt thắng xe hơi; xe hơi thắng xe gắn máy; và xe gắn máy thắng xe đạp; (b) xe nào lấn lên phía trước một chút, xe ấy thắng; và (c), trong mọi trường hợp, những kẻ liều, nếu không bị tông chết, thường được nhường đường nhiều nhất.

Đối với người đi bộ cũng thế. Những người lái xe không bao giờ nhường đường. Nếu bạn ngập ngừng, dừng lại, người ta sẽ trờ xe tới ngay tức khắc. Nhưng nếu bạn cứ mạnh dạn dấn bước tới thì người ta sẽ dừng lại hay lách qua cho bạn đi. Có thể nói, trong tích tắc, có một cuộc thi gan âm thầm giữa người đi bộ và những người lái xe chung quanh: Người nào liều thì hoặc là chết hoặc là thắng cuộc. Dĩ nhiên, không ai muốn gây án mạng. Nên, số người đi bộ chiến thắng xe cộ tương đối cao.

Tôi biết những quy luật ấy, nhưng đi xe gắn máy hay đi bộ, tôi không thể an tâm được. Trong một nền văn hoá giao thông như vậy, sự an toàn của một cá nhân hoàn toàn tuỳ thuộc vào người khác: Nếu họ nhường, mình an toàn. Nhưng nếu họ, vì một cơn điên nào đó, không thèm nhường đường thì nhất định tai nạn sẽ xảy ra, trong đó, người chết hay bị thương tật chắc chắn là cái người đang đi bộ. Hoặc, người ta không điên, nhưng lỡ, do bất cẩn, mắt đang láo liên đâu đó, người ta không thấy thì sao? Thì xe cứ thế mà vượt lên. Và sẽ đè bẹp ngay cái người ngây thơ tin vào cái văn hoá giao thông dạy dỗ bạn cứ nhìn thẳng và đi thẳng!

Nhớ, năm 2002, tôi dẫn cả nhà về Việt Nam. Đó là lần đầu tiên hai đứa con tôi về Việt Nam. Những ngày cuối năm, dịp Giáng sinh và Tết Tây, xe cộ như mắc cửi. Không cách gì có thể thuyết phục được các con tôi chịu băng qua đường. Chúng sợ. Nhìn thấy người khác băng qua đường an toàn, chúng cũng sợ. Nhiều lần, tôi phải gọi tắc xi, thành thực mà nói, chỉ để nhờ chở qua… bên kia đường.

Chuyến đi để lại nhiều kỷ niệm đẹp và ngọt ngào trong các con tôi, một đứa rời Việt Nam lúc mới hai tuổi và một đứa thì ra đời ở Pháp. Tuy nhiên, giao thông vẫn là một ấn tượng xấu nhất. Và hãi hùng nhất. Con gái tôi, lúc ấy 18 tuổi, trên chuyến bay từ Sài Gòn về Melbourne, thắc mắc: "Con không hiểu tại sao, người Việt Nam lúc nào cũng tự hào là thông minh và tài giỏi, vậy mà chỉ một điều tương đối đơn giản là lái xe cho đàng hoàng, vẫn không làm được như mọi người khác?"

Tại người hay tại môi trường văn hoá?

Gần đây, ở Hà Nội năm nào người ta cũng tổ chức các lễ hội hoa. Lễ hội nào cũng "hoành tráng" với hàng ngàn chậu hoa, trong đó có nhiều loại được xem là kỳ hoa, được trưng bày lộng lẫy. Năm nào cũng có cả hàng chục ngàn người đến thưởng lãm. Năm nào thành phố cũng huy động một lực lượng công an cực kỳ hùng hậu, nghe nói đến năm bảy trăm người, đến bảo vệ. Nhưng năm nào kết cục cũng như nhau, vô cùng nhếch nhác: Người ta dẫm đạp lên hoa, ngắt hoa, thậm chí, cướp cả chậu hoa hay cành hoa mang về nhà. Một lễ hội của cái đẹp, rốt cuộc, để lại một hình ảnh vô cùng phản cảm về một nếp sống rất thiếu văn minh và văn hoá.

Một câu hỏi không thể không đặt ra: Tại sao?

Nên nhớ, ở Việt Nam, không phải chỉ có Hà Nội mới tổ chức các lễ hội hoa như thế. Cuối năm 2009, ở Đà Lạt cũng có festival hoa. Cũng đẹp. Cũng lớn. Nhưng không hề nghe nói đến nạn dẫm đạp lên hoa, ngắt hoa hay cướp hoa. Ở Sài Gòn, cũng thế. Năm nào cũng có chợ hoa. Cũng có cả hàng chục ngàn người nườm nượp đến xem. Cũng chụp hình làm kỷ niệm. Nhưng không nghe ai nói đến cảnh đạp lên hoa để chụp hình. Cũng không nghe ai nói đến cảnh người ta nhào đến giật các cành hoa rực rỡ ấy để mang về nhà mình chưng bày.

Nạn dẫm đạp lên hoa, ngắt hoa, giật hoa và cướp hoa chỉ xảy ra ở Hà Nội.

Tại sao?

Nhiều người nói: Tại người Hà Nội. Tôi không tin: Người Hà Nội xưa nay vẫn nổi tiếng là thanh lịch cơ mà? Người ta lại nói: Không phải là dân Hà Nội gốc mà là những người tứ xứ đến sinh sống ở Hà Nội. Tôi cũng không tin: Ở đâu lại chẳng có những người tứ xứ đến sinh sống? Về phương diện này, độ tạp cư của Hà Nội chưa chắc đã bằng Sài Gòn hay Đà Lạt, những nơi có một lịch sử khá mới, rất hiếm có những người tự xưng là dân gốc. Có người lại nói: Đó là những phần tử thiếu giáo dục. Tôi lại càng không tin: Xem hình những cảnh giẫm hoa, giật hoa và cướp hoa đăng trên báo, tôi thấy họ thuộc nhiều lứa tuổi khác nhau, già có, trẻ có, nhưng tất cả đều ăn mặc đàng hoàng đẹp đẽ. Chắc chắn họ không phải là đám du thủ du thực.

Tôi nghĩ chúng ta không thể tìm được câu trả lời nếu chỉ chăm chăm tìm kiếm gốc gác của những người ấy. Cho họ là người Hà Nội gốc hay Hà Nội mới chỉ gây nên những kỳ thị mang tính địa phương vừa không đúng vừa chỉ gây chia rẽ một cách vô ích.

Vậy tại sao chuyện dẫm hoa, nhổ hoa, ngắt hoa, cướp hoa chỉ xảy ra ở Hà Nội?

Xem các bức ảnh đăng báo, tôi chú ý đến điều này: Những người ấy vừa dẫm lên hoa vừa cười toe toét. Họ vừa cướp hoa vừa cười toe toét. Nhìn, tôi tin chắc họ không phải chỉ là một thiểu số ít ỏi kiểu "con sâu làm rầu nồi canh". Ít, họ không thể lộng hành như thế khi có cả hàng trăm công an và hàng ngàn nhân viên an ninh canh gác khắp nơi. Tuy nhiên, tôi cũng tin điều này nữa: Trong số những người có "thành tích" dẫm hoa, nhổ hoa, cướp hoa ấy, không ít người đã từng đi Đà Lạt và Sài Gòn; không ít người từng tham dự các festival hoa ở Đà Lạt cũng như chợ hoa ở Sài Gòn. Nhưng ở đó, họ không làm như vậy. Ở đó, họ biến thành những người đàng hoàng, lịch sự, tử tế.

Vậy, tại sao?

Vấn đề, theo tôi, không phải là do con người mà là do ở môi trường, chủ yếu là môi trường văn hoá. Nói một cách tóm tắt, có những môi trường có khả năng giúp con người kiềm chế được bản năng; và có những môi trường làm cho người ta tự nhiên trở thành buông thả, bất cần, mặc cho các thói xấu tha hồ lộ diện.

Tôi từng thấy rất nhiều người Việt Nam, khi ra nước ngoài, tự nhiên trở thành lịch sự hơn hẳn. Đi, họ biết nhường đường. Đụng phải người khác, họ biết xin lỗi. Mua hàng xong, họ biết cám ơn. Hút xong gói thuốc lá, họ loay hoay tìm nơi để vất. Những người ấy, tôi biết, về lại Việt Nam, đâu lại hoàn đấy. Ra đường, họ sẽ chen lấn không kém người nào cả. Đụng ai, họ sẽ trừng mắt lên nhìn. Mua hàng xong, họ lẳng lặng bỏ đi. Hút xong gói thuốc lá, họ sẽ vất thẳng gói thuốc xuống đường.

Dĩ nhiên tôi không ngây thơ đến độ tin là môi trường có thể giết chết hết mọi tật xấu. Nhưng tôi tin là nó có thể kiềm chế được, ít nhất, phần nào đó, nhất là những tật xấu trong giao tiếp. Con người, không ai muốn bị người khác coi thường. Để tránh bị coi thường, người ta thường có khuynh hướng tuân theo các quy ước và chuẩn mực văn hoá chung quanh. Nhưng như vậy thì cần có hai điều kiện. Thứ nhất, những quy ước và chuẩn mực ấy phải rõ ràng và phải phổ biến. Thứ hai, chúng trở thành tiêu chí để đánh giá nhân cách mọi người trong xã hội. Người nào đi ngược lại các quy ước và chuẩn mực ấy tự nhiên trở thành dị hợm ngay tức khắc. Chính vì sợ bị xem là dị hợm, người ta tự kiểm soát mình một cách khắt khe hơn, nghĩa là… lịch sự hơn.

Tôi tin đó là lý do chính khiến một số người có thể thản nhiên dẫm hoa, nhổ hoa và cướp hoa ở nơi này lại không hề làm như vậy ở những nơi khác.

Bởi vậy, biện pháp chính để ngăn chận những hành vi kém văn minh và văn hoá ấy là phải xây dựng cho được một thứ văn hoá công cộng ở đó mọi người biết và tôn trọng những quy ước và chuẩn mực văn hoá chung. Mà văn hoá công cộng lại không thể tách khỏi toàn cảnh văn hoá của xã hội.

Có điều nói đến vấn đề toàn cảnh văn hoá của xã hội, chúng ta lại sẽ đụng đến vô số những vấn đề khác vừa phức tạp vừa dài dòng.

Văn hoá giao tiếp của người Việt

Trong văn hoá Việt Nam, một trong những khía cạnh đáng chú ý nhất là văn hoá ứng xử. Trong văn hoá ứng xử, khía cạnh có nhiều đặc điểm tích cực, thường được khen ngợi nhất là tình gia đình và tình hàng xóm; khía cạnh thường bị xem là tiêu cực và có nhiều vấn đề nhất là văn hoá giao tiếp. Trong văn hoá giao tiếp, điều thường bị phê phán nhiều nhất cũng lại là những điều căn bản nhất: cách chào hỏi và cách nói cám ơn hay xin lỗi.

Trước hết, nói về chuyện cám ơn/xin lỗi. Đã có rất nhiều người viết về đề tài này. Hầu như ý kiến của ai cũng giống nhau: Người Việt, nhất là kể từ sau 1975, rất hiếm khi nói cám ơn hay xin lỗi. Nhờ người ta chỉ đường xong, lẳng lặng bỏ đi, không một lời cám ơn. Đi xe quẹt người khác, trừng mắt lên nhìn, rồi phóng đi, không một lời xin lỗi. Những chuyện như vậy diễn ra hàng ngày. Ở khắp nơi. Ngay cả giữa những người có ăn học.

Ngay cả việc chào hỏi của chúng ta cũng có vấn đề, thậm chí, vấn đề nghiêm trọng.

Còn nhớ, cách đây non mười năm, đứa em trai tôi từ Việt Nam sang Úc chơi. Mỗi sáng, hai anh em đi bộ dọc theo bờ biển gần nhà để tập thể dục. Những ngày đầu tiên, em tôi chú ý đến mấy điều: thứ nhất, cái đẹp đầy thanh bình của phong cảnh; thứ hai, sự dạn dĩ của chim chóc, chủ yếu là bồ câu và hải âu, lúc nào cũng quấn quít quanh người đi dạo hay ngắm cảnh; và, thứ ba, sự thân mật của người Úc.

Trên quãng đường khoảng ba cây số dọc theo bờ biển, trung bình cứ vài ba phút lại gặp một người đi bộ ngược chiều. Hầu như ai cũng nhoẻn miệng cười và nói "hello" hay "good morning". Thỉnh thoảng có người còn hỏi thêm "Khoẻ không?" hay buông vài câu bâng quơ, kiểu "Hôm nay trời đẹp quá há!"

Thằng em tôi, thoạt đầu, than: "Trả lời mỏi miệng quá!", sau, nghĩ ngợi một lát, trầm trồ: "Người Úc dễ thương ghê!"; sau nữa, trầm ngâm so sánh: "Ở Việt Nam đâu có ai chào người lạ như vậy. Gặp người dân tộc thiểu số nữa thì đừng hòng!"

Mà thật, bạn để ý xem, ở Việt Nam, đi đường, có ai chào ai không? Với người lạ, câu trả lời hầu như tuyệt đối: Không. Chúng ta chỉ chào người quen. Câu tục ngữ "tiếng chào cao hơn mâm cỗ" hầu như chỉ áp dụng cho người quen, trong làng xóm với nhau. Nhưng với người quen, chúng ta thường chỉ chào bằng ngôn ngữ thân thể (body language) hơn là ngôn ngữ bằng lời (verbal language): Chúng ta gật đầu, vẫy tay hay nhoẻn miệng cười. Là hết. Thân tình hơn, mới hỏi bâng quơ vài câu: "Anh/chị đi đâu đó?" hay "Đi đâu mà vội quá vậy?" Vậy thôi.

Nói cách khác, liên quan đến khía cạnh này của văn hoá giao tiếp, chúng ta thiếu đến hai điều:

Thứ nhất, chúng ta không có thói quen chào nhau, nhất là với người lạ.

Thứ hai, chúng ta chưa có những công thức chào.

Về điểm thứ nhất, nhớ lại xem, hồi nhỏ, hầu như bố mẹ chỉ dạy chúng ta chào khi có khách đến nhà hoặc khi đến nhà người khác. Và chỉ yêu cầu chúng ta chào người lớn, hoặc lớn tuổi hoặc lớn vai vế, hơn. Hầu như không ai dạy con cái cách chào người lạ hay với người nhỏ tuổi hơn mình.

Về điểm thứ hai, trong tiếng Việt, "chào hỏi" thường đi đôi với nhau, thành một từ, từ ghép. Trên thực tế, chúng ta thường dùng câu hỏi thay cho lời chào. Mà hỏi thì đa dạng vô cùng. Chúng thay đổi theo mức độ quen thân, theo hoàn cảnh, theo cảm hứng, v.v.. Hệ quả là lời chào, ngay cả chào-hỏi, của chúng ta không được công thức hoá. Khác hẳn với các ngôn ngữ Tây phương. Ví dụ, với tiếng Anh hay tiếng Pháp, những lời chào hỏi hầu như thành công thức. Với ai, ở đâu, chúng ta cũng lặp đi lặp lại như vậy. Đại khái:

- Chào anh.
- Chào chị. Chị khoẻ không?
- Khoẻ, anh ạ. Cám ơn anh. Còn anh thì thế nào?
- Tôi cũng khoẻ. Cám ơn chị.

Từ người thân đến kẻ sơ, từ người lớn đến trẻ em, từ ông tổng thống đến người bán hàng, gặp nhau, ở đâu người ta cũng đều nói thế. Những công thức chào hỏi như thế biến thành một thứ văn hoá, văn hoá giao tiếp.

Bởi vậy, tôi nghĩ, yếu tố đầu tiên của văn hoá là tính công thức. Văn hoá là sự đồng thuận về ý nghĩa của một biểu trưng hay một giá trị nào đó trong cộng đồng. Để thể hiện hay đẩy mạnh sự đồng thuận ấy, công thức hoá là một biện pháp tốt nhất, hiệu quả nhất và do đó, cần thiết nhất. Nhưng tâm lý con người thường e ngại trước tính công thức. Quá trình công thức hoá chỉ có thể thực hiện được bằng cưỡng chế, chủ yếu qua hệ thống giáo dục. Ở Tây phương, ít nhất qua tiếng Anh và tiếng Pháp mà tôi biết, những công thức chào hỏi vừa nêu là những bài học vỡ lòng cho cả người ngoại quốc lẫn trẻ em bản ngữ. Ai cũng phải học như thế. Công việc tiếp nhận các công thức giao tiếp được khởi sự ngay từ lúc người ta học ngôn ngữ.

Việc cưỡng chế trong quá trình tiếp nhận tính công thức trong văn hoá cần có một điều kiện khác nữa: đó là sự sùng bái. Văn hoá nào cũng bao gồm sự sùng bái. Nhiều học giả đã phân tích: tính sùng bái (cult) nằm ngay trong chữ văn hoá (culture), trở thành yếu tính của văn hoá. Nói cách khác, không có sùng bái sẽ không có văn hoá.

Trong văn hoá giao tiếp, sùng bái chủ yếu là sùng bái đối với hình mẫu của một con người văn minh và có văn hoá: Đó là một con người biết chào hỏi, biết nói cám ơn và nói xin lỗi như một cách thể hiện sự tự trọng.

Vâng, tôi xin nhắc lại: đó là sự thể hiện của lòng tự trọng.

Cám ơn hay xin lỗi, ngay cả về những chuyện, thành thực mà nói, không đáng, là cách bày tỏ sự kính trọng đối với người khác, qua đó, thể hiện sự tự kính trọng mình với tư cách là một người văn minh và có văn hoá. Nói cách khác, nếu trên đường đi, tôi hơi lấn hay đụng anh một chút, một chút thôi, tôi xin lỗi anh; đó không phải là tôi "sợ" anh, mà là vì tôi sợ tôi biến thành một con người thô lỗ. Xin lỗi, do đó, trở thành một cách tự bảo vệ mình, bảo vệ nhân phẩm của chính mình: Trong trường hợp này, nếu anh sừng sộ với tôi, anh thua tôi. Thua về độ văn minh và văn hoá.

Viết đến đây, tôi bỗng nhớ đến một kỷ niệm lúc mới từ trại tị nạn ở Galang (Indonesia) qua Pháp. Trong mấy tháng ở trại tị nạn, tôi cố gắng học thêm cả tiếng Anh lẫn tiếng Pháp: trong khi học tiếng, lúc nào cũng tự dặn dò mình phải học cả văn hoá giao tiếp ở xứ người, trong đó, điều quan trọng và cũng là điều căn bản nhất là biết chào hỏi, biết nói xin lỗi và cám ơn.

Đến Paris, những ngày đầu tiên sống trong trung tâm chuyển tiếp, lúc nào tôi cũng lẩm nhẩm trong miệng hai chữ

"Merci" (cám ơn) và "Pardon" (xin lỗi) như một kiểu tự kỷ ám thị. Một lần, vào tiệm mua một tờ báo, trả tiền xong, quay ra, tôi hấp tấp vấp phải một phụ nữ vừa trờ tới từ phía sau. Bèn nhớ đến bài học, nhưng thay vì nói "xin lỗi", tôi buộc miệng nói nhầm "cám ơn!"

Bước đi được mấy bước, nhớ lại cái nhầm của mình, thẹn đỏ mặt, tôi bước đi thật nhanh. Để trốn.

Thẹn. Nhưng nếu không như vậy, biết bao giờ những điều mình học mới trở thành một phản xạ tự nhiên?

Khi nói văn hoá là những gì còn lại sau khi đã quên hết, có lẽ người ta cũng nhấn mạnh đến tính phản xạ ấy.

Văn hoá kỷ lục

Khoảng trên dưới 10 năm nay, người Việt Nam dường như có một đam mê mới: lập kỷ lục. Đọc báo chí trong nước, chúng ta thường xuyên bắt gặp những kỷ lục này kỷ lục nọ với vẻ đầy tự hào. Từng cá nhân, từng công ty, từng hội đoàn thi nhau lập kỷ lục. Hết chiếc gùi lớn nhất thì đến chiếc cốc lớn nhất, hết chai dầu ăn lớn nhất thì đến ly rượu làm bằng gỗ sồi lớn nhất, hết bức thư pháp *Truyện Kiều* lớn nhất thì đến cuốn thơ in trên giấy dó lớn nhất, hết bài thi (về 60 năm nước Cộng hoà xã hội chủ nghĩa Việt Nam) nặng nhất thì đến lá cờ lớn nhất, hết chiếc bánh chưng lớn nhất thì đến chiếc chiếu lớn nhất; hết tượng con gà lớn nhất thì đến cuốn almanach về phụ nữ dày và nặng nhất, v.v…

Ngay trong dịp kỷ niệm 1000 năm Thăng Long - Hà Nội, người ta cũng cố gắng lập kỷ lục: lễ hội hoành tráng nhất, buổi diễu hành đông nhất, buổi đốt pháo hoa lâu nhất và đẹp nhất, con đường gốm sứ dài nhất, v.v..

Tâm lý thích những cái nhất như vậy hầu như ngự trị khắp nơi, từ cá nhân đến chính phủ. Ai cũng thích lập kỷ lục. Chủ trương biến trường đại học Việt Nam, vào năm 2020, được lọt vào danh sách 200 trường đại học đứng đầu thế giới cũng nằm trong thứ văn hoá kỷ lục ấy. Rồi chuyện đào tạo mấy chục ngàn tiến sĩ trong vòng 10, 15 năm nữa, cũng vậy.

Đằng sau những giấc mơ lập kỷ lục ấy là thứ tâm lý thích chơi trội. Thật ra thì cũng chả có gì đáng trách. Đó là tâm lý của nhân loại nói chung. Ai mà lại không thích nổi trội hơn người khác? Học trong lớp, ai lại không thích đứng nhất? Đi làm, ai lại chẳng thích trở thành người giỏi nhất trong sở, trong công ty, hoặc tham vọng hơn, trong ngành? Ngay trong giới cầm bút, tôi tin là không có người nào không ôm ấp giấc mơ trở thành một nhà văn hay nhà thơ hàng đầu, thậm chí, dẫn đầu. Giấc mơ ấy không có gì đáng chê trách cả. Nó là động cơ để người ta không ngừng nỗ lực vượt lên người khác và vượt lên cả chính mình. Ở Tây phương, người ta rất khuyến khích những tham vọng như thế. Trong giáo dục, người ta dạy cho trẻ em, ngay từ những năm đầu tiên của trung học, về thuật lãnh đạo (leadership), trong đó yêu cầu quan trọng nhất là vừa có tham vọng và tự tin lại vừa có khả năng làm việc với người khác để đạt được những thành tích xuất sắc. Tuyển nhân viên, không ai muốn nhận những người quá an phận thủ thường, không có chút tham vọng tiến thân nào cả: người ta cho đó là dấu hiệu của sự thiếu tự tin và lười biếng. Đối với giới làm chính trị, người ta xem tham vọng là một đức tính. Người nào thiếu tham vọng lãnh đạo người đó bị xem là thiếu can đảm và không đáng tin cậy.

Tham vọng lập kỷ lục là điều chính đáng. Nhưng cách thức lập kỷ lục mới đáng bàn. Trong cách thức lập kỷ lục ở Việt Nam, có hai vấn đề lớn: thứ nhất là không thật, và thứ hai là không cần thiết.

Xin bàn về chuyện không thật trước. Đã có nhiều người phanh phui trên báo chí trong nước về những sự giả dối đằng sau nhiều kỷ lục. Nổi tiếng và tai tiếng nhất là vụ độn xốp vào cái bánh chưng được xem là lớn nhất trong lịch sử. Thay vì chỉ có nếp và nhân, người ta độn xốp vào giữa cái bánh chưng để nó đồ sộ hơn. Đó là chưa kể nhiều cái bánh mới bày ra nhân đã hư hết, không thể ăn được. Ngay cái con đường gốm sứ được xem là dài nhất thế giới được khai trương nhân lễ hội 1000 năm Thăng Long - Hà Nội cũng vậy. Mới hoàn tất đã xuất hiện vô số những vết rạn và vết nứt loang lổ! Rồi chuyện tiến sĩ cũng vậy. Người ta muốn Việt Nam có thật nhiều tiến sĩ, nhưng cùng lúc đó, người ta lại phát hiện ở Việt Nam có vô số bằng tiến sĩ ma, tiến sĩ giấy, tiến sĩ học trong vòng vài ba tháng, tiến sĩ không cần viết luận văn và thật ra, cũng chẳng cần nghiên cứu, chẳng cần có chút kiến thức gì cả; những bằng tiến sĩ được cấp bởi các cơ sở chuyên chế tạo bằng dỏm bị xem là bất hợp pháp trên thế giới.

Nhưng quan trọng nhất là chuyện: liệu trong hoàn cảnh và điều kiện Việt Nam hiện nay, người ta có cần những kỷ lục như vậy hay không? Liệu chúng có ích gì không? Ví dụ: chuyện một trường đại học nào đó của Việt Nam được lọt vào danh sách 200 trường đại học hàng đầu thế giới có ích gì khi nguyên cả hệ thống giáo dục Việt Nam, từ tiểu học đến trung học và đại học đều bị xuống cấp nghiêm trọng? Liệu việc chúng ta có cả hàng chục ngàn tiến sĩ có ích gì không khi cả hàng triệu học sinh trung học không được trang bị những kiến thức tối thiểu, chuyện hàng trăm ngàn sinh viên chỉ học chay và thiếu cả những kỹ năng nghiên cứu căn bản nhất? Liệu việc tổ chức rầm rộ và tốn kém cái lễ hội 1000 năm Thăng Long - Hà Nội có ích gì không khi ngay cả chút tự hào, thậm chí, tự trọng dân tộc tối thiểu, ở cả giới lãnh đạo và giới làm văn hoá, cũng không có? Liệu những tuyên dương và tuyên truyền ồn ã về lịch sử và văn hoá Việt Nam có ích gì không khi ngay cả chút ý thức vệ sinh và tôn trọng của công thông thường như không xả rác bừa bãi, không dẫm đạp lên hoa và cây cảnh cũng không có?

Tất cả những điều nêu trên không phải là ý kiến của tôi. Rất nhiều trí thức trong nước đã phát hiện và phát biểu điều đó. Trong bài "Đừng say sưa với các kỷ lục", nhà phê bình Vương Trí Nhàn viết:

> Trong dịp Đại lễ, hàng loạt những kỷ lục được công bố liên tục khiến người xem thực sự 'chóng mặt'. Nhưng đáng buồn là có những kỷ lục vẩn vơ, không có ý nghĩa gì cả.

> Một bài thơ đầu tiên viết về một cây cầu sẽ chẳng có giá trị gì nếu chỉ là nó đang tồn tại trên đời. Cái quan trọng là nó hay như thế nào thì không mấy ai để ý đến.

> Trong dịp Đại lễ có rất nhiều kỷ lục được xác lập và công bố rộng rãi. Tuy nhiên, các kỷ lục rất ít về chất lượng, chỉ chú ý

đến số lượng, to nhất, lớn nhất, dài nhất... còn cái kỹ càng nhất, đẹp nhất thì không ai ghi nhận cả.[1]

Nhà văn Nguyên Ngọc, trong bài "Kiểm điểm văn hoá" đăng trên báo *Sài Gòn Tiếp Thị* ngày 18/10/2010, cũng có quan niệm tương tự dù từ cách nhìn khác. Sau khi so sánh sự hoành tráng của ngày lễ hội 1000 năm Thăng Long - Hà Nội và bãi rác khổng lồ sau đó, Nguyên Ngọc đã gọi những ý đồ lập kỷ lục này nọ chỉ là những trò "nhố nhăng" và "vớ vẩn". Ông xem đó như là một biểu hiện của tình trạng xuống cấp văn hoá đáng báo động ở Việt Nam. Ông viết:

Có phải có một điều gì đó không cách xa nhau lắm, không thật sự khác nhau giữa cái diêm dúa, phô trương, ồn ĩ, xa xỉ, phản cảm, cả vô cảm nữa (trước đại lũ miền Trung) của lễ hội... với cái bừa bãi xấu xa đáng buồn ngay sau lễ hội. Cái này chỉ là tiếp tục lôgíc của cái kia. Theo cách nào đó thì cả hai thứ ấy là đồng bộ, là cùng một văn hoá, một xuống cấp văn hoá. Cũng là đồng bộ với văn hoá quyết chí trở thành thủ đô rộng lớn thứ nhì hay thứ ba thế giới – chỉ sau Tokyo (Tokyo đông đến thế là từ tác động của công nghiệp hoá một thời; nhân loại văn minh ngày nay đã biết rằng hạnh phúc nhất là được sống trong những thành phố nhỏ chứ không phải những thành phố khổng lồ), đồng bộ với các cuộc đua tranh kỷ lục Guinness nhố nhăng, những đường gốm sứ dài nhất thế giới, những nhà cao nhất, đại lộ rộng nhất và dài nhất, bánh chưng, bánh giầy cũng lớn nhất nước, lại có cả tượng Lý Thái Tổ đội mũ Tàu... Tốn kém, kỳ dị bao nhiêu, mà rồi để làm gì? Chẳng lẽ Thăng Long

---

[1] http://danviet.vn/17754p1c30/dung-say-sua-voi-cac-ky-luc.htm

Hà Nội sau nghìn năm đã trở thành trẻ con đến mức ấy để lao vào các trò ganh đua vớ vẫn?[1]

Rồi ông cảnh báo:

Chúng ta vẫn nói đi nói lại bao nhiêu lần rằng dân tộc đã tồn tại được qua tất cả các thách thức khốc liệt và uy hiếp nặng nề, thâm hiểm nhất là vì văn hoá, nhờ văn hoá; nhưng hình như lại không thật sự lo sợ trước sự xuống cấp văn hoá hiện nay, thể hiện chẳng hạn trong sự phô trương loè loẹt suốt mười ngày và trong cuộc tàn phá kỳ quặc, vô lý sau mười ngày ồn ào vừa rồi. Kỷ niệm một nghìn năm Thăng Long là một kiểm nghiệm, kiểm nghiệm trước hết về chính văn hoá ấy. Và kết quả kiểm nghiệm thì quả đáng buồn, thậm chí báo động.

Chúng ta cần làm gì trước kết quả kiểm nghiệm đáng buồn và đáng báo động ấy?

Xin nhường câu trả lời cho những người khác. Ở đây, tôi chỉ xin nhấn mạnh một điều: làm gì thì làm, nhưng điều cần làm trước tiên là đừng né tránh sự thật.

Không thể thay đổi điều gì cả nếu chúng ta cứ tiếp tục tự lừa dối mình.

Văn hoá thảo luận và tranh luận

Ở Việt Nam gần đây, nạn bạo động trong học đường ngày càng đáng sợ. Học sinh, kể cả học sinh nữ, đánh nhau.

---

[1] http://sgtt.vn/Van-hoa/131138/Kiem-nghiem-van-hoa.html

Học sinh đánh thầy cô giáo. Vừa đánh vừa chụp hình hoặc quay phim. Rồi tung lên YouTube. Tại sao?

Theo tôi, nguyên nhân chủ yếu và sâu xa của bạo động là sự mất niềm tin vào lý lẽ. Nói một cách tóm tắt, ở đây, thay vì dùng lý lẽ để giải quyết tranh chấp, người ta lại dùng tay chân; không tự tin vào tay chân, người ta dùng cả vũ khí, từ gậy gộc đến dao kiếm hay súng ống. Bởi vậy, tôi đề nghị cần phải xây dựng một thứ văn hoá thảo luận càng sớm và càng rộng chừng nào càng tốt chừng ấy.

Văn hoá thảo luận là thứ văn hoá gắn liền với niềm tin và quyết tâm giải quyết các bất đồng và xung đột bằng cách dùng lý lẽ để thuyết phục và chinh phục người khác. Vợ chồng bất hoà với nhau? Thì ngồi xuống nói chuyện. Hàng xóm hục hặc với nhau? Thì cũng ngồi xuống nói chuyện. Các thế lực xã hội hay chính trị tranh chấp với nhau? Thì cũng lại ngồi xuống nói chuyện.

Ở các nước Tây phương, văn hoá thảo luận như vậy được ứng dụng khắp nơi, từ trong gia đình đến ngoài xã hội. Cha mẹ bất bình với con cái chuyện gì đó, thay vì nạt nộ hay bợp tai, người ta lại ngồi xuống phân tích cho con cái nghe các sai lầm mà chúng vấp phải. Con cái có quyền cãi lại. Cha mẹ lại tiếp tục phân tích cho đến lúc chúng hiểu. Bạn bè mâu thuẫn với nhau, người ta lại cũng thường tổ chức các buổi gặp gỡ để giải quyết vấn đề một cách hoà bình bằng lý lẽ. Ở bình diện quốc gia, chính phủ và các lực lượng đối lập cũng thường xuyên tranh luận với nhau, một cách công khai, ở giữa Quốc Hội hay Thượng Viện, về mọi vấn đề.

Một thứ văn hoá thảo luận và tranh luận như thế, ở Việt Nam, hầu như chưa bao giờ có. Trong gia đình: không. Trong trường học: cũng không. Trong trường học, thầy cô hiện diện như một thứ quyền lực tuyệt đối. Học sinh, kể cả học sinh đại học, chỉ cắm cúi lắng nghe và ghi chép. Mọi nỗ lực thảo luận và tranh luận, từ phía người dưới, đều bị xem là bất kính.

Trong sinh hoạt chính trị, cũng không có thảo luận và tranh luận. Trong Quốc Hội, thỉnh thoảng các đại biểu hỏi giới lãnh đạo chính quyền về việc này việc nọ. Nhưng chỉ hỏi chứ không tranh luận. Thủ tướng hay bộ trưởng có trả lời qua loa hay lần thần thì cũng xong chuyện. Không ai bắt bẻ hay hạch hỏi tiếp. Giới truyền thông cũng không bao giờ tranh cãi với giới chính trị gia. Thường chỉ hỏi. Hỏi như học trò hỏi thầy cô giáo.

Một xã hội thiếu văn hoá thảo luận và tranh luận như vậy làm người trên, từ trong gia đình và lớp học đến ngoài xã hội, dễ trở thành độc đoán, thậm chí, thô bạo; và làm người dưới, từ con cháu và học trò đến dân chúng, dễ trở thành thụ động, và khi không thể thụ động được nữa, trở thành bạo động. Quan trọng nhất, nó không phát triển niềm tin vào lý lẽ. Chính ở chỗ trống vắng của niềm tin vào lý lẽ ấy, óc nô lệ và tính bạo động rất dễ nảy nở.

Nhưng muốn xây dựng được văn hoá thảo luận và tranh luận thì cần phải có ít nhất ba điều kiện căn bản: tinh thần duy lý, tự do ngôn luận và sự nghiêm minh trong pháp luật.

Tinh thần duy lý là nền tảng của thảo luận và tranh luận. Thảo luận và tranh luận là để biện biệt đúng sai. Vấn đề đúng/sai thuộc phạm trù nhận thức chứ không phải là tình cảm hay quán tính. Nhưng để làm rõ chuyện đúng/sai, người ta cần phải được tự do phát biểu. Trong gia đình và học đường, trẻ em cần được khuyến khích phát biểu thẳng thắn những gì mình nghĩ và được khuyến khích chỉ chấp nhận là đúng những gì chúng được thuyết phục là đúng chứ không phải chỉ vì sự khiếp nhược. Trên bình diện chính trị cũng vậy. Chính phủ phải lãnh đạo và quản lý bằng cách thuyết phục dân chúng chứ không phải chỉ bằng mệnh lệnh.

Bên cạnh tinh thần duy lý và tự do ngôn luận, muốn phát huy văn hoá thảo luận và tranh luận, cần có thêm điều kiện này nữa: luật pháp phải phân minh.

Luật pháp không phân minh, ranh giới giữa cái đúng và cái sai – về phương diện xã hội – sẽ không bao giờ rõ ràng. Khi ranh giới ấy không rõ ràng thì không ai hoài công đâu mà thảo luận hay tranh luận. Người ta sẽ dùng những biện pháp khác: luồn lách hay bạo động.

Tôi chỉ xin nêu một ví dụ nhỏ: tai nạn giao thông.

Ở Việt Nam, bất cứ khi nào có một tai nạn xe cộ xảy ra, người ta phản ứng ra sao? Thường, trước hết là chửi. Và, cũng thường, sau đó là đánh nhau. Cả đường phố cứ nháo nhào, người thì xúm vào coi, còn xe cộ thì bị dồn ứ lại.

Tại sao người ta phải làm như thế? Thứ nhất, vì luật giao thông không rõ ràng nên người ta phải cãi cọ, thậm chí, dùng tay chân để củng cố thêm sức mạnh cho việc cãi cọ ấy. Thứ hai, người ta không tin vào pháp luật nên muốn tự mình giải quyết để đòi được đền bù.

Ở Tây phương thì khác.

Nhớ, cách đây đã lâu, một lần, tôi lái xe đến ngã tư, gặp đèn đỏ, bèn dừng lại. Chiếc xe sau, không biết lơ đễnh thế nào, không thắng kịp, húc vào đít xe tôi cái rầm. Tôi còn bàng hoàng, chưa biết phản ứng thế nào, anh thanh niên lái xe phía sau đã chạy đến hỏi thăm. Đại khái: có sao không? Tôi lắc đầu. Rồi anh và tôi cùng lái xe tạt vào lề đường để khỏi cản trở lưu thông. Chúng tôi xem vết móp sau xe, rồi ghi số xe, số bằng lái xe và số điện thoại của nhau. Vậy thôi. Sau đó, mỗi người lên xe, lái đi. Tất cả diễn ra chỉ trong vòng vài phút. Không một tiếng cãi cọ.

Hầu hết các vụ đụng xe khác cũng đều thế. Sống ở Úc hơn 20 năm, chưa bao giờ tôi bắt gặp cảnh cãi cọ, đừng nói gì đến ẩu đả, do các vụ đụng xe gây ra. Tất cả đều dừng xe lại, trao đổi số xe và chi tiết trên bằng lái. Rồi đi. Chỉ khi nào có người bị thương tích hay xe bị hư hại đến mức không thể chạy được nữa mới gọi cảnh sát.

Tại sao, cũng đụng xe mà ở Tây phương, người ta giải quyết một cách hoà bình và nhanh chóng đến vậy?

Lý do đơn giản: Thường, sau tai nạn, người ta biết ngay là phần lỗi thuộc về bên nào. Do đó, không cần phải cãi. Mà cãi cũng không được. Thứ hai, người bị đụng biết là mình sẽ được đền bù; và người gây ra tai nạn biết là hãng bảo hiểm sẽ thanh toán các chi phí đền bù ấy. Không ai quá lo lắng. Ai cũng biết việc giải quyết các vấn đề do tai nạn gây ra là nhiệm vụ của các hãng bảo hiểm. Do đó, việc nổi nóng không có ích gì cả. Hơn nữa, nó chỉ có hại. Hoàn toàn có hại.

Chính vì có được niềm tin và sự an tâm ấy, mọi người có thể dễ dàng hoà nhã với nhau. Ngay cả khi xe của mình bị đụng bẹp gí.

Tóm lại, để giảm thiểu các hành vi bạo động, cần khuyến khích mọi người giải quyết mọi bất đồng và xung đột bằng lý lẽ. Khuyến khích không, chưa đủ . Cần bảo đảm cho lý lẽ được tồn tại và chiến thắng bằng quyền tự do ngôn luận và sự phân minh của luật pháp.

Nói thì đơn giản, nhưng tôi biết, và có lẽ ai cũng biết, đó là điều chính quyền Việt Nam tuyệt đối không muốn.

Văn hoá chửi đổng

Ai cũng biết chửi có nhiều hình thức. Hơn nữa, tôi có cảm tưởng, các hình thức ấy càng ngày càng đa dạng. Trước, trong *Từ điển Việt Bồ La* của Alexandre de Rhodes (1651), chỉ có hai từ chửi và chửi mắng; sau, trong *Đại Nam Quốc âm tự vị* của Huỳnh Tịnh Của (1895), có thêm chửi bới, chửi rủa, chửi lộn và chửi thề; kèm theo một số thành ngữ như: chửi như tách nứa, chửi như gõ thoi; sau nữa, trong *Việt Nam tân từ điển* của Thanh Nghị (1952), thêm: chửi bâng quơ, chửi vào mặt, chửi tục, chửi vung, chửi xối hay chửi xối xả. *Từ điển tiếng Việt* của Văn Tân (1963), ngoài một số hình thức chửi trên, còn thêm: chửi bóng chửi gió, chửi chữ, chửi đổng, chửi xỏ. Nhiều nhất là trong *Việt Nam từ điển* của Lê Văn Đức và Lê Ngọc Trụ (1970) với một số kiểu chửi mới, chưa thấy trong các từ điển trước: chửi bỏ, chửi bông lông, chửi đùa, chửi khống, chửi lén, chửi tắt bếp, chửi thầm, chửi thề, chửi trổng, chửi vãi, chửi vụng, và chửi xiên chửi xéo. Lê Văn Đức và Lê Ngọc Trụ cũng liệt kê một số thành ngữ bắt đầu bằng chữ chửi: Chửi cha không bằng pha tiếng, chửi chó mắng mèo, chửi lắm nghe nhiều, chửi như chó ăn vã mắm, chửi như mất gà, chửi như vặt thịt.

Ngoài ra, có nhiều từ hoặc thành ngữ khá phổ biến ngoài đời nhưng không hiểu sao lại không có trong từ điển: chửi cha, chửi xéo, chửi móc, chửi leo, chửi đổng, chửi té khói, chửi không kịp vuốt mặt, chửi như vãi trấu, chửi như tát nước (vào mặt), chửi tới hột sen, chửi tá lả, chửi tá lả bùng binh, chửi búa xua, chửi tứ tung, chửi tứ tung lung tàng, chửi tùm lum tà la, chửi sa sả, chửi cho tắt đài, chửi thẳng vào mặt, chửi sủi/sùi bọt mép, chửi như hát, v.v…

Gần đồng nghĩa (nhưng nhẹ hơn) với chửi là mắng. Có mắng nhiếc, mắng mỏ, mắng trả, mắng vốn.

Số lượng từ vựng dồi dào như vậy chứng tỏ việc chửi khá phổ biến và rất đa dạng ở Việt Nam. Không có gì đáng ngạc nhiên khi hầu hết các học giả đều đồng ý với nhau: người Việt Nam chửi nhiều. Một số người còn nói thêm: Người Việt không những chửi nhiều mà còn chửi hay nữa.

Trong cuốn *Ngôn ngữ và thân xác*, xuất bản tại Sài Gòn năm 1968, Nguyễn Văn Trung bàn nhiều về hiện tượng chửi tục của người Việt Nam, trong đó ông nêu lên một nhận xét táo bạo:

Có lẽ không có dân tộc nào trên thế giới văng tục, chửi tục nhiều và hay như dân tộc Việt Nam. Đó là một hiện tượng rất phổ thông trong ngôn ngữ hằng ngày và cũng rất phong phú vì gồm rất nhiều lối văng tục, chửi tục, sử dụng rất nhiều chất liệu khác nhau để xây dựng câu chửi, nhưng cũng nhằm rất nhiều ý nghĩa, kể cả ý nghĩa tôn giáo. Do đó, văng tục, chửi tục là một vấn đề quan trọng đòi hỏi một công trình kê khai có hệ thống để giải thích khoa chửi tục của người Việt Nam.

Nhà văn Võ Phiến thì có hai bài "Chửi" và "Chửi tục", cũng xuất bản trước 1975, sau, in lại trong tập *Tuỳ bút* 1, do Văn Nghệ xuất bản tại California năm 1986; trong đó, cũng giống Nguyễn Văn Trung, ông cho người Việt không những chửi nhiều, chửi tục mà còn chửi hay nữa. Hay đến độ, theo Võ Phiến, thời Pháp thuộc, trước năm 1945, có một nhà nghiên cứu người Pháp, sau khi đọc một tập truyện của Thanh Tịnh, thấy trong đó nhân vật chửi nhau hấp dẫn quá, đã nhờ Thanh Tịnh giúp tìm tài liệu để viết về nghệ thuật chửi bới của người Việt Nam. Cũng theo Võ Phiến, sau này, cuối thập niên 1960, linh mục Trương Đình Hoè đã soạn hẳn một luận án tiến sĩ về ý nghĩa của cái chửi Việt Nam tại một trường đại học ở Paris.

Mà, thật ra, không cần nghe các học giả. Chỉ bằng kinh nghiệm bản thân, có lẽ ai trong chúng ta cũng thấy được điều đó. Nếu ở Tây phương (tôi không dám nói các nước Phi châu hay Á châu khác, những nơi tôi chưa từng sống nên không biết), người ta vẫn chửi thề và chửi tục, tuy cũng thô tục và thô bạo, nhưng thường ngắn gọn, ở Việt Nam, chửi thường khá dài và dai, có khi cả tiếng hay nhiều tiếng đồng hồ. Chửi liên tục, ròng rã.

Hồi nhỏ, sống ở miền quê, tôi thường nghe nhiều người chửi như thế. Giận con: chửi. Giận chồng: chửi. Giận hàng xóm: chửi. Chồng ngoại tình, ra trước sân nhà hay có khi ra hẳn ngoài đường, chửi: "Phải chi con đó có bốn vú, hai l. thì mi mê cũng đáng; đàng này nó cũng chỉ có hai vú, một l. như tau thì tại sao mi lại bỏ vợ bỏ con mà đi theo cái con đĩ đó hở cái thằng mất nết mắc dịch kia?" Đau bụng đẻ cũng lôi chồng ra chửi: "Tau đã bảo đừng rồi, vậy mà cứ lăn xả vào đòi lột quần người ta ra mà ... (tự ý đục bỏ!)... Ới cái thằng mắc toi mắc dịch, cái thằng dê xồm dê cụ kia, có giỏi thì chịu cảnh đau đẻ như bà nè!"

Trong văn học, nhân vật chửi nhiều nhất có lẽ là Chí Phèo của Nam Cao:

> Hắn vừa đi vừa chửi. Bao giờ cũng thế, cứ rượu xong là hắn chửi. Bắt đầu chửi trời. Có hề gì? Trời có của riêng nhà nào? Rồi hắn chửi đời. Thế cũng chẳng sao: đời là tất cả nhưng chẳng là ai. Tức mình, hắn chửi ngay tất cả làng Vũ Đại. Nhưng cả làng Vũ Đại ai cũng nhủ: "Chắc nó trừ mình ra!" Không ai lên tiếng cả. Tức thật! Ồ! Thế này thì tức thật! Tức chết đi được mất! Đã thế, hắn phải chửi cha đứa nào không chửi nhau với hắn. Nhưng cũng không ai ra điều. Mẹ kiếp! Thế thì có phí rượu không? Thế thì có khổ hắn không? Không biết đứa chết mẹ nào đẻ ra thân hắn cho hắn khổ đến nông nỗi này? A ha! Phải đấy, hắn cứ thế mà chửi, hắn chửi đứa chết mẹ nào đẻ ra thân hắn, đẻ ra cái thằng Chí Phèo! Hắn nghiến răng vào mà chửi cái đứa đã đẻ ra Chí Phèo. Nhưng mà biết đứa nào đã đẻ ra Chí Phèo? Có trời mà biết! Hắn không biết, cả làng Vũ Đại cũng không ai biết...

Chí Phèo hay chửi. Nhưng Nam Cao không cho biết là hắn chửi hay hay không. Chúng ta cũng không có "văn bản" lời chửi của hắn để tự mình đánh giá. Nhưng lời chửi của vợ trương Thi, hàng xóm của Pha trong *Bước đường cùng* của Nguyễn Công Hoan thì hay thật:

Làng trên xóm dưới! Bên sau phía trước! Bên ngược bên xuôi! Tôi có con gà mái xám nó sắp ghẹ ổ, nó lạc ban sáng, mà thằng nào con nào ở gần đây mà qua, đứa ở xa mà lại, nó day tay mặt, nó đặt tay trái, nó bắt mất của tôi thì buông tha nó ra, không thì tôi chửi cho đơơới!

Chém cha đứa bắt gà nhà bà! Chiều hôm qua bà cho nó ăn hãy còn, sáng hôm nay, con bà gọi hãy còn, mà bây giờ mày đã bắt mất. Mày muốn sống mà ở với chồng với con mày, thì mày buông tha thả bỏ nó ra, cho nó về nhà bà. Nhược bằng mày chấp chiếm, thì bà đào thằng tam đại tứ đại nhà mày lên, bà khai quật san bằng ngũ đại lục đại nhà mày lên. Nó ở nhà bà, nó là con gà, nó về nhà mày nó biến thành cú thành cáo, thành thần nanh đỏ mỏ, nó mổ chồng mổ con, mổ cái nhà mày cho mà xem. Ở cái thằng chết đâm, cái con chết xỉa kia! Mày mà giết gà nhà bà, thì một người ăn chết một, hai người ăn chết hai, ba người ăn chết ba, mày xuống âm phủ mày bị quỷ sứ thần linh rút ruột ra, ở cái thằng chết đâm, cái con chết xỉa kia ạ!

Cũng về đề tài mất gà như thế, tôi còn nghe một bài văn chửi gần như là vè. Cũng vần cũng điệu, cũng ngân nga và cũng trầm bổng; nhiều câu chữ y như hai đoạn văn trên của Nguyễn Công Hoan:

Tổ cha mày
Cái đứa đen lòng xanh cật
Mặt sắp mo nang
Rình ngang rình ngửa
Bắt gà của bà
Ở nhà bà

Nó là gà xương gà thịt
Về nhà mày
Nó là thần nanh xanh, mỏ đỏ
Nó mổ mắt mày
Ở nhà bà
Nó là gà gấm gà hoa
Sang nhà mày
Nó là ác cầm ác thú
là cú là cáo
là báo là hổ
Vồ cả nhà mày
Giày cả nhà mày.[1]

Ở Huế, người ta cũng nghe những tiếng chửi như vậy. Có khi có bài bản và vần điệu du dương hơn:

Cao tằng tổ đĩ, cao tằng tổ khảo, cố tổ gia tông cả ông, cả bà, cả cha, cả mẹ, chú bác, anh em, họ nội, họ ngoại, xa gần ân ái, họ gái họ trai, dưới âm phủ đội mũ mà lên, trên thiên đàng xếp hàng mà đi xuống, bay hãy vén mái tai, gài mái tóc đặng chống tai lên cho rõ, chống cửa ngõ cho cao, chặt hàng rào cho thấp để mà nghe tao chửi đây nè:

Tau chửi cho tan nát tông môn họ hàng cái quân khốn kiếp, cái quân vô hậu kế đợi đã ăn hết của tau bảy con gà xám, tám con gà vàng. Bay ăn chi mà ăn ác nhơn ác nghiệp, ăn một lần một chục rưỡi con gà. Bay ăn cho chồng bay sợ, cho con bay kinh, bay ăn cho ngả miếu sập đình, cho mồ cha bay chết hết để một mình bay ngồi đó mà ăn. Đồ cái quân ăn chó cả lông, ăn hồng

---

[1] Ghi theo trí nhớ.

cả hột. Cái quân không sợ trời đánh thánh đấm... bay ăn mần răng mà hết chục rưỡi con gà?[1]

Ở miền Trung, hồi nhỏ, tôi được nghe một bài văn chửi mất gà khác với bài vừa kể. Chỉ nhớ loáng thoáng một số câu:

Tổ cha nó
Cái thằng ăn cắp
Nó bắt con gà vàng khoan cổ
con gà nổ khoan lông
nó nấu nồi đồng
nó nấu nồi đất,
nó ăn lật đật
nó trật xương quai
nó lòi bản họng
mà nó cứ tọng vô mồm
cái mồm thối mồm tha
mồm ma mồm quỷ
mồm đĩ mồm chó
Tổ cha nó!

Hầu hết các lời chửi ở trên đều không nhắm vào một đối tượng cụ thể nào cả. Chửi như thế gọi là chửi đổng (hay chửi đông đổng, chửi trổng, chửi khống).

Nếu hiện tượng chửi đổng như thế từng phổ biến ở nông thôn, thì, ở thành thị, nó có vẻ thưa thớt hơn. Mức độ thành thị hoá càng cao, nó lại càng thưa thớt. Lúc ấy, chúng ta thường nghe những tiếng chửi thề hay chửi tục nhưng lại hiếm khi nghe những bài văn chửi lê thê, vần vè và vu vơ như trước.

---

[1] Ghi theo trí nhớ.

Nhưng chửi đổng có chết hẳn không?

Không. Nó không chết. Nó chỉ biến tướng. Nó "bác học hoá", xuất hiện trên báo chí; và gần đây, được "hiện đại hoá", xuất hiện trên mạng. Có cảm tưởng một số người mở website hay blog chỉ để làm mỗi một việc: chửi đổng. Chửi hết người này đến người khác. Cứ chửi bâng quơ, vu vơ, không khổng. Như những tiếng sủa ủng oẳng của những con chó dại. Xin nói ngay: Hình tượng và chữ "sủa" ấy không phải của tôi. Có người dùng như thế rồi. Không phải là dùng cho người khác. Mà là tự nhận cho chính họ: Họ thích sủa gâu gâu. Gần như ngày nào cũng viết vài câu gâu gâu. Người khác trách, họ trả lời một cách thản nhiên: Thích, họ cứ sủa. Và hứa: sẽ còn sủa tiếp, dài dài. Ai chửi, mặc kệ: "Chả sao!"

Nói như là đe doạ.

Nghe những lời chửi mất gà ngày xưa, thấy vui. Nhưng nghe những lời đe doạ như thế trên mạng, chỉ thấy thảm.

Của chó và người

Người Việt Nam thường nuôi chó nhưng chắc chắn không phải là một dân tộc yêu chó. Xưa, người ta nuôi chó chủ yếu để giữ nhà, để thanh toán mấy thứ chất thải của trẻ nhỏ và để làm thịt. Không ai có thói quen ôm và nựng chó, coi chó như là bạn. Hơn nữa, người ta còn khinh và ghét chó. Ca dao và tục ngữ Việt Nam, khi nhắc đến chó, thường có ý nghĩa khá tiêu cực. Chửi nhau, không có gì nặng nề hơn chữ

"Đồ chó". Chả thế mà Cao Bá Quát, theo một giai thoại, đã dùng chữ chó để chửi vua quan đương thời trong một tờ khai viết theo lệnh của Tự Đức:

Tiền thần bất tri
Hậu thần bất tri
Trung gian thần tri
Đản kiến:
Thượng bàn hô cẩu!
Hạ bàn hô cẩu!
Thượng hạ giai cẩu.
Lưỡng tương đấu ẩu
Thần gián bất đắc
Thần kiến thế nguy
Thần hoảng thần tẩu.

(Dịch nghĩa: Thần không biết trước thế nào; Thần không biết sau thế nào. Thần đến giữa chừng và thấy: Bàn trên hô: "Chó!"; bàn dưới cũng hô: "Chó!" Trên dưới đều chó. Rồi hai bên đánh nhau. Thần can không được. Thần thấy thế nguy, thần hoảng thần chạy.)

Nghe kể, đọc đến câu "Thượng hạ giai cẩu" (Trên dưới đều là chó), Tự Đức biết ngay Cao Bá Quát mượn chuyện ẩu đả giữa đám quan lại để chửi mình nhưng ông cũng không làm gì được bởi, về ý và về lý, Cao Bá Quát chỉ kể sự thực.

Việc dùng chó để ám chỉ người trong giai thoại trên rất thông dụng ở Việt Nam. Trong văn học, hiếm có người nào viết về chó chỉ vì chó. Người ta chỉ mượn chó để nói về người. Chửi thói ăn dơ của lũ quan tham: người ta làm thơ vịnh chó (ví dụ bài "Chó chết trôi" của Nguyễn Văn Lạc). Đề cao lòng trung thành: người ta nhắc đến chó (ví dụ bài "Con chó già" của Huỳnh Mẫn Đạt). Phan Bội Châu, trong những ngày bị an trí ở Huế, thậm chí còn dựng bia trước mộ hai con chó, Vá và Ky, của ông. Ông hết sức đề cao những đức tính quý báu của chó: ở con Vá, trung và dũng; ở con Ky, nhân và trí. Khi đề cao chó, ông không quên "đá" người, nhất là những kẻ "mặt người lòng thú", về tư cách, không bằng cả chó. Nam Cao, trong nhiều truyện ngắn, nhắc đến chó, chủ yếu để cực tả cái nghèo cái khổ; Kim Lân, trong "Con chó xấu xí", nói về cái tình của chó, qua đó, có lẽ, nói đến cái tình của những người hạ tiện và khốn cùng, cũng như những cái đẹp tiềm ẩn trong những hình thức kém thẩm mỹ; Ngô Tất Tố, trong truyện "Tắt đèn" và Nguyễn Công Hoan, trong truyện ngắn "Răng con chó của nhà tư sản", đều dùng chó để nói lên sự bất nhân của bọn giàu có và hãnh tiến. Hình ảnh con chó, như vậy, trước, mang màu sắc đạo đức; sau, mang màu sắc giai cấp. Dường như không ai nói về tính giai cấp qua hình ảnh con chó gọn và rõ cho bằng Võ Liêm Sơn, trong bài "Thăm bạn":

> *Lâu ngày đi thăm bạn*
> *Đến ngõ chó tuôn ra*
> *Những con to và béo*
> *Tiếng sủa như đồng loa*
> *Thấy chó biết nhà chủ*
> *Làm ăn rày khá mà.*
> *Thôi thế, cũng là đủ*
> *Bất tất phải vào nhà.*

Những con chó "to và béo" ấy tưởng đã biến mất với sự phá sản của chủ nghĩa thực dân tại Việt Nam, không ngờ, lại sống dậy trong thời tàn của chủ nghĩa xã hội. Cùng với sự phát triển của kinh tế và sự xuất hiện của tầng lớp "quý tộc" mới, con chó cũng được thăng cấp và hoá thân. Từ một con vật chuyên ăn bẩn, sủa bậy và cắn càn, nó trở thành bạn, thậm chí, bạn quý của con người. Từ chỗ bị khinh miệt, nó được nâng niu, yêu mến. Nghe nói ở Việt Nam bây giờ có cả khách sạn chó, bệnh viện chó và cả nghĩa trang chó. Nhiều người trở thành tỉ phú nhờ kinh doanh các dịch vụ liên quan đến chó.

Kể ra, như vậy cũng phải. Cái gọi là lòng nhân đạo không nên chỉ giới hạn ở người mà còn cần được mở rộng đến loài vật, nhất là các loài vật gần gũi với con người. Trong các động vật gần gũi với con người, không có động vật nào thông minh và có tình như là chó. Ở Tây phương, người ta xem mức độ thân thiện đối với súc vật như dấu chỉ của văn minh.

Việc nhiều người Việt Nam, gần đây, thích nuôi chó, quý chó và cưng chó là điều đáng mừng và rất đáng khuyến khích. Tuy nhiên, bên cạnh hiện tượng tích cực ấy lại xuất hiện hai điều đáng tiếc và rất đáng bàn.

Thứ nhất, nạn bắt trộm chó. Thật ra, việc bắt trộm chó có lẽ đã có từ lâu. Nhưng dường như chưa bao giờ nó lại hoành hành như bây giờ. Hoành hành đến độ người ta gọi là "cẩu tặc" (cũng giống như hải tặc, lâm tặc, tin tặc, đinh tặc – những kẻ rải đinh xuống đường, cát tặc – ăn cắp cát để xây nhà!). Khi "tác nghiệp", những người bắt trộm chó thường đi từng cặp, trên những chiếc xe gắn máy có phân khối lớn. Khi thấy chó, họ phóng xe ngang qua, người ngồi sau tung dây thòng lọng siết cổ chó và lôi đi. Được một quãng, họ dừng xe, bắt và nhét chó vào bao bố rồi lại phóng xe đi tiếp. Nhiều lúc họ bắt chó ngay trước mắt chủ nhân mà chủ nhân của con chó cũng đành bất lực đứng trố mắt ngó, không làm gì được. Tất cả chỉ diễn ra trong vòng vài phút. Chủ nhân chưa hết sững sờ, những kẻ ăn trộm chó đã mất dạng.

Người ta làm gì với những con chó bị bắt trộm ấy? Dĩ nhiên là bán. Địa điểm cuối cùng chúng đến là các quán thịt cầy thơm lừng mùi riềng nằm rải rác khắp mọi miền đất nước.

Thứ hai, hiện tượng tàn sát những kẻ ăn trộm chó. Tin mới nhất, được tường thuật trên báo chí trong nước: chiều ngày 29 tháng 8 năm 2010 tại xã Nghi Thịnh, huyện Nghi Lộc, tỉnh Nghệ An, dân chúng phát hiện hai người ăn trộm chó. Người ta rượt theo. Hai tên trộm bỏ chó chạy lấy người. Nhưng cuối cùng họ cũng bị bắt. Một người bị đánh chết ngay tại chỗ. Người còn lại chết trên đường đi cấp cứu. Chiếc xe của họ bị đốt cháy thành than.

Trước đó, vào ngày 7 tháng 6, ở thành phố Vinh, cũng có một người ăn trộm chó bị đánh chết và bị đốt cháy cùng với chiếc xe gắn máy của ông.

Trước đó nữa, vào ngày 28 tháng 12 năm 2009, ở huyện Thanh Xuân, Hà Tĩnh (quê của Nguyễn Du), cũng có hai tên ăn trộm chó bị bắt. Và cũng bị đánh chết. Một người bị đánh chết ngay tại chỗ và người kia cũng chết trên đường đi cấp cứu.

Trước đó nữa nữa…

Trên Talawas ngày 1 tháng 9 năm 2010, trong phần "Phụ lục" ở cuối bài "Đôi điều suy nghĩ về sự vô cảm" của Nguyễn

Lê Huyên,[1] có bảng tóm tắt một số vụ giết người liên quan đến chó tại Việt Nam do Talawas tổng hợp như sau:

Ngày 9/9/2008, dân quân thôn Lê Pháp, xã Tiên Dương, huyện Đông Anh, Hà Nội, đánh chết hai người vô tội vì nghi trộm chó.

Ngày 07/12/2008, một người mắc bệnh tâm thần bị dân làng Phú Châu, xã Xuân Phú, huyện Phúc Thọ, Hà Nội, đánh chết vì bị nghi trộm chó.

Ngày 2/5/2009, một thanh niên bị dân làng Tiên Lữ, xã Tiên Phương, Chương Mỹ, Hà Nội, đánh chết và một thanh niên khác bị đánh trọng thương vì bị nghi trộm chó.

Ngày 26/5/2009, hai thanh niên câu trộm chó tại xã Tự Nhiên, huyện Thường Tín, Hà Nội, bị 5 thanh niên làng này đánh trọng thương, một người sau đó đã tử vong.

Ngày 22/7/2009, người dân xã Tượng Lĩnh, huyện Nông Cống, Thanh Hoá, đánh chết một thanh niên và đánh trọng thương một thanh niên khác trong nhóm trộm chó.

Ngày 22/8/2009, 4 người dân huyện Nghi Xuân, Hà Tĩnh đã đánh chết hai thanh niên câu trộm chó.

Ngày 04/5/2010, một người câu trộm chó bị dân xã Quảng Hoà, Quảng Xương, Thanh Hoá đánh chết.

Ngày 07/6/2010, một người câu trộm chó tại xã Hưng Đông, thành phố Vinh, Nghệ An, bị thiêu chết.

Ngày 18/8/2010, một thanh niên tử nạn và một người khác bị thương tại xã Đak Jrăng, huyện Mang Yang, Gia Lai, vì câu trộm chó bị dân làng truy đuổi.

---

[1] http://www.talawas.org/2010/09/nguyen-le-huyen-oi-ieu-suy-nghi-ve-su.html/

Ngày 27/8/2010, một người câu trộm chó bị chết khi xung đột với những người vây bắt tại Ninh Hoà, Khánh Hoà.

Bản liệt kê trên chắc là không đầy đủ. Hơn nữa, nó chỉ tập trung vào các vụ án có người bị giết chết. Ngoài một số người bị đánh chết như vậy, một số khác, "may mắn" hơn, chỉ bị "chặt tay" và "cắt tai".

Đọc những bản tin chặt tay, cắt tai, đánh chết và đốt xác những người ăn trộm chó như vậy, tôi nghĩ, một người bình thường không thể không thấy day dứt. Đã đành ăn trộm, bất cứ là ăn trộm thứ gì, cũng là một việc xấu và cần bị trừng phạt. Nhưng người ta có nên, và có quyền, sử dụng những hình phạt tàn bạo đến như vậy hay không? Trước đây, đã có ai nghe nói có cảnh ăn trộm chó bị giết chết dã man như vậy bao giờ chưa? Riêng tôi, tôi chưa hề biết. Người ta lý luận: dân chúng mạnh tay như vậy là vì họ quá bức xúc trước sự hoành hành của cẩu tặc. Nhưng như vậy lại làm nảy sinh hai câu hỏi:

Thứ nhất, công an ở đâu? Tại sao công an lại không thể ngăn chận được tệ nạn ăn trộm chó? Ai chịu trách nhiệm về những sự bất lực ấy?

Thứ hai, tại sao dân chúng ở nhiều nơi lại dám và có thể ngang nhiên giết chết những người ăn trộm chó, có khi chỉ bị nghi ngờ là ăn trộm chó thôi, như vậy? Vậy pháp luật ở đâu? Chẳng lẽ ở Việt Nam hiện nay, chỉ cần nhân danh "bức xúc", người ta có thể chà đạp lên luật pháp?

Và cuối cùng là câu hỏi: Giữa chó và người, đằng nào đáng giá hơn?

Một dân tộc vô cảm

Tôi viết về chính trị trên blog ở đài VOA, một số người cho là nhiều. Nhưng dưới mắt bạn bè và đồng nghiệp người Úc, tôi bị xem là người không mấy quan tâm đến chính trị. Ít nhất là không quan tâm bằng họ.

Mà thật. Hầu như tất cả bạn bè tôi, đám giáo sư trong trường, tuy không ai tham gia bất cứ đảng phái nào, vẫn thường xuyên theo dõi mọi biến động chính trị trong nước. Ngày nào cũng đọc báo, nghe đài, xem ti vi. Mỗi khi chính phủ hay phe đối lập đưa ra một chính sách mới, họ đều tìm hiểu cặn kẽ, phân tích kỹ lưỡng và bàn tán sôi nổi. Một số người viết bài bình luận. Số khác, đông hơn, viết ý kiến gửi đăng trên báo chí.

Thoạt đầu, tôi rất ngạc nhiên. Nhưng sau, sống và làm việc lâu ở Úc, tôi hiểu ra. Bất cứ chính sách nào của chính phủ cũng đều ít nhiều có ảnh hưởng đến đời sống của ít nhất một thành phần nào đó trong xã hội. Ảnh hưởng một cách rất cụ thể. Đến công ăn việc làm. Đến lương hướng. Đến sinh hoạt. Một ví dụ nhỏ: cách đây trên dưới hai mươi năm, chính phủ Lao Động xem Úc như một phần của châu Á. Ảnh hưởng của cách nhìn ấy hầu như có thể thấy ngay tức khắc. Số tiền tài trợ cho việc giảng dạy ngôn ngữ và văn hoá Á châu tăng vọt. Các dịch vụ xã hội trợ giúp di dân từ châu Á nở rộ. Sau, Liên Đảng (bao gồm đảng Tự Do và đảng Quốc Gia) lên cầm quyền, chính sách thay đổi: tuy về phương diện địa lý, Úc nằm gần châu Á, nhưng về phương diện lịch sử và văn hoá, Úc vẫn thuộc về Tây phương. Ảnh hưởng của quan điểm ấy cũng thấy rất rõ: số tiền tài trợ cho việc giảng dạy Á châu học bị cắt giảm để đầu tư vào việc giảng dạy ngôn ngữ và văn hoá Âu châu. Phân khoa nơi tôi dạy, thoạt đầu có tên là Phân khoa Ngôn ngữ và Á châu học, sau, để đáp ứng sự thay đổi trong chính sách quốc gia, đổi thành Phân khoa Quốc tế học. Bởi vậy, không có gì đáng ngạc nhiên khi hầu hết người Úc đều quan tâm đến những sự thay đổi trong chính sách của nhà nước. Mỗi lần bầu cử, người ta đều đắn đo cân nhắc các chính sách của từng phe trước khi quyết định. Khi cần, họ sẵn sàng xuống đường vận động người khác ủng hộ cho đảng nào có chính sách họ nghĩ là đúng đắn. Tôi xin nhắc lại: tất cả các bạn tôi, như đã nói, đều không tham gia bất cứ đảng phái nào.

Ở Việt Nam thì khác. Đọc báo là thấy ngay. Thử lấy ba tờ báo mạng nổi tiếng và được xem là có đông độc giả nhất ở Việt Nam làm ví dụ. Trên tờ *Vnexpress*, chẳng hạn, không có cột nào dành riêng cho chính trị cả. Chỉ có, ngoài Trang chủ, các cột: Xã hội, Thế giới, Kinh doanh, Văn hoá, Thể thao, Pháp luật, Đời sống, Khoa học, Vi tính, Ôtô - xe máy, Bạn đọc viết, Tâm sự, Rao vặt và Cười. Tuyệt đối không có chính trị. Trên tờ *Dân Trí* cũng thế. Cũng, ngoài cột Trang chủ, có các cột: Tin tức - sự kiện, Thế giới, Thể thao, Giáo dục - khuyến học, Giải trí, Nhịp sống trẻ, Tình yêu giới tính, Sức khoẻ, Sức mạnh số, Kinh doanh, Ô tô xe máy, và Chuyện lạ. Cũng không có chính trị. Trên tờ *Vietnamnet* thì có: Chính trị chiếm một cột nhỏ, bên trong cột Tin tức, bên cạnh các cột Xã hội, Kinh tế - Thị trường, Văn hoá, Quốc tế, Công nghệ thông tin - Viễn thông, Khoa học, Giáo dục và Muôn màu cuộc sống. Những đề tài được đề cập đến trong cái cột gọi là "Chính trị" ấy, thật ra, chỉ là những bản tin nhí nhách về các cuộc họp, tiếp khách, trao giải thưởng, mừng lễ này lễ nọ. Hết.

Trên báo như thế, ngoài đời sống cũng như thế. Qua những lần về nước trước đây, tôi ghi nhận một điều: Cực kỳ hiếm có người nào thực sự quan tâm đến chính trị. Hầu hết đều tập trung vào vấn đề sinh kế, làm giàu và ăn chơi. Trên các bàn nhậu, thỉnh thoảng người ta cũng bàn về chính trị. Nhưng hãy để ý mà xem: tuy nói về chính trị, nhưng người ta lại rất hiếm khi bàn đến các chính sách. Phần lớn chỉ chửi hoặc chỉ kể chuyện tiếu lâm để xỏ xiên. Rồi cười. Cười rất sảng khoái. Chuyện chính trị, do đó, chỉ được xem như một thứ mồi nhấm để việc uống bia hoặc uống rượu thêm phần sôi nổi. Vậy thôi.

Rất nhiều người công khai thừa nhận việc đó: Họ không quan tâm đến chính trị.

Thái độ không quan tâm đến chính trị ấy có bình thường không?

Câu trả lời: Chắc chắn là không. Tuyệt đối không có chút bình thường nào khi cả mấy chục triệu người quay lưng lại chính trị, để mặc cho một số chính trị gia muốn làm gì thì làm, bất kể hay hay dở. Chính trị gia giỏi thì không nói làm gì. Đằng này, giới lãnh đạo Việt Nam càng ngày càng bộc lộ rất nhiều khuyết điểm, trong đó, có hai khuyết điểm nổi bật nhất: thiếu năng lực và thiếu trách nhiệm. Đất nước giàu mạnh thì không nói làm gì. Đằng này Việt Nam vẫn còn là một nước nghèo và là một nước yếu. Chỉ cần chút xíu lương tri, ai cũng thấy tình hình Việt Nam hiện nay đầy những khó khăn và thử thách. Về kinh tế. Về xã hội. Về giáo dục. Về đối ngoại. Đứng trước những khó khăn và thử thách chồng chất ấy, sự thờ ơ dửng dưng của đa số quần chúng tuyệt đối không thể được xem là một dấu hiệu lành mạnh. Nếu không muốn nói, ngược lại, là triệu chứng của bệnh hoạn. Thứ bệnh được nhiều người gọi tên là "mackeno", mặc-kệ-nó.

Biểu hiện của chứng "mackeno" nhan nhản. Đất nước phát triển, người giàu càng giàu và người nghèo càng nghèo ư? Mặc kệ! Giao thông ngày nào cũng tắc nghẽn ư? Mặc kệ! Tham nhũng tràn lan ư? Mặc kệ! Giáo dục càng lúc càng đi xuống ư? Mặc kệ! Nạn bạo động càng ngày càng hoành hành trong học đường ư? Mặc kệ! Môi trường càng ngày càng ô nhiễm ư? Mặc kệ! Trung Quốc đánh chìm tàu đánh cá Việt Nam ư? Mặc kệ! Giới lãnh đạo ngu dốt và độc tài ư? Mặc kệ!

Tại sao một dân tộc vốn thường xuyên tự hào là yêu nước mà một lúc nào đó bỗng dưng đâm ra thờ ơ dửng dưng một cách lạ lùng như thế?

Nguyên nhân có thể nhiều, nhưng theo tôi, ít nhất hai nguyên nhân này là quan trọng nhất:

Một, điều đó nằm trong chính sách của nhà nước. Chắc chắn đó không phải là một lời xuyên tạc hay vu khống. Hầu như ai cũng biết ở Việt Nam hiện nay có một chủ trương bất thành văn rất rõ: Nói cái gì cũng được, trừ chuyện chính trị; làm cái gì cũng được, trừ việc dính líu đến chính trị. Thanh niên sinh viên xuống đường chống việc xâm lấn lãnh thổ và lãnh hải Việt Nam của Trung Quốc, giới lãnh đạo xua đuổi, bảo: Đó là chuyện của đảng và nhà nước, để đảng và nhà nước lo! Báo chí được phép đăng tải hầu như mọi thứ, trừ chuyện chính trị và những chuyện có ảnh hưởng đến chính trị.

Những gì liên quan đến chính trị đều bị xem là "nhạy cảm", người có quyền thì né; người không có quyền thì bị cấm. Thành ra, ở Việt Nam hiện nay chỉ có hai hạng người hay bàn đến chính trị: một là những kẻ nịnh bợ; hai là những kẻ bị gọi là phản động. Xuất phát từ thiện chí cũng bị xem là phản động.

Lịch sử dường như đang lặp lại: Trong hai thập niên 1920 và 1930, ở Việt Nam, Pháp cổ suý phong trào vui vẻ trẻ trung khuyến khích thanh niên tham gia vào các trò chơi thể thao và chạy theo thời trang. Những người yêu nước thời đó lên tiếng tố cáo: đó là âm mưu ru ngủ thanh niên để họ không bị cuốn hút vào quỹ đạo chính trị. Ngay cả việc sùng bái *Truyện Kiều* do Phạm Quỳnh khởi xướng trên *Nam Phong* cũng bị nhiều nhà nho cách mạng xem là nằm trong âm mưu hiểm độc ấy. Bởi vậy, họ xúm vào đánh *Truyện Kiều* tơi tả: Thuý Kiều bị gọi là đĩ, "con đĩ Kiều".

Nhà cầm quyền Việt Nam đang học lại bài học của thực dân Pháp chăng?

Nguyên nhân thứ hai: sự tuyệt vọng. Từ lâu, đảng và nhà nước đã giành mọi quyền quyết định về chính trị. Mọi quyết định ấy đều được diễn ra một cách bí mật. Không ai được quyền tham gia và cũng không ai hay biết gì cả. Lâu dần, người Việt mất hẳn niềm tin là ý kiến của họ có thể có bất cứ đóng góp nào. Mất niềm tin ấy, người ta dừng lại ở một lời than đầy bế tắc: "Cái nước mình nó thế!" Rồi thôi.

Tôi cho chính cái chủ nghĩa mặc-kệ-nó, thứ mackeno-ism ấy, là một trong những chứng bệnh hiểm nghèo nhất của dân tộc ta hiện nay.

Cái bệnh vô tâm và vô cảm.

Một khía cạnh mới của đạo đức: Ý thức về sự công chính xã hội

Người Việt Nam hay nói về đạo đức. Hai nền tảng chính trong ý niệm về đạo đức của người Việt Nam là tình yêu và bổn phận: Yêu nước, yêu đồng bào, yêu hàng xóm, và nhất là, yêu gia đình. Và bổn phận đối với tất cả những gì mình yêu. Đối tượng khác, biểu hiện của tình yêu và bổn phận cũng khác: với đất nước, đó là trung thành; với đồng bào hay hàng xóm, đó là sự tương trợ, với gia đình, đó là lòng hiếu thảo.

Chưa nói đến việc thực hiện các lời khuyên bảo ấy. Chỉ riêng về phương diện lý thuyết, những lời dạy về đạo đức ấy, tuy hay, rất hay, nhưng rõ ràng là bất cập.

Rất ư bất cập.

Trước hết, nó có tính một chiều. Thường là chiều từ dưới lên trên. Mọi người có bổn phận và trung thành với đất nước ư? Ừ, thì cũng được. Nhưng còn đất nước thì sao? Người Việt hay nhắc đi nhắc lại (mà hầu như không bao giờ nêu xuất xứ) câu nói nổi tiếng của John F. Kennedy: "Đừng đòi hỏi đất nước làm gì cho bạn mà bạn chỉ nên tự hỏi bạn đã làm gì được cho đất nước." Tại sao không? Bất cứ người nào cũng có quyền đòi hỏi đất nước, được biểu hiện cụ thể qua các thiết chế chính trị, phải bảo đảm an toàn, thịnh vượng và công bằng cho mọi người. Ý thức về dân chủ chỉ thực sự vững mạnh khi người dân, mọi người dân, lên tiếng đòi hỏi điều đó. Gạt bỏ yêu cầu chính đáng đó chỉ là một sự lừa bịp. Cũng vậy, chúng ta đề cao lòng hiếu thảo; nhưng chúng ta cũng không nên quên, việc hoàn thành bổn phận của các bậc làm cha làm mẹ đối với con cái cũng thuộc phạm trù đạo đức.

Nhưng sự bất cập của quan niệm đạo đức theo kiểu cũ còn thể hiện ở khía cạnh khác, lớn hơn và cũng nghiêm trọng hơn, nhất là trong thời đại toàn cầu hoá hiện nay.

Hãy để ý đến điều này: trong đời sống cũng như trong văn học, hầu như chúng ta chỉ quan tâm và động lòng với những gì thật gần gũi và thuộc về "phe ta". Người thân hay quen của chúng ta gặp nạn, chúng ta xót xa; nhưng những người mình ghét mà gặp nạn thì phần lớn đều không giấu được sự hả hê: "Đáng kiếp!" Thấy con cháu hay hàng xóm bị bắt nạt, chúng ta tức tối; nhưng nhìn người lạ bị bắt nạt thì chúng ta lại thường dửng dưng.

Hải quân Trung Quốc hiếp đáp ngư dân Việt Nam, chúng ta bừng bừng phẫn nộ; nhưng người thiểu số ở Tây nguyên bị hà hiếp thì chúng ta lại mặc kệ. Nhìn bão lụt tàn phá một số tỉnh miền Trung, chúng ta xốn xang, nhưng nhìn những trận đói hay thiên tai giết chết cả hàng triệu người đâu đó trên thế giới, nhất là ở châu Phi xa xôi, chúng ta thường rất hờ hững.

Các cơ quan truyền thông Việt Nam có thời hay nói đến mấy chữ "nghĩa vụ quốc tế". Nhưng thật ra đó chỉ là những âm mưu chính trị nhằm can thiệp vào nội bộ các nước khác, chủ yếu là hai nước láng giềng nhỏ và yếu là Lào và Campuchia. Trên thực tế, chúng ta rất hiếm khi quan tâm đến những bất hạnh trên thế giới. Cứ thử mở các tờ báo tiếng Việt trong nước ra mà xem: Có bao giờ bạn thấy bất cứ tin tức hay bài bình luận nào về những nỗi khổ của các nước nghèo khó khác? Nếu có, chắc là cực kỳ hoạ hoằn.

Thành ra, có thể nói cái gọi là đạo đức của chúng ta là thứ đạo đức có điều kiện. Và do đó, rất giới hạn.

Để cho rõ, xin thử làm một sự so sánh.

Năm 2002, một thanh niên gốc Việt tại Úc, Nguyễn Tường Vân, trên đường từ thành phố Hồ Chí Minh trở về Melbourne, lúc quá cảnh ở Singapore, bị cảnh sát Singapore bắt vì một số bạch phiến giấu trong người. Theo luật Singapore, anh bị kết án tử hình. Trong vòng gần hai năm, từ lúc án tử hình được công bố đến lúc được thi hành, có cả một cuộc vận động rầm rộ trên khắp nước Úc để yêu cầu chính phủ Singapore ân xá cho anh. Có cả hàng trăm người xuống đường để xin chữ ký của dân chúng. Nhiều luật sư nổi tiếng của Úc đứng ra biện hộ giùm cho anh. Các cơ quan truyền thông Úc, từ báo in đến truyền hình và truyền thanh loan tin liên tục về vụ án. Sức ép của dư luận mạnh đến độ chính phủ Úc, từ liên bang đến tiểu bang, đều lên tiếng can thiệp dù biết trước là sẽ thất bại trước sự cương quyết của chính phủ Singapore. Trước ngày Nguyễn Tường Vân bị treo cổ, hàng trăm người tụ tập ngoài trời, thắp nến cầu nguyện suốt đêm. Đám tang của Vân ở Melbourne có trên 2000 người tham dự.

Xin lưu ý: hầu hết những người bênh vực cho Nguyễn Tường Vân đều là người Úc da trắng.

Một câu hỏi: Tại sao người ta lại làm thế?

Họ quen biết Nguyễn Tường Vân ư? Không. Tuyệt đối không. Hầu hết, nếu không nói là tất cả, đều chỉ biết anh qua mấy dòng tiểu sử vắn tắt trên các cơ quan truyền thông: con của một phụ nữ Việt Nam tị nạn, ra đời ở Thái Lan, học đến hết trung học thì đi bán hàng để kiếm sống; cuối cùng, sa vào con đường buôn lậu ma tuý, nghe nói là để có tiền giúp người anh sinh đôi trả nợ (người này có lúc bị ghiền ma tuý).

Họ nghĩ là anh oan ức hay cho việc buôn bán ma tuý là không đáng kể? Dĩ nhiên là không. Ai cũng biết là Nguyễn Tường Vân có tội. Và ai cũng thấy việc buôn bán ma tuý là điều không thể chấp nhận được. Nhiều người còn nói thắng: họ cảm thấy may mắn vì gần 400 gram bạch phiến mà Nguyễn Tường Vân giấu trong người bị chận bắt ở Singapore; nếu không, mang lọt vào Úc, chừng ấy bạch phiến sẽ gây nên không biết bao nhiêu là tai hoạ!

Vậy mà họ vẫn xuống đường đòi ân xá cho anh.

Tại sao?

Lý do: Đó là mệnh lệnh của đạo đức!

Họ bênh vực cho anh không phải vì tình cảm cá nhân mà chủ yếu xuất phát từ một nguyên tắc đạo đức: không chấp nhận án tử hình. Họ cho tử hình là dã man. Tử hình người nào cũng là dã man. Tử hình một thanh niên mới ngoài 20 tuổi và mới phạm tội lần đầu lại càng dã man. Họ làm đủ mọi cách, không phải để bênh vực một tội phạm, mà là để bảo vệ quyền sống của một con người, cho dù đó là một tội phạm. Vậy thôi.

So với những hành động được gọi là đạo đức mà chúng ta thường thấy ở Việt Nam như giúp đỡ người nghèo trong xóm, bênh vực kẻ yếu ngoài đường với hành động của những người Úc tranh đấu cho Nguyễn Tường Vân, chúng ta thấy ngay sự khác nhau căn bản trong quan niệm về đạo đức: Đạo đức, ở Việt Nam, có tính tình thế (gắn liền với một số quan hệ xã hội nhất định như máu mủ, hàng xóm, quen biết, v.v…), ở Úc (hay ở Tây phương nói chung), có tính nguyên tắc; ở Việt Nam, thiên về cảm tính, ở Úc, thiên về lý tính; ở Việt Nam, nó dựa trên tình thương, ở Úc, nó dựa trên ý thức về sự công chính xã hội.

A! Công chính xã hội (social justice).

Tôi nghĩ đó là sự khác biệt căn bản.

Ý niệm đạo đức của người Việt Nam, vốn chịu nhiều ảnh hưởng của Nho giáo, nhắm đến việc duy trì trật tự và sự hài hoà trong xã hội. Mà cả trật tự và hài hoà đều được xây dựng trên nền tảng đẳng cấp. Đạo đức là bảo vệ cái đẳng cấp có sẵn ấy. Là vua cho ra vua. Quan cho ra quan. Dân cho ra dân. Chồng ra chồng. Vợ ra vợ. Con ra con. Đó là thứ đạo đức mang tính chức năng luận (functional ethics): đạo đức gắn liền với một vai trò nhất định.

Ý niệm đạo đức của người Tây phương (chủ yếu trong thời hiện đại), ngược lại, được xây dựng trên nền tảng của sự công chính (justice); mà công chính lại được xây dựng trên nền tảng của ý niệm về sự công bình (fairness); và sự công bình, đến lượt nó, lại được xây dựng trên ý niệm về nhân quyền (human rights) với trọng tâm là sự bình đẳng (equality), đặc biệt sự bình đẳng về cơ hội (equality of opportunity). Đó là thứ đạo đức học dựa trên tính nguyên tắc và tính phổ quát. Người có ý thức về sự công chính xã hội không những chỉ tranh đấu cho bản thân hoặc cho người thân của mình mà còn tranh đấu cho người khác, kể cả những người hoàn toàn xa lạ, để họ cũng được đối xử một cách công bình như mình.

Tôi cho đã đến lúc ý thức về sự công chính xã hội cần được giảng dạy như một nền tảng của đạo đức học mới, từ trong học đường đến ngoài xã hội.

"Cái nước mình nó thế!"

Từ trên dưới 10 năm nay, một trong những câu nói cửa miệng của mọi người, đặc biệt giới trí thức, ở Việt Nam, chắc chắn là câu "Cái nước mình nó thế!" Nghe nói câu ấy xuất phát từ Hoàng Ngọc Hiến. Nhưng tôi không chắc. Tôi chỉ chắc một điều: mỗi lần nghe đề cập đến tình trạng bi đát, nhiễu nhương, trớ trêu và bất công ở Việt Nam, ai nấy đều buông một câu, thoạt nghe, có vẻ đầy ưu thời mẫn thế: "Cái nước mình nó thế!"

Đường xá càng lúc càng xuống cấp, ở đâu và lúc nào cũng kẹt xe, tai nạn giao thông thuộc loại đứng đầu thế giới ư? – Cái nước mình nó thế! Giáo dục càng lúc càng suy đồi, học trò đạo văn; thầy cô giáo cũng đạo văn; thi cử thì đầy gian lận, bằng cấp giả tràn lan ở mọi cấp ư? - Ừ, thì cái nước mình nó thế! Kinh tế càng lúc càng suy thoái, hết đại công ty này phá sản đến tập đoàn quốc doanh kia phá sản, nợ nần quốc gia cứ chồng chất ư? - Ừ, thì cái nước mình nó thế! Chính trị sa lầy trong bế tắc, đối với dân thì độc tài và tàn bạo; với nước ngoài thì hèn yếu và xu nịnh ư? - Ừ, thì cái nước mình nó thế!

Vân vân.

Câu nói ấy không phải không đúng. Nó đúng ở hai khía cạnh. Thứ nhất, trên thực tế, quả thật tình hình Việt Nam càng ngày càng bế tắc. Bế tắc một cách đặc biệt, không giống với bất cứ một nước bình thường nào khác. Bế tắc triền miên. Gỡ cái này thì vướng cái khác. Sửa cái sai này thì cái sai khác lại xuất hiện, có khi còn trầm trọng hơn. Thứ hai, về phương diện tâm lý, nó cũng phản ánh được tình trạng tuyệt vọng của mọi người. Người ta hiểu rõ tất cả bi kịch nhưng không biết cách nào thoát khỏi được bi kịch.

Tuy nhiên, ngay cả khi đúng về hai phương diện vừa kể, câu nói ấy vẫn sai.

Hơn nữa, sai một cách nguy hiểm.

Thứ nhất, nó là biểu hiện của tư tưởng định mệnh chủ nghĩa. Nó làm như mọi thứ đã được an bài, gắn liền với bản chất của người Việt Nam. Của dân tộc Việt Nam.

Nhưng chắc chắn sự thật không phải như vậy. Tất cả những cái dốt, cái ngu, cái tham, cái ác và cái vô liêm sỉ trong chế độ cũng như trong xã hội Việt Nam hiện nay không phải vì "cái nước mình nó thế". Trong lịch sử, nước mình không thế. Ngày xưa, cả hàng ngàn năm, người Việt Nam đã từng bất khuất trước một nước Trung Hoa to lớn và hùng mạnh, hơn nữa, trước một nước Mông Cổ từng giẫm nát gần hết châu Á và một phần châu Âu. Ngày xưa, ngay cả dưới thời phong kiến, cha ông chúng ta cũng không phải chịu đựng nạn tham nhũng tràn lan như bây giờ. Chỉ cách đây hơn 40 năm, ở miền Nam, ngay cả trong hoàn cảnh chiến tranh khốc liệt, giáo dục cũng không suy đồi như bây giờ; sinh viên và giáo sư không ăn cắp văn chương của người khác một cách phổ biến như bây giờ; học trò không khinh thường thầy cô giáo như bây giờ. Ở miền Nam lúc trước cũng như cả thời Pháp thuộc, người bị bệnh, khi vào bệnh viện, không phải đút lót hết người này đến người khác, từ y công đến y tá và bác sĩ như bây giờ. Thời nào giới làm chính trị cũng nói dối, nhưng chưa bao giờ họ nói dối một cách trơ trẽn như bây giờ.

Xem cái dốt, cái ngu, cái tham, cái ác và cái vô liêm sỉ là bản chất của dân tộc Việt Nam rõ ràng là không đúng.

Mà thật ra, trên thế giới, không có dân tộc nào có bản chất như vậy cả. Những cái xấu như thế không có tính chất bẩm sinh. Chúng chỉ là những hiện tượng có tính chất lịch sử. Ngay cả một dân tộc vĩ đại như Nga hay Trung Quốc, bình thường vĩ đại, nhưng dưới chế độ độc tài, bỗng dưng thành dốt, ngu, tham, ác và vô liêm sỉ một cách lạ lùng. Nhiều quốc gia khác ở Tây phương, bình thường đầy nhân đạo, nhưng thời tư tưởng thực dân chủ nghĩa bành trướng, cũng trở thành tham và ác, dù không phải lúc nào họ cũng dốt, ngu và vô liêm sỉ.

Bởi vậy, câu "cái nước mình nó thế", thật ra, là một câu nói vô nghĩa.

Nói "chế độ mình nó thế" thì được. Còn "nước mình nó thế" thì sai.

Thứ hai, gắn liền với chủ nghĩa định mệnh, câu nói ấy cũng mang tính đầu hàng chủ nghĩa. Trước mọi nghịch cảnh, chỉ cần buông câu "cái nước mình nó thế", người ta dễ có cảm tưởng an tâm và chấp nhận những nghịch cảnh ngang trái ấy như một cái gì hiển nhiên, đương nhiên, không thể tránh thoát. Nó tiêu diệt mọi ý chí phản kháng, hơn nữa, mọi nỗ lực thay đổi. Nó tạo ra vẻ ưu thời mẫn thế giả. Nó đóng kín mọi lối ra. Thực chất, nó dễ trở thành một sự đồng loã với những cái dốt, cái ngu, cái tham, cái ác và cái vô liêm sỉ.

Nhà cầm quyền Việt Nam không cần một thái độ nào hơn cái thái độ ấy.

Bởi vậy, tôi nghĩ, người Việt Nam hiện nay nên tập nghĩ và tập nói: CÁI NƯỚC MÌNH NÓ KHÔNG THỂ NHƯ THẾ!

Không thể.

Chủ nghĩa đầu hàng

Ở trên, tôi có dùng chữ "chủ nghĩa đầu hàng". Đó không phải là chữ của tôi. Ở Trung Quốc, đặc biệt dưới thời Mao Trạch Đông, người ta rất hay dùng chữ "chủ nghĩa đầu hàng". "Chủ nghĩa đầu hàng" trở thành chiếc mũ cối được dùng để chụp lên đầu nhau trong các cuộc tranh chấp quyền lực trong nội bộ đảng. Trong Cách mạng văn hóa, Mao Trạch Đông phê phán truyện *Thủy Hử* là tuyên truyền cho "chủ nghĩa đầu hàng" và chủ nghĩa xét lại. Ở Việt Nam, trong bản "Đề cương về văn hóa Việt Nam" được soạn thảo vào năm 1943, Trường Chinh, lúc ấy là Tổng bí thư đảng Cộng sản, đã sử dụng chữ ấy khi tố cáo chính sách văn hóa của Pháp là nhằm "tuyên truyền chủ nghĩa đầu hàng và chủ nghĩa ái quốc mù quáng và hẹp hòi (chauvinisme)".[1] Sau đó, đặc biệt sau năm 1954, ở

---

[1] http://www.talawas.org/talaDB/showFile.php?res=3261&rb=0106

miền Bắc, chữ "chủ nghĩa đầu hàng" cũng được một số nhà nghiên cứu sử dụng. Trong số đó, có hai nhà phê bình văn học nổi tiếng: Trần Thanh Mại, với bài "Thơ văn Phan Thanh Giản chỉ là tiếng thở dài của chủ nghĩa đầu hàng" và Hoài Thanh khi đánh giá nhân vật Từ Hải trong *Truyện Kiều* của Nguyễn Du.

Ở đây, xin nói một chút về nhận định của Hoài Thanh.

Trong *Truyện Kiều*, nhân vật được chú ý và gây tranh cãi nhiều nhất, ngoài Thúy Kiều, chắc chắn là Từ Hải. Người khen, khen hết lời. Khen tướng mạo: "Râu hùm, hàm én, mày ngài". Khen bản lĩnh: "Côn quyền hơn sức, lược thao gồm tài". Khen tài hoa: "Gươm đàn nửa gánh, non sông một chèo". Khen tính cách: "Đội trời đạp đất ở đời". Khen hành động: "Nghênh ngang một cõi biên thùy". Nhưng người chê, cũng chê hết sức gay gắt. Chê dại gái: "Bốn bể anh hùng còn dại gái / Thập thành con đĩ mắc mưu quan." Tương truyền vua Tự Đức, khi đọc đến câu "Chọc trời quấy nước mặc dầu / Dọc ngang nào biết trên đầu có ai?" đã tức giận ném cuốn sách xuống đất và dọa nếu Nguyễn Du còn sống thì sẽ căng ra đánh ba chục roi vì tội bất kính đối với hoàng đế. Hoài Thanh kể: Hồ Chí Minh có lần nói với Tố Hữu: "Từ Hải là một thằng tồi, nó không chết đứng thì rồi cũng đến chết ngồi, mà đã chết vì đầu hàng thì chết đứng hay chết ngồi đều là chết nhục."[1]

Hoài Thanh rất mê *Truyện Kiều*, và ở *Truyện Kiều*, "đặc biệt thích nhân vật Từ Hải". Tháng 5 năm 1943, trên báo

---

[1] *Hoài Thanh toàn tập*, tập 4, nxb Văn Học, Hà Nội, 1999, tr. 856.

Thanh Nghị, ông viết bài ca ngợi Từ Hải: với nhân vật Từ Hải, văn thơ cổ điển của cha ông chứng tỏ "cái cốt cách tráng kiện, cái khí chất hào hùng". Năm 1949, thời kháng chiến chống Pháp, ông tiếp tục ca ngợi Từ Hải: "Từ Hải chết không nhắm mắt, Từ Hải chết đứng... Từ Hải chết với lòng ngay thẳng của mình, vì sự hèn nhát của Hồ Tôn Hiến." Năm 1959, sau hiệp định Geneva, ở miền Bắc, ông lại vẫn khen Từ Hải: "Từ Hải ngay thẳng cả với kẻ thù và đã chết vì sự ngay thẳng, vì thật dạ tin người." Nhưng sau đó, dưới ảnh hưởng của đảng Cộng sản, đặc biệt của Hồ Chí Minh và Tố Hữu, ông thay đổi hẳn cách đánh giá của mình. Năm 1965, ông lại phê phán Từ Hải: "Từ Hải bị giết, vì dại dột tin người mà bị giết."

Trong bài "Thêm một lý do để yêu Đảng", sau khi tóm tắt các chi tiết kể trên, ông tự đánh giá:

> Như thế là từ chỗ nói Từ Hải 'chết vì ngay thẳng, vì thật dạ tin người' đến nói 'vì dại dột tin người', qua đúng hai mươi năm tham gia cách mạng tôi mới bắt đầu nhìn thấy cái chết này cần phê phán. Rõ ràng là quá chậm. Nhưng tôi vẫn chưa nhìn ra cái chính cần phê phán. Cái chính ấy, tạp chí *Văn nghệ Giải phóng* tháng 12 năm 1965 đã nói lên trong một bài viết về *Truyện Kiều* nhân dịp kỷ niệm Nguyễn Du: 'Thế rồi Từ Hải chết vì phạm sai lầm của chủ nghĩa đầu hàng'.

Rồi ông nói thêm:

> Trong điều kiện chiến đấu ác liệt ở miền Nam, các đồng chí đã nhanh chóng nhìn ra sự thật; đầu hàng là chết, và đã chết vì đầu hàng thì chết đứng, chết ngồi đều là chết nhục.[1]

---

[1] *Hoài Thanh toàn tập*, tập 2, nxb Văn Học, Hà Nội, 1999, tr. 1414.

Viết như trên, Hoài Thanh chỉ có dụng ý ca ngợi đảng Cộng sản, kẻ đã làm ông "sáng mắt sáng lòng". Nhưng cái giá phải trả cho những cái "sáng" ấy là ông phải hy sinh nhiều thứ: thứ nhất là văn học (vì những mục tiêu chính trị); thứ hai là tài năng (khi ông trở thành một kẻ nói leo). Đó là chưa kể chuyện hy sinh nhân cách; nói như Xuân Sách: "Vị nghệ thuật nửa cuộc đời / Nửa đời còn lại vị người bề trên."

Nhưng ở đây, tôi chỉ muốn nói đến chuyện khác:

Tại sao trước 1975, giới lãnh đạo cộng sản ghét chủ nghĩa đầu hàng đến như vậy mà bây giờ, từ lời nói đến hành động của họ, ở đâu cũng bàng bạc một thứ chủ nghĩa đầu hàng đến thảm hại như vậy?

Trung Quốc ức hiếp họ đến mấy, họ vẫn cứ nhịn. Trung Quốc chửi: họ nhịn. Trung Quốc đánh: họ nhịn. Tàu Trung Quốc đánh chìm tàu đánh cá Việt Nam, bắt ngư dân Việt Nam, họ cũng không dám gọi tên. Chỉ nói bâng quơ: "tàu lạ". Tàu Trung Quốc cắt dây cáp thăm dò dầu khí Việt Nam, họ cũng không dám lên tiếng; hơn nữa, còn biện hộ giùm cho Trung Quốc: vì Trung Quốc "vô tình". Họ phân bua: Không phải họ hèn mà vì họ muốn tránh chiến tranh. Nhưng dưới mắt người dân, qua lời nói cũng như việc làm của họ, vừa đối với dân vừa đối với Trung Quốc, họ thực sự đã đầu hàng và muốn cổ vũ cho một thứ chủ nghĩa đầu hàng trong quần chúng. Để đừng ai hô hào chống lại Trung Quốc cả.

Tôi gặp khá nhiều đảng viên thuộc thành phần trí thức, có người giữ một số chức vụ khá cao, đặc biệt trong lãnh vực giáo dục, ở miền Bắc. Mỗi lần nhắc đến các hành động xâm lấn ngang ngược của Trung Quốc và các phản ứng yếu ớt của

Việt Nam, hầu như ai cũng đều nói một giọng giống nhau: "Mình là nước nhỏ và yếu mà. Làm gì được?" Người ta xem chuyện thua Trung Quốc là chuyện đương nhiên. Và người ta chịu thua ngay từ đầu.

Bạn tôi có một người quen trước đây từng du học ở Úc. Học cũng chẳng đến đâu. Sau, về nước, không có một mảnh bằng nào cả. Nhưng nhờ bố làm lớn trong Trung ương đảng, anh ta nhảy lên làm giám đốc một công ty ở Hà Nội; sau đó, chuyển sang làm đại diện cho một đại công ty Việt Nam ở Bắc Kinh. Nói chuyện qua điện thoại với bạn tôi, anh ta khoe là suốt ngày đi chơi. Bạn tôi ngạc nhiên: "Mày là trưởng phòng đại diện mà sao rảnh rỗi quá vậy?" Anh ta đáp: "Thì em có biết gì đâu. Toàn bọn Tàu làm cho em cả!". Bạn tôi lại hỏi: "Mày không sợ Tàu cướp nước mình hả?". Anh ta cười giòn giã: "Thôi, anh ơi. Bận tâm gì đến chuyện đó. Cứ xem như mình đã mất nước rồi đi! Bọn Tàu bây giờ khác Tàu ngày xưa lắm. Ngay cả khi cướp nước mình, bọn nó cũng chả hành hạ gì dân mình đâu!" Rồi anh ta lại cười. Cười rất giòn giã.

Thoạt nghe chuyện ấy, tôi nghĩ đó chỉ là một chuyện cá biệt. Nhưng sau, nói chuyện với nhiều cán bộ từ Việt Nam sang, tôi mới biết đó là một thái độ hết sức phổ biến. Ngay trong bài giảng về Biển Đông của Đại tá Trần Đăng Thanh thuộc Học viện Chính trị, Bộ quốc phòng, vào giữa tháng 12 vừa qua, cũng toát lên điều đó.[1] Chỉ khác ở cách nói.

---

[1]   http://anhbasam.wordpress.com/2012/12/19/1481-dai-ta-tran-dang-thanh-giang-ve-bien-dong-cho-lanh-dao-cac-truong-dai-hoc/#more-86178

Tại sao có một sự thay đổi nhanh chóng và lạ lùng đến như vậy nhỉ?

Không thể không nghĩ đến chuyện Hoài Thanh kể trên. Ông đi từ sự ngưỡng mộ đến sự phê phán đối với Từ Hải, từ việc cho Từ Hải là anh hùng đến việc chê trách Từ Hải là kẻ theo chủ nghĩa đầu hàng, chỉ vì những ảnh hưởng của đảng, cụ thể là của Hồ Chí Minh, qua lời kể của Tố Hữu.

Còn bây giờ, sự phát triển tràn lan của chủ nghĩa đầu hàng tại Việt Nam hiện nay là do đâu?

Hỏi cho vui vậy thôi.

Ở đâu cũng thế

Đối diện với các tệ nạn nghiêm trọng trên các bình diện kinh tế, xã hội, giáo dục, văn hoá và chính trị tại Việt Nam hiện nay, người có chút liêm sỉ thì than "Cái nước mình nó thế!"; người vô liêm sỉ thì phân bua "Ở đâu mà chả thế!"

Chúng ta đã bàn về lời than trên. Ở đây, tôi chỉ xin nói về lời phân bua dưới.

Ví dụ đầu tiên hiện ra trong óc tôi là một quan điểm trong bài viết "Mãi mãi là sao sáng dẫn đường" mới đây của Trương Tấn Sang, Chủ tịch nước, khi ông phê phán yêu cầu "phi chính trị hóa quân đội" của một số người. Ông lập luận: "Thử hỏi trên thế giới này có ở đâu và bất cứ việc gì lại ít nhiều không mang tính chính trị?"[1] Hết. Ý ông muốn nói: Ở đâu cũng thế!

Kiểu phân bua như vậy có thể thấy ngay trong phần Ý kiến ở blog này. Mỗi khi chúng ta bàn đến một khuyết điểm nào đó ở Việt Nam, không thể bào chữa, những người bênh vực cho chế độ thường đưa ra luận điểm: Những khuyết điểm như thế ở đâu mà chả có? Việt Nam tham nhũng ư? - Ừ, nhưng ở Nhật, Hàn Quốc, Úc, Pháp, Anh, và ngay cả Mỹ cũng có tham nhũng đấy chứ! Công an Việt Nam đánh dân một cách tàn bạo ngay trên đường phố ư? - Ừ, nhưng ở Mỹ, cảnh sát cũng vẫn đánh dân mà!

Cứ thế, họ cho tất cả những gì tệ hại ở Việt Nam cũng đều có mặt ở mọi nơi trên thế giới, kể cả ở những quốc gia giàu có, văn minh và dân chủ nhất. Bằng cách ấy, người ta hy vọng có thể vô hiệu hoá mọi sự phê phán nhắm vào chính quyền Việt Nam.

Bạn bè tôi cho biết, trong các cuộc thảo luận trên facebook, người ta cũng rất thường sử dụng biện pháp đánh bùn sang ao như thế. Người ta cố tình cho mọi tệ nạn đều bình thường. Ở đâu cũng có. Việt Nam không phải là nước duy nhất tham nhũng, áp bức và đầy bất công. Đó là hiện tượng mang tính toàn cầu. Và chúng ta không có cách gì khác trừ việc chấp nhận.

Không ai có thể chối cãi là loài người vốn bất toàn và mọi hình thái xã hội đều bất toàn. Ở đâu cũng có sự phân chia

---

[1] http://tuoitre.vn/Chinh-tri-Xa-hoi/524848/Mai-mai-la-sao-sang-dan-duong.html

quyền lực và quyền lợi, trong đó, có một số người chiếm ưu thế và được ưu đãi hơn hẳn những người khác. Ở đâu những người có nhiều quyền lực và quyền lợi cũng có xu hướng lạm quyền, vượt qua khỏi những giới hạn đã được quy định bởi hiến pháp và luật pháp. Bởi vậy, những hiện tượng tham nhũng hay áp bức hầu như ở đâu cũng có. Ngay cả một quốc gia nhỏ xíu bao gồm hầu hết là những người tu hành như Vatican cũng không tránh được.

Những điều đó, không ai có thể phủ nhận.

Tuy nhiên, liên quan đến các tệ nạn ấy, giữa các xã hội và các chế độ, vẫn có hai sự khác biệt lớn: Một là ở mức độ và hai là ở nỗ lực giải quyết và giảm trừ các tệ nạn ấy.

Ở Úc, nơi tôi đang sống, chắc chắn cũng có tham nhũng. Lâu lâu báo chí lại lôi ra một số vụ, chủ yếu liên quan đến cảnh sát. Nhưng cũng có một điều khác có thể được khẳng định một cách chắc chắn: các vụ tham nhũng như vậy không nhiều. Ở Úc, đi học, chắc chắn không có ai nghĩ đến chuyện đút lót cho hiệu trưởng để có chỗ; đút lót cho các thầy cô giáo để lên lớp; đút lót cho các giám khảo để có bằng cấp. Cũng vậy, bị bệnh, không ai cần đút lót cho y tá hay bác sĩ để được chữa trị; làm giấy tờ, bất cứ là loại giấy tờ gì, không ai cần đút lót cho bất cứ ai để có được chữ ký. Tham nhũng, nếu có, chỉ thật hoạ hoằn, trong một góc khuất nào đó trong xã hội. Nó khác hẳn với Việt Nam: Ở đâu cũng có tham nhũng. Tham nhũng tràn lan ở mọi ngóc ngách của cuộc sống.

Ở Úc, cũng như ở bất cứ quốc gia Tây phương nào, không phải không có nạn cảnh sát đánh dân. Có. Nhưng cũng thật hoạ hoằn. Như những ngoại lệ. Chứ không phổ biến như ở Việt Nam. Cảnh sát đánh dân. Công an đánh dân. Đánh trong cơ quan. Đánh ngay cả ngoài đường phố. Đánh công khai giữa thanh thiên bạch nhật.

Không những khác ở mức độ mà còn khác ở bản chất của vấn đề. Ở các nước Tây phương, bất cứ tệ nạn nào cũng đều đối diện với nguy cơ bị trừng phạt và bất cứ nạn nhân nào cũng có quyền khiếu nại hay kiện tụng để đòi hỏi công lý. Có vô số cơ quan, từ Quốc hội và các ngành tư pháp đến các cơ quan truyền thông cũng như các hội đoàn dân sự sẵn sàng giúp đỡ cho việc thực thi công lý ấy. Không hiếm trường hợp những người bị cảnh sát đánh đập đã kiện cảnh sát và cuối cùng, được xin lỗi và bồi thường xứng đáng.

Ở Việt Nam thì khác. Khác hẳn. Cả một hệ thống chính trị đồ sộ toa rập với từng cá nhân có quyền lực để đè bẹp lên những người thấp cổ bé miệng.

Viết đến đây, sực nhớ chuyện tôi bị cấm nhập cảnh vào Việt Nam hai lần vào cuối năm 2005 và giữa năm 2009. Khi chuyện ấy xảy ra, một số người thân chính quyền thường biện bạch: Ở đâu cũng vậy. Úc hay Mỹ cũng từng nhiều lần ngăn chận một số người nhập cảnh vào nước họ. Tôi đồng ý. Bất cứ quốc gia có chủ quyền nào cũng đều có quyền quyết định việc nhập cảnh của công dân từ các nước khác vào nước mình. Nhưng ở đây cũng lại có hai điểm khác biệt. Thứ nhất, khi cấm nhập cảnh, các quốc gia Tây phương đều cho biết lý do; và thứ hai, cho phép khiếu nại. Việt Nam thì khác. Với cá nhân tôi, không có lý do nào được công bố cả (lý do, ở lần đầu là: "Theo lệnh trên"; ở lần sau là: "Nhà nước không hoan nghênh quý khách"); hơn nữa, cũng không có bất cứ hồi đáp nào khi trường đại học nơi tôi giảng dạy nêu vấn đề và yêu cầu giải quyết. Không. Hoàn toàn im lặng.

Cùng một sự việc, nhưng bản chất của vấn đề ở một nước dân chủ và một nước độc tài khác hẳn nhau.

Không thể so sánh bệnh ung thư của người này với bệnh ngoài da của người khác với lý do cả hai đều là bệnh để ngăn chặn các nỗ lực chữa trị bệnh ung thư.

Làm thế là tự sát.

Phần 5:
"Người Việt xấu xí"

Người Việt không đúng giờ

Một trong những tính xấu tương đối "nổi tiếng" và "đặc thù" nhất của người Việt, trong cũng như ngoài nước, là rất ít khi đúng giờ. Họp, phải chờ đợi nhau là chuyện bình thường. Tiệc tùng đến trễ cả một, hai tiếng cũng là chuyện bình thường. Các buổi văn nghệ hay ra mắt sách ít khi có thể bắt đầu đúng giờ quy định. Lý do: "vắng vẻ quá". Đành phải chờ. Có khi chờ nửa tiếng. Cũng có khi chờ cả tiếng. Mòn mỏi.

Có lẽ biết tính nhau quá nên trong các tiệc cưới của người Việt tại Úc, người ta thường "ăn gian", ghi thời điểm bắt đầu rất sớm, thường là sáu giờ rưỡi chiều, lúc, theo kinh nghiệm của tôi, ở nhà hàng… chưa có ai cả.

Nhớ, lúc tôi mới qua Úc, nhận được thiệp cưới như thế từ một sinh viên, đúng sáu giờ rưỡi, tôi có mặt. Nhà hàng vắng tanh. Các nhân viên đang dọn bàn ghế. Cô dâu chú rể chưa tới. Nhà trai nhà gái chưa ai tới. Tôi đi loanh quanh, gần nửa tiếng sau, trở lại, cũng chỉ thưa thớt năm ba người đến sớm. Nản quá, tôi đi đến một tiệm gần đó, uống cà phê chờ tiếp đến bảy giờ rưỡi. Lúc trở lại nhà hàng, vẫn thấy là mình đến quá sớm.

Lần khác, tôi dự đám cưới con gái một người bạn đồng nghiệp. Thiệp mời vẫn ghi là tiệc cưới bắt đầu từ 6:30. Người bạn nhờ tôi đến sớm để thù tiếp một số bạn bè người Úc trong trường giùm anh. Đúng giờ, tôi tới. Chỉ có mấy người bạn Úc. Chúng tôi ngồi chung một bàn, uống nước và tán gẫu, chờ.

Chờ đến khoảng 7 giờ mới thấy gia đình cô dâu chú rể đến; khoảng bảy rưỡi mới thấy khách khứa lục đục đến. Hơn 8 giờ nghi lễ mới bắt đầu. Người này nói. Người kia nói. Nâng ly chúc mừng nhau. Đến gần 9 giờ, thức ăn mới dọn ra. Lúc ấy hầu hết các bạn người Úc đều đứng dậy cáo về. Lý do: Họ đã quá mệt mỏi sau gần ba tiếng chờ đợi!

Rút kinh nghiệm từ nhiều đám cưới trước, sau này, bất kể thiệp cưới ghi mấy giờ, tôi cứ đủng đỉnh chờ đến khoảng sau 7 giờ mới đến. Vẫn chưa muộn.

Mà, nói cho công bằng, không phải chỉ có người Việt Nam. Phần lớn dân châu Á (trừ Nhật Bản) và châu Phi đều có thói quen không đúng giờ như vậy.

Tại sao?

Tôi nghĩ lý do chính: dấu ấn của nền văn hoá nông nghiệp.

Nên nhớ: người ta chỉ có ý niệm về sự đúng giờ khi đã có đồng hồ. Mà đồng hồ lại là sản phẩm của công nghiệp. Công nghiệp càng phát triển, ý niệm về giờ giấc lại càng cần chính xác, chính xác không phải từng giờ, từng phút mà còn, thậm chí, từng giây. Với lối sản xuất theo dây chuyền, một sản phẩm của kỹ nghệ hoá và tự động hoá, nhu cầu đúng giờ lại càng cần thiết. Khi người này đúng giờ, người kia cũng cần đúng giờ theo. Kết quả là cả guồng máy, từ sản xuất đến hành chính, đều chạy đúng giờ. Mở cửa: đúng giờ. Họp hành: đúng giờ. Xã hội xem việc đúng giờ như một đức tính cần thiết của mọi công dân. Khi xét tuyển công nhân viên chức, những người lãnh đạo và quản lý cũng xem tính đúng giờ như một điều kiện quan trọng. Dạy học lâu năm, tôi thường được yêu cầu viết thư giới thiệu cho nhiều sinh viên mới tốt nghiệp đang kiếm việc làm. Trong các mẫu thư ấy, bao giờ cũng có một chi tiết: sinh viên ấy có nộp bài đúng thời hạn hay không; có đáng tin cậy về giờ giấc hay không.

Vì muốn đúng giờ nên ai nấy đều hối hả. Xe cộ thì có những chuyến tốc hành. Đường xá thì có những lối cao tốc. Ăn thì có thức ăn nhanh. Uống thì loại cà phê pha sẵn hoặc pha bằng máy. Chương trình trên ti vi hay radio thì được tính từng giây một. Và ở đâu cũng có đồng hồ. Trong nhà có đồng hồ. Trong hãng có đồng hồ. Ngay ngoài phố, người ta cũng treo những chiếc đồng hồ lớn. Mọi sinh hoạt đều quay vòng theo những chiếc đồng hồ ấy.

Trong xã hội nông nghiệp, nhất là nông nghiệp theo lối cổ điển ở Việt Nam ngày trước cũng như hiện nay, ngược lại, người ta làm việc theo nhịp điệu tự nhiên. Trong cái gọi là nhịp điệu tự nhiên ấy, quan trọng nhất là mùa. Người ta gieo hạt theo mùa. Gặt hái theo mùa. Nghỉ ngơi theo mùa. Bên cạnh mùa là thời gian cụ thể trong ngày. Không phải thời gian khách quan. Mà là thời gian cụ thể, căn cứ vào mặt trời và mặt trăng.

Xưa, không ai có đồng hồ. Và họ cũng chẳng cần đồng hồ. Sáng, nghe gà gáy thì dậy nấu cơm. Mặt trời lên thì dắt trâu bò ra đồng. Đứng bóng thì nghỉ, ăn trưa. Chiều, mặt trời lặn hoặc sắp lặn thì lại lùa trâu về. Người ta thường ăn bữa cuối cùng trong ngày trước khi trời sụp tối hẳn. Ăn xong, nghỉ một lát thì đi ngủ. Rất hiếm khi người ta làm trái theo cái nhịp điệu tự nhiên ấy. Mà làm trái cũng không được. Nếu căn cứ vào đồng hồ, ví dụ vào mùa đông, ra đồng quá sớm, trước khi mặt trời mọc thì cũng chẳng để làm gì.

Hơn nữa, trong hoạt động đồng áng, sớm hay muộn một lát, thậm chí, một hai giờ, cũng chẳng chết ai cả. Làm sớm thì nghỉ sớm. Làm muộn thì nghỉ muộn. Đang làm việc, trời đổ mưa thì tìm chỗ trú. Việc hôm nay chưa xong thì ngày mai hay ngày mốt làm tiếp.

Những thói quen trong sinh hoạt từng kéo dài cả hàng ngàn năm như vậy không dễ gì phai nhạt được. Huống gì ở Việt Nam, chúng ta chưa bao giờ trải qua một giai đoạn quan trọng trong lịch sử Tây phương: hiện đại hoá với hai nội dung chính là kỹ nghệ hoá và tự động hoá. Việc đúng giờ, với chúng ta, rõ ràng, chưa phải là một thói quen. Sống ở ngoại quốc, vì nhu cầu sinh sống, khi làm việc, người ta phải cố gắng đúng giờ. Không đúng giờ thì bị trừ lương, thậm chí, bị đuổi việc. Nhưng về phương diện xã hội, trong các cuộc họp hành, văn nghệ, tiệc tùng, lúc không ai có quyền trừng phạt ai, chúng ta thường trở về thói quen cố hữu: lề mề, đủng đỉnh, chậm chạp.

Thành ra, làm gì cũng phải chờ nhau.

Chờ đến mòn mỏi.

Người Việt ồn ào

Tôi không biết người Mỹ, nói chung, có trầm lặng hay không. Nhưng tôi biết chắc một điều: Người Việt chúng ta, nói chung, thì rất ồn ào.

Tôi không nói đến những sự ồn ào khi xem bóng đá hay trong các cuộc tranh tài khác. Ở đâu cũng vậy. Văn hoá thể thao hay văn hoá lễ hội là văn hoá của đám đông và của sự ồn ào.

Ở đây, tôi chỉ giới hạn trong đời sống hàng ngày.

Với giới hạn như thế, tôi có cảm tưởng, sự ồn ào của người Việt là một điều rất đáng nói.

Ồn ào từ ngoài đường phố. So với các đường phố trên thế giới, đường phố Việt Nam, đặc biệt ở các thành phố lớn, đứng đầu là Sài Gòn và Hà Nội, có hai đặc điểm nổi bật nhất: lộn xộn và ồn ào. Chuyện lộn xộn thì chúng ta đã bàn trong bài về văn hoá giao thông; còn chuyện ồn ào thì cũng đã được nhiều người đề cập. Tôi đã từng nghe nhiều người bạn vốn du lịch nhiều, nhận xét: Rất hiếm thấy đường phố nào ồn ào như đường phố ở Việt Nam.

Đi xe, từ xe hơi đến xe gắn máy, người ta bóp còi inh ỏi liên tục. Ở ngoại quốc, lái xe, thỉnh thoảng chúng ta cũng bóp còi. Mục đích chủ yếu của việc bóp còi là để nhắc nhở chiếc xe phía trước điều gì đó, chẳng hạn, đèn đã xanh nhưng họ vẫn tiếp tục chờ. Ở Việt Nam, bóp còi chủ yếu là để nhắc nhở những người lái xe khác, trước mặt và chung quanh, là mình đang… lái xe. Để họ nhường đường hoặc đừng quẹo ẩu. Thành ra, bắt chước Descartes, có thể nói, ở Việt Nam, "Tôi bóp còi, vậy tôi hiện hữu!" Hậu quả của "triết lý" đó là, theo ghi nhận của mấy người bạn và người quen của tôi, ở Việt

Nam, hai bộ phận trong xe hơi và xe gắn máy dễ bị hư nhất là: kèn và thắng. Hầu như lúc nào chúng cũng hoạt động liên tục.

Ồn gần ngang ngửa với đường phố là chợ. Trong tiếng Việt có thành ngữ "ồn như chợ" hay "ồn như chợ vỡ". Không có chợ nào đang hoạt động và có khách mà lại hoàn toàn im lặng. Nhưng độ ồn của nhiều chợ, nhất là các chợ ở Tây phương, thường rất chừng mực. Nói cho đúng: ở đó có nhiều tiếng động hơn là tiếng ồn. Thỉnh thoảng có vài chợ, một lúc nào đó, có người cầm loa phóng thanh quảng cáo hay chào mời khách hàng. Nhưng, thường, trong cả chợ, chỉ có một vài người chào mời hay quảng cáo như thế. Khi cửa hàng này dùng loa phóng thanh thì cửa hàng khác im lặng. Chợ Việt Nam, ngược lại, hầu như lúc nào cũng ồn. Tiếng chân lê trên dép nhựa. Tiếng chào hàng. Tiếng trả giá. Tiếng cãi cọ. Tiếng cười nói. Tiếng nhạc mở từ trong các tiệm. Ồn nhất là tiếng rao hàng. Ra ngoại quốc, người Việt vẫn giữ nguyên thói quen rao hàng rất ồn ào như thế. Cứ vào các khu chợ Việt Nam thì thấy. Đại khái: "Xoài tươi, 20 đô một thùng đây! Mại dzô!", "Sầu riêng mới nhập từ Thái Lan, 3 đô một ký đây! Dzô đi bà con ơi!" Thường người ta không nhường nhau. Mạnh ai nấy gào. Người bên cạnh gào to thì mình cố gào cho to hơn nữa. Cuộc chiến giành khách được thể hiện, trước hết, bằng độ lớn của những tiếng rao hàng.

Cũng ngang ngửa với chợ là quán nhậu. Vào các quán bia rượu của Tây phương, người ta dễ thấy cảnh từng nhóm ngồi vừa uống vừa chuyện trò rù rì rủ rỉ với nhau. Ở các quán nhậu Việt Nam thì khác hẳn. Nhậu, người Việt Nam thường có một thói quen mà người ngoại quốc hiếm khi có: ép. Uống một mình hình như người ta không thấy… dzui. Người ta phải mời người khác: "Cụng ly!" Vào cuộc, cụng. Nhậu ngà ngà rồi, cũng cụng. Đã ngất ngư, cũng cụng nữa. Người nào không tự nguyện cụng ly thì bị ép. Trong quán nhậu, lúc nào cũng nghe lảnh lói những tiếng mời ép như tiếng hô xung trận: "Dzô!" hay "Trăm phần trăm!" Ngoài chuyện mời hay ép, người ta còn bày cách phạt nhau. Đến muộn: phạt! Uống ít, phá mồi nhiều: phạt! Uống mà không say thì không "đã". Mà đã say thì nói nhiều. Nhiều nhất là chuyện tiếu lâm. Không có gì đáng ngạc nhiên khi trong các quán nhậu, lâu lâu người ta lại cười rú lên.

Ngay trong các lớp học, người Việt Nam cũng ồn. Lớp toàn sinh viên Việt Nam càng ồn. Ở các lớp xen kẽ vừa sinh viên ngoại quốc vừa sinh viên Việt Nam, theo kinh nghiệm đi dạy cả 20 năm của tôi, đám sinh viên Việt Nam cũng thường có thói quen nói chuyện trong lớp nhiều nhất. Trong các cuộc họp hành hay hội nghị cũng thế. Trên bục, diễn giả cứ nói; ở dưới, thính giả cứ tự nhiên chụm đầu vào nhau rì rầm. Thỉnh thoảng lại cười rinh rích trông rất hả hê.

Nhưng không phải chỉ ở ngoài đường, ngoài chợ, trong quán nhậu, trong lớp học hay hội trường, người Việt mới ồn. Tôi muốn nói thêm: ở đâu người Việt Nam cũng ồn. Cái ồn không ở hoàn cảnh mà ở cái giọng. Nói chung, theo tôi, phần lớn người Việt Nam có giọng nói và tiếng cười khá to. Dĩ nhiên không phải tất cả. Nhưng có nhiều, rất nhiều. Có thể nói là đa số.

Ở trường học, ngồi trong văn phòng, nghe rộ lên những tiếng cười rổn rảng; chưa kịp nghe giọng, tôi đã biết ngay:

người Việt! Thỉnh thoảng cũng nhầm: không phải người Việt. Mà là người Hoa! Thì cũng… đồng văn cả!

Thật ra, nếu đi thi giọng, chưa chắc giọng người Việt đã lớn. Có khi ngược lại. Có điều, ở chỗ công cộng, người Tây phương thường hãm âm thanh lại cho… vừa đủ nghe. Còn người Việt thì không. Ở đâu và lúc nào cũng thường chỉ có một "volume". Lại là volume ở độ cao nhất.

Tại sao có hiện tượng như thế?

Trong cuốn *Người Trung Quốc xấu xí,*[1] Bá Dương cũng ghi nhận là người Trung Quốc, đặc biệt là người Quảng Đông, cũng rất ồn ào. Ông cũng đặt câu hỏi: Tại sao? Rồi ông trả lời: "Bởi tâm không yên ổn. Cứ tưởng lên cao giọng là mình mạnh. Cho nên lúc nào cũng chỉ cốt nói to, lên giọng, mong lý lẽ đến với mình." (tr. 40).

Tôi không nghĩ đó là trường hợp của người Việt Nam. Tôi cho tính ồn ào chỉ là tàn tích của xã hội nông nghiệp. Ngay cả hiện nay, đa số người Việt vẫn còn sống ở nông thôn. Tuyệt đại đa số người Việt từ trung niên trở lên, ngay trong thành phần trí thức, cũng có gốc gác nông thôn.

Đời sống nông thôn khác đời sống thành thị ở nhiều phương diện, nhưng quan trọng nhất, theo tôi, là ở quan hệ giữa nhà ở và nơi làm việc: cả hai, thật ra, là một. Nhà để ở đồng thời cũng để làm việc. Người ta may vá trong nhà, dệt cửi trong nhà, đan lát trong nhà. Người ta phơi lúa ngoài sân, giã thóc ngoài sân; nuôi heo, nuôi gà, nuôi vịt trong vườn;

---

[1] Bản dịch của Nguyễn Hồi Thủ, nxb Văn Nghệ, California, 1991.

trồng trọt cây trái và rau cỏ cũng trong vườn. Nhà, do đó, được kiến trúc theo lối đa chức năng; rất ít khi chia phòng, ngay cả nhà của phú hộ. Ý niệm riêng tư hầu như không có. Ngủ, phần lớn là ngủ chung; ba bốn người trên một chiếc giường. Giường, phần lớn đặt sát bên nhau, ở một góc nào đó, không có vách ngăn. Có khi người ta ngủ ngay trên chiếc phản đặt giữa nhà.

Từ nhà này sang nhà khác, cũng không ai cần báo trước. Cứ xồng xộc bước thẳng vào. Không thấy chủ ở nhà trên thì đi xộc xuống nhà dưới; không thấy nữa thì đi tuốt ra sau vườn. Nói chuyện, người ta cũng không cần đến gần nhau. Người mẹ vừa nấu ăn trong bếp vừa lớn tiếng la rầy con đang chơi trước sân, dặn dò chồng đang lúi húi đào đất sau vườn, hay tâm tình với bà hàng xóm ở nhà bên cạnh. Không có ý niệm riêng tư, không ai "care" đến chuyện làm phiền người khác vì giọng nói hay tiếng cười rổn rảng hoặc chói lói của mình.

Ở thành thị thì khác. Nơi ở và nơi làm việc thường là hai không gian khác nhau. Sáng, người ta đến hãng, sở hay công ty làm việc với nhiều người khác: đó là không gian lao động và cũng là không gian công cộng. Tối, người ta mới về nhà nghỉ: Nhà trở thành không gian để nghỉ ngơi và hoàn toàn có tính chất riêng tư. Để bảo vệ tính riêng tư, nhà người ta lúc nào cũng cửa đóng then cài. Ngay trong nhà, giữa người này và người nọ cũng có những sự riêng tư nhất định. Mỗi người một phòng riêng. Không phải lúc nào người ta cũng có thể xồng xộc vào phòng nhau. Thậm chí, ở phòng này, người ta cũng không muốn làm phiền người ở phòng bên cạnh. Nhạc chỉ mở vừa đủ cho mình nghe. Và nói, người ta cũng chỉ nói vừa đủ cho người đối thoại nghe. Tiếng ồn, do đó, bị xem như một sự xúc phạm và vi phạm vào sự riêng tư của người khác. Có thể nói "điều chỉnh âm thanh vừa đủ nghe" hầu như là quy luật và là văn hóa của đời sống thành thị.

Những thói quen ăn to nói lớn, bất chấp sự riêng tư và quyền có sự im lặng của người khác được nuôi dưỡng trong nền văn hoá nông nghiệp kéo dài cả hàng ngàn năm ăn sâu vào chúng ta, không dễ gì mai một, ngay khi chúng ta đã ở thành phố, kể cả các thành phố đã được đô thị hoá rất cao ở Tây phương. Còn ở các thành phố mang nhiều chất nông thôn như ở Việt Nam thì khỏi phải nói.

Sự tồn tại của người-Việt-ồn-ào không chừng còn lâu. Có khi sang tận thế kỷ 22.

Người Việt vị kỷ

Hầu như tất cả sách vở bằng tiếng Việt đều nhấn mạnh: người Việt Nam có tinh thần cộng đồng cao. Trong bảng giá trị truyền thống của Việt Nam, nước bao giờ cũng đứng trên làng; làng bao giờ cũng đứng trên gia đình; và gia đình bao giờ cũng đứng trên cá nhân.

Thế nhưng chỉ cần nhìn vào đời sống hàng ngày, chúng ta sẽ thấy khác hẳn.

Ở Việt Nam, bất cứ nơi nào cần phải sắp hàng cũng có vô số người chen lấn, không cần biết người khác rồng rắn chờ đợi bao lâu cả. Đi ngoài đường, có vô số người sẵn sàng vất rác xuống bất cứ nơi nào, mặc kệ vệ sinh chung, nghĩa là mặc kệ người khác. Buổi sáng hay buổi chiều, ngay ở các thành phố lớn, người làm việc dọn dẹp hàng quán, dùng chổi hất rác ra ngoài đường, bất kể người qua lại. Mỗi lần gặp tai nạn, trong lúc những người ngoại quốc thường tổ chức thoát hiểm một cách trật tự thì người Việt phần lớn mạnh ai nấy chạy. Gần đây, qua những video clip về các vụ hành hung trong học đường được tung lên mạng, dư luận sửng sốt trước cảnh một số học sinh, có khi là học sinh nữ, xúm vào đánh túi bụi một học sinh khác, trong lúc nhiều học sinh đứng hay ngồi chung quanh nhìn. Dửng dưng. Hay cảnh học sinh đánh thầy giáo đến ngất xỉu trên bục giảng và các học sinh khác trong lớp hay ngay cả đồng nghiệp đứng nhìn. Dửng dưng. Qua báo chí, người ta phát hiện một số trẻ em bị chủ hoặc có khi ngay cả bố mẹ hành hạ đến thương tật trong suốt bao nhiêu năm và người ta cũng phát hiện một sự thật khác: trong suốt bao nhiêu năm ấy, xã hội chung quanh đều dửng dưng.[1]

Thật ra, nói như vậy dễ làm nhiều người động lòng. Nhưng dù sao, đó cũng là sự thật. Và sự thật đó đã được biết lâu lắm rồi. Bởi vậy, nhiều người, phải nói là rất nhiều người, thường nói: một người Việt Nam thì hơn một người Nhật; hai người Việt Nam thì bằng hai người Nhật; nhưng ba người Việt Nam thì lại thua ba người Nhật. Lại có người kể chuyện cười: Nếu bị rớt xuống một cái hố sâu, ba người Nhật sẽ tìm cách kênh nhau và kéo nhau lên mặt đất; còn ba người Việt Nam thì không bao giờ: Khi người này tìm cách trèo lên thì hai người kia sẽ nắm chân kéo xuống!

---

[1] Xem bài "Chủ nghĩa vô cảm" của Trần Quang Đại trên http://quechoa.info/2010/12/31/ch%e1%bb%a7-nghia-vo-c%e1%ba%a3m/

Nhớ, đã lâu, trong một lần trò chuyện, nghe một trí thức Việt Nam ra vẻ ưu thời mẫn thế, than thở là sức mạnh của cộng đồng người Việt ở hải ngoại sẽ gia tăng gấp bội nếu mọi người biết ngồi lại và làm việc chung với nhau, một người bạn ngoại quốc, vốn là một học giả chuyên về Việt học, cười đáp: "Nếu biết đoàn kết thì đâu còn là người Việt nữa!" Tất cả người Việt Nam đứng đó đều im lặng. Làm sao mà cãi lại được chứ?

Chính tính vị kỷ đã đẻ ra sự chia rẽ.

Mà đâu phải chỉ có người Việt ở hải ngoại mới chia rẽ. Lâu nay bộ máy tuyên truyền của chính phủ Việt Nam thường tô vẽ hình ảnh một đảng Cộng sản đoàn kết, lúc nào cũng nhất trí và thương yêu nhau. Sự thật đâu phải như vậy. Trong bài hồi ký "Những kỉ niệm về Bác Hồ", Hoàng Tùng, nguyên tổng biên tập báo Nhân Dân và nguyên uỷ viên Ban bí thư trung ương đảng, viết một trong những nỗi đau lớn của Hồ Chí Minh là:

> Nỗi đau thứ bảy là sự bất hoà giữa mấy người lãnh đạo của ta. Không phải mọi việc đều êm đẹp cả. Họ nhất trí với nhau về quan điểm đánh Mỹ, nhưng quan điểm quốc tế không thống nhất, về quan hệ cá nhân với nhau không thuận lợi. Sau này Bác bảo tôi viết bài : " Nâng cao đạo đức cách mạng, quét sạch chủ nghĩa cá nhân ". Ý Bác là muốn nói mấy ông này. Bài đó tôi viết Bác sửa lại nhiều. Sau Bác nói anh Tố Hữu cũng sửa nữa. Tôi được biết từ năm 1966, cứ mỗi chiều thứ bảy, Bác lại cho làm cơm và nói : " Mấy chú cứ đến đây ăn cơm vui vẻ với nhau, có gì khúc mắc cứ nói hết ra, không nên để bụng ". Anh Nguyễn Chí Thanh làm thư ký cho những cuộc đó cho đến khi anh đi vào Nam. Sau anh Lê Văn Lương nói lại với tôi là họ cứ đến ăn cơm, chén hết rồi họ về, chẳng ai nói với ai điều gì. Nếu không biết việc này thì không hiểu hết tại sao trong di chúc Bác lại dặn phải đoàn kết

toàn Đảng, từ Trung ương đến địa phương. Trên mà đã đoàn kết rồi thì cần gì nói đến cơ sở nữa. Trên đoàn kết mà dưới không thì lôi thôi to, các ông trị cho chết. Chính vì thế mà bác rất buồn. Có thể có một vài hiện tượng, có đồng chí nào đó muốn vượt Bác, Bác biết hết, nhưng Bác không quan tâm.[1]

Chúng ta có thể đặt vấn đề: tại sao người Việt vị kỷ và vì vị kỷ nên chia rẽ như thế?

Dường như chưa có ai trả lời câu hỏi ấy. Có lẽ, lý do chính là người ta không dám nhìn nhận sự thật ấy. Nói chuyện với nhau, ai cũng nói vậy; nhưng khi viết lách, người ta cứ chạy theo phía tô hồng, chỉ muốn nhấn mạnh đến những cái hay, cái đẹp, dù chỉ là những cái hay và cái đẹp trong huyền thoại.

Điều đặc biệt là, khi nhấn mạnh đến tinh thần tập thể hay tính cộng đồng của người Việt Nam, người ta hay nói đến văn hóa làng. Quả thật, không ai có thể chối cãi được, trong nhiều ngàn năm, làng đã đóng một vai trò cực kỳ quan trọng trong xã hội và văn hóa Việt Nam. Đó là một đơn vị hành chính với những cấu trúc quyền lực riêng bao gồm hai thành phần chính: quan viên (chức sắc và chức dịch) và dân (lão, đinh và ti ấu). Đó cũng là một đơn vị kinh tế, nơi, nếu làm nghề thì người ta thường tụ hội lại với nhau thành "phường"; nếu làm nông thì thành "giáp" và thường phụ giúp nhau trong công việc đồng áng. Đó cũng là một đơn vị tôn giáo và văn hóa với những thần hoàng và hương ước riêng. Ngoài ra, đó còn là một đơn vị xã hội khá khép kín của những người chính cư (phân biệt với dân ngụ cư).

---

[1]   http://www.diendan.org/viet-nam/tu-lieu-hoang-tung-1920-2010-noi-ve-ho-chi-minh/

Trong làng, được bao bọc bởi những lũy tre, người ta có thể ganh tị nhau, chèn lấn nhau, bóc lột nhau, nhưng người ta cũng phải gắn kết với nhau để chống chọi với những áp lực từ bên ngoài. Tinh thần tập thể và tính cộng đồng được nẩy nở từ môi trường sống như thế.

Tuy nhiên, cái làng truyền thống, nơi nuôi dưỡng tính cộng đồng như vậy đã qua rồi. Đã thuộc về quá khứ lâu, lâu lắm rồi. Nó bị phá nát ít nhất vì ba lý do: thứ nhất, nó bị thay thế bởi các hợp tác xã; thứ hai, nó bị hủy hoại trong chiến tranh, nơi phần lớn nông dân phải bỏ đồng ruộng để chạy ra thành thị lánh nạn; và thứ ba, gần đây hơn, vì quá trình đô thị hóa.

Khi làng bị biến mất, văn hóa làng không còn nữa, những thành quả tâm lý như tính cộng đồng và tinh thần tập thể sẽ bị lung lay ngay tức khắc. Muốn tránh cũng không được. Vấn đề ở đây là: lấy gì để thay thế làng trong việc duy trì và phát triển tính cộng đồng của người Việt Nam?

Ở phương diện này, chúng ta có thể thu nhận được một bài học từ thế giới: Cần xây dựng gấp một xã hội dân sự (civil society).

Lâu nay, nhìn quan hệ giữa người với người, ở Việt Nam, người ta chỉ tập trung vào ba khía cạnh: gia đình, thị trường và chính trị. Thật ra, trong quan hệ giữa người và người, cần có một kích thước khác nữa: quan hệ xã hội. Chính trong quan hệ xã hội này, người ta mới được đào luyện và phát huy tinh thần tập thể cũng như tính cộng đồng được.

Nhưng để xây dựng một xã hội dân sự, người ta, trước hết, là chính phủ, phải cho phép các tổ chức phi chính phủ và phi lợi nhuận được tự do hoạt động.

Có thể nói, để chữa trị căn bệnh vị kỷ của người Việt Nam, chúng ta cần phải xây dựng gấp một xã hội dân sự nơi quan hệ thực sự giữa người với người được nuôi dưỡng và bồi dưỡng qua các hoạt động phi kinh tế và cũng phi chính trị.

Một xã hội dân sự như vậy có thể là một thách thức đối với quyền lực độc đoán của chế độ trong hiện tại nhưng là một điều kiện để phát triển Việt Nam trong tương lai.

Người Việt thiếu sâu sắc

Liên quan đến nhan đề bài viết này, có hai điều tôi xin được nói ngay: một, đó không phải là phát hiện của tôi; hai, bất kể ai là người đầu tiên phát hiện, nhận định ấy cũng đã trở thành một ý kiến khá phổ biến. Phổ biến đến bình thường, thậm chí, tầm thường, có lẽ chẳng còn làm cho người nào ngạc nhiên hay khó chịu nữa cả. Hầu như ai trong chúng ta cũng biết vậy. Và chấp nhận vậy.

Người đề cập đến vấn đề này gần đây nhất là Vương Trí Nhàn. Trong bài "Cái mà chúng ta thiếu nhất là sự sâu sắc"[1] vào đầu năm 2010, Vương Trí Nhàn nhận định là hầu hết các cuộc tranh luận tại Việt Nam đều khá nhếch nhác và hời hợt.

---

[1] http://vuongtrihai.wordpress.com/2010/01/17/cai-ma-chung-ta-thi%E1%BA%BFu-nh%E1%BA%A5t-la-s%E1%BB%B1-sau-s%E1%BA%AFc/

Nhếch nhác vì thiếu văn hoá tranh luận, vì xuất phát từ động cơ cá nhân, vì nhắm đến việc hạ nhục người khác hơn là cố làm sáng tỏ vấn đề. Nhưng theo Vương Trí Nhàn, điều đáng nói nhất là sự hời hợt: "người viết thường không đặt được vấn đề đúng với tầm vóc nó có thể có, lại càng không tìm được cách lý giải có sức thuyết phục".

Vương Trí Nhàn cũng thừa nhận cái bệnh hời hợt ấy đã có từ lâu. Ông dẫn lời của Thạch Lam, trong cuốn *Theo dòng*, từ đầu thập niên 1940: "… ở nước ta, bất cứ phong trào gì đều có một tính chung là nông nổi, chỉ hời hợt bề ngoài. Cái mà chúng ta thiếu nhất là sự sâu sắc. Bởi ta không chịu phân tích và suy xét kỹ nên bất cứ vấn đề gì chúng ta cũng không biết được rõ ràng và chu đáo, biết một cách thấu suốt."

Rồi Vương Trí Nhàn kết luận: "Ở lĩnh vực nào không biết, chứ riêng đối với những cuộc tranh luận hôm nay thì nhận xét đó giống như một sự tiên tri, không ai cãi lại nổi."

Thú thực, tôi cũng không cãi lại nổi.

Tuy nhiên, tôi muốn đặt vấn đề: Tại sao người Việt chúng ta lại thiếu sâu sắc triền miên như vậy?

Trước hết, thế nào là "sâu sắc" trong tranh luận hay nhận định? Theo tôi, một ý kiến sâu sắc phải bao gồm ít nhất hai đặc điểm chính: một, có tính phân tích cao và hai, có độ khái quát hoá lớn.

Một ý kiến có tính phân tích cũng giống như một hiện trường khảo cổ, ở đó, đất đai được đào xới hết lớp này đến lớp khác; mỗi địa tầng tiết lộ một hiểu biết mới. Nhìn cây mà chỉ thấy cây thì không phải là phân tích. Nhìn cây mà thấy cả đám rễ chằng chịt phía dưới mới là phân tích; thấy được cả cấu tạo của thổ nhưỡng chung quanh rễ cây ấy mới là phân tích sâu; thấy được cả ảnh hưởng của khí hậu đối với thổ nhưỡng, và ảnh hưởng của các yếu tố khác đối với khí hậu, sự phân tích lại càng sâu sắc hơn nữa. Nói cách khác, phân tích là nỗ lực phát hiện các quan hệ. Quan hệ càng xa và càng vượt ra ngoài những kiến thức thông thường và càng vượt ra ngoài những gì mọi người có thể quan sát bằng mắt, tính phân tích càng sâu.

Nhìn cây mà chỉ thấy cây, không phải là khái quát. Nhìn cây mà thấy hoặc gợi cho người khác thấy cả rừng mới là khái quát. Tính khái quát hoá giúp người ta vượt ra ngoài những hiện hữu cụ thể, gắn liền với trực quan.

Khả năng phân tích là điều có thể được đào luyện. Một trong những mục đích chính của nền giáo dục hiện đại là nhằm rèn luyện khả năng phân tích, từ việc phân tích một từ, một câu nói, một tác phẩm đến một hiện tượng xã hội, chính trị hay văn hoá. Việc người Việt Nam thiếu khả năng phân tích, do đó, chủ yếu, gắn liền với giáo dục. Ở đây, có hai vấn đề: Thứ nhất, truyền thống giáo dục Việt Nam ngày xưa, kéo dài cả hàng ngàn năm, không hề đề cao sự phân tích. Cứ mở miệng ra nói "Tử viết" (thầy Khổng nói rằng...; thầy Mạnh nói rằng...; Lão tử nói rằng...), v.v.. là vấn đề coi như đã giải quyết xong. Hết chuyện. Sau này, mang tiếng là đã ít nhiều hiện đại hoá, nhưng nền giáo dục Việt Nam vẫn không thoát khỏi ảnh hưởng của quyền lực, của sự mê tín và cuồng tín, không nhằm phát huy năng lực phân tích của học sinh và sinh viên.

Dù vậy, vì gắn liền với giáo dục, việc thiếu khả năng phân tích không phải là một khuyết điểm đáng để tuyệt vọng. Chỉ cần, một lúc nào đó, thay đổi được giáo dục, khả năng phân tích sẽ được đào luyện và phát triển. Vấn đề là thời gian.

Đáng quan tâm hơn là khả năng khái quát hoá. Một phần, năng lực khái quát gần với năng khiếu hơn là giáo dục: nhiều người, ngay từ thời cổ đại, đã chứng tỏ một năng lực khái quát hoá phi thường, nhờ đó, xây dựng được những hệ thống triết học lớn, có sức bao trùm hầu như toàn bộ các vấn đề mà nhân loại phải đối diện, do đó, ảnh hưởng kéo dài cả hàng ngàn năm. Phần khác, tính khái quát hoá dường như còn gắn liền với ngôn ngữ mà chúng ta sử dụng.

Điều này đã được nhà văn Võ Phiến phân tích một cách sâu sắc trong bài "Đố kỵ cái trừu tượng" viết nhân ngày tưởng niệm Phạm Quỳnh vào năm 1999.[1] Theo Võ Phiến, ngay từ những thập niên đầu tiên của thế kỷ 20, Nguyễn Văn Vĩnh và Phạm Quỳnh đã nhận ra khuyết điểm của tiếng Việt: nó giàu về phần "hình nhi hạ" mà nghèo về phần "hình nhi thượng"; nó có tính cách cụ thể hơn là trừu tượng; nó hợp với loại văn nghệ thuật hơn loại văn luận thuyết.

Võ Phiến cũng nhấn mạnh: Nguyễn Văn Vĩnh và Phạm Quỳnh, thật ra, không phải là người đầu tiên phát hiện ra những điều ấy. Ông trích một nhận xét của giáo sĩ F.X. Marette trong tập *Biên niên truyền giáo* (Annales de la propagation de la foi) xuất bản tại Paris năm 1833: "Việt ngữ

---

[1] In lại trong cuốn *Tuyển Tập* do Người Việt xuất bản tại California, 2006, tr. 343-351.

phong phú về tiếng để diễn tả những cái thông thường và có thể cảm nhận được, nhưng nghèo về loại tiếng dùng vào các kỹ thuật cơ khí và các ngành mỹ thuật; Việt ngữ tuyệt đối không có tiếng để diễn tả các ý tưởng trừu tượng." (tr. 345).

Ý thức được khuyết điểm ấy, Phạm Quỳnh phát động phong trào "đào luyện" và "bồi bổ" quốc văn bằng cách sáng chế và/hoặc du nhập thật nhiều các từ trừu tượng để hy vọng, đến một lúc nào đó, tiếng Việt phong phú và đa dạng đủ để diễn tả không những hết các cung bậc cảm xúc mà còn hết các vấn đề triết lý sâu xa.

Gần một thế kỷ trôi qua, những nỗ lực ấy có đâm hoa kết quả gì chưa? Võ Phiến bi quan: Hình như chưa! Độ trừu tượng của tiếng Việt vẫn chưa cao, khả năng biện luận của người Việt vẫn chưa giỏi; cái gọi là một nền quốc học Việt Nam với những tư tưởng riêng vẫn là một ước mơ thấp thoáng (tr. 348).

Võ Phiến dường như hơi hơi tuyệt vọng. Ông cho những khuyết điểm ấy gần như gắn liền với "bẩm chất" của người Việt. Nói một cách nôm na: "Trời sinh ra dân ta vốn không thoải mái đối với những gì là tư tưởng, là lý luận, những gì trừu tượng" (tr. 347). Tự nhiên nhớ lời than thở quen thuộc lâu nay, nghe nói xuất phát đầu tiên từ Hoàng Ngọc Hiến: "Cái nước mình nó thế!"

Tôi đồng ý với những sự phân tích của Võ Phiến nhưng tôi không tuyệt vọng như ông.

Theo tôi, một thế kỷ chưa phải là nhiều để bù đắp những khuyết điểm vốn đã kéo dài từ hàng ngàn năm trước. Nhất là trong thế kỷ vừa qua, không phải lúc nào chúng ta cũng thanh thản và tập trung theo đuổi con đường "bồi bổ quốc văn" mà Phạm Quỳnh khởi xướng. Gần một phần ba thời gian ấy, chúng ta chạy bổ vào con đường "đại chúng hoá" với những lời ăn tiếng nói nôm na, dân dã và hết sức cụ thể. Tính trừu tượng và cùng với nó, độ khái quát hoá của ngôn ngữ, vốn đã yếu, do đó, lại càng què quặt hơn nữa.

Một công việc như Phạm Quỳnh từng hô hào vào đầu thế kỷ 20 không chừng vẫn là một nhiệm vụ khẩn thiết của chúng ta hôm nay. Để thoát khỏi số phận "thiếu sâu sắc" dằng dặc của dân tộc.

Người Việt khinh người Việt

Nhớ, có lần về Việt Nam, tôi được giới thiệu với một trí thức khá lớn tuổi ở Hà Nội. Chuyện gẫu, anh khoe anh đang sống chung với một phụ nữ Tây phương. Tôi không hỏi là hai người sống chung như vợ chồng hay bồ bịch. Thực tình, tôi cũng chẳng thấy có chút ngạc nhiên hay tò mò nào. Nhưng một lát sau thì anh bạn ấy lại hỏi tôi: "Chị nhà là người nước nào vậy, thưa anh?" Khi tôi đáp là người Việt, tôi thoáng thấy có chút thất vọng trong ánh mắt của anh. Tôi đoán chắc anh đang nghĩ thầm: Mẹ kiếp! Sống ở nước ngoài cả mấy chục năm mà vẫn cứ xài hàng nội!

Khoảng giữa thập niên 1990, khi chính sách mở cửa về kinh tế của Việt Nam đã có nền tảng khá vững, nhiều trường đại học ở Tây phương, trong đó có Úc, tìm cách xây dựng các cơ sở giáo dục tại Việt Nam. Thoạt đầu, người ta nghĩ ngay đến lực lượng trí thức Việt Nam như những trung gian cực tốt: Họ biết cả hai ngôn ngữ và cả hai nền văn hoá. Thế nhưng, chỉ vài năm sau, phần lớn đều khám phá ra điều này: họ không thực sự cần trung gian lắm. Không phải những người trung gian ấy bất tài. Không phải. Lý do chính là vì chính quyền cũng như các trường học và công ty Việt Nam thường nghi kỵ các đồng hương của họ ở nước ngoài hơn là với người ngoại quốc. Người ngoại quốc nói gì người ta cũng *yes, yes.* Trong khi với các chuyên gia người Việt thì người ta lại hoạnh hoẹ đủ điều.

Tôi có một chị bạn lấy chồng Úc. Hai người đi về Việt Nam chơi. Có lần cần đến cơ quan công quyền để làm giấy tờ gì đó. Chị vợ vào năn nỉ ỉ ôi với một thứ tiếng Việt giọng Huế cực kỳ ngọt ngào. Chị bị từ chối một cách phũ phàng. Năn nỉ không được. Nằn nì cũng không được. Lát sau, nước mắt dầm dề, chị ra kể với ông chồng đang ngồi chờ ở phòng ngoài. Anh chồng người Úc bực tức cầm mớ giấy tờ xông thẳng vào phòng. Mấy phút sau, anh trở ra, miệng cười toe toét: Xong rồi! Từ đó, hai người rút kinh nghiệm: gặp bất cứ vấn đề gì cần giải quyết với người Việt Nam, anh chồng sẽ lao ra và chị vợ thì lùi lại sau. Bất kể người đối thoại có biết tiếng Anh hay không, mọi việc thường đều được giải quyết một cách nhanh chóng và ổn thoả.

Mà hình như không phải chỉ ở trong nước.

Nhớ, cách đây hơn mười năm, cái máy giặt ở nhà tôi bị trục trặc. Tôi điện thoại gọi một người thợ Việt Nam đến sửa. Vừa lúi húi sửa máy, anh vừa hất hàm hỏi tôi: "Anh làm nghề gì vậy?" Tôi đáp: Đi dạy học. Anh hơi ngạc nhiên. Lại hất hàm hỏi: "Dạy cấp mấy?" Tôi đáp: Đại học. Anh càng ngạc nhiên: "Dạy gì?" Tôi đáp cho qua chuyện: Thì dạy tiếng Việt lăng nhăng vậy mà. Anh phán ngay: "Ừ, thì cũng dễ!"

Ừ, thì cũng dễ.

Sau đó, trong một buổi nói chuyện phiếm, tôi kể cho một người bạn Úc đang dạy tiếng Anh như một ngôn ngữ thứ hai (ESL) nghe. Chị nói là chị không hiểu được. Chị dạy ESL cả mấy chục năm nay, chưa bao giờ nghe bất cứ ai nói là dạy ESL dễ hơn dạy các môn khác. Chưa ai gọi English, ngay cả English as a second language, là tiếng "lít" như một số người Việt vẫn gọi tiếng Việt là tiếng "Mít" cả.

Mà hình như tâm lý khinh thường người Việt và tiếng Việt đã có ngay từ xưa. Chữ Hán là chữ của thánh hiền. Người ta không dám vất hay đạp lên một mảnh giấy có vài chữ Hán nguệch ngoạc trên đó. Trong khi đó chữ Nôm thì lúc nào cũng bị coi rẻ: nôm na mách qué. Viết văn, muốn đi vào thiên cổ, thì dùng chữ Hán. Khi viết bằng chữ Nôm thì người ta khiêm tốn hẳn. Tài năng lồng lộng như Nguyễn Du cũng khiêm tốn: "Lời quê chắp nhặt dông dài / Mua vui cũng được một vài trống canh". Các cây bút khác cũng thế. Trong *Nhị Độ Mai*: "Biết bao lời kệch tiếng quê / Thôi thôi bất quá là nghề mua vui". Trong *Phù dung tân truyện*: "Lời quê chắp chảnh nên câu / Chép làm một truyện để sau mua cười". Trong *Bích câu kỳ ngộ*: "Cũng xin góp một hội cười / Cùng mua mấy trống canh vui gọi là", v.v… Đầu thế kỷ 18, dưới thời chúa Trịnh, các truyện "nôm na" ấy được xem là những "tiếng dâm" cần phải bị nghiêm cấm đấy!

Dưới thời Pháp thuộc, óc tự ti và sùng ngoại càng lên cao. Trong những điều người ta mơ ước "ăn cơm Tàu, ở nhà Tây, lấy vợ Nhật", chẳng có gì dính dáng đến Việt Nam cả. Cái gì lớn, tốt, đẹp thì được gọi là... "Tây" để đối lập với "ta": hành tây, gà tây, khoai tây, v.v... Rồi "sang như Tây", "đẹp như Tây", "trắng như Tây". Hết Tây thì đến Mỹ: xài Mỹ, giàu như Mỹ, sang như Mỹ, v.v...

Gần đây thì có sự phân biệt giữa nội và ngoại. "Ngoại" đồng nghĩa với thật và chất lượng cao. "Nội", ngược lại, hầu hết là kém, thậm chí, giả, hay nói theo tiếng thông dụng lâu nay là dỏm / dởm / rởm.

Thành ra, có thể nói thái độ người Việt tự khinh người Việt, tiếng Việt và bất cứ thứ gì do người Việt làm ra có nguồn gốc sâu xa từ tâm lý thuộc địa. Hết thuộc địa của Tàu thì đến thuộc địa của Tây.

Tàu đi rồi. Tây đi rồi. Tâm lý thuộc địa biến thành tâm lý hậu thuộc địa. Cũng vẫn là một nỗi tự khinh mình.

Người Việt dễ ghét

Từ trước đến nay, một cách công khai, trên sách báo cũng như trên các diễn đàn, hình như ai cũng nói người Việt... đáng yêu. Đó cũng là nhan đề cuốn sách do Doãn Quốc Sỹ viết và xuất bản tại Sài Gòn trước năm 1975. Xuất phát từ một lập trường và động cơ chính trị hoàn toàn ngược lại với Doãn Quốc Sỹ, Vũ Hạnh, giả danh một người Ý (Pazzi), cũng vội vã viết cuốn *Người Việt cao quý*, trong đó, nội dung chính của khái niệm "cao quý" cũng là… sự đáng yêu.

Mà không phải chỉ có người Việt Nam mới nói thế. Tôi có khá nhiều sinh viên Úc hoặc người các nước khác thường đi Việt Nam. Nhiều người không ngớt khen là người Việt Nam đáng yêu. Cách đây mấy năm, có một sinh viên người Na Uy sang Úc du học. Trên đường từ Na Uy sang Úc, anh ghé Việt Nam chơi hai tuần. Lý do ghé Việt Nam chỉ có tính chất thực dụng: vật giá rẻ. Vậy thôi. Nhưng hai tuần ở Việt Nam đã làm thay đổi hẳn kế hoạch học tập của anh. Mê Việt Nam trong thời gian hai tuần ấy, sang Úc, anh quyết định chọn Tiếng Việt làm một trong hai môn học chính trong chương trình Cử nhân. Hỏi: Mê nhất ở Việt Nam là điều gì? Anh đáp: Con người. Và nói thêm: "Người Việt rất đáng yêu".

Cách đây mấy ngày, tôi cũng lại gặp một sinh viên khác, cũng mê Việt Nam như thế. Sau khi học xong trung học, thay vì vào đại học ngay, cô quyết định nghỉ một năm để đi làm và đi du lịch. Sau khi qua nhiều nước, cô ghé Việt Nam. Cũng chỉ là một quyết định tình cờ. Thoạt đầu, định ở vài ba tuần. Nhưng rồi cô lại đâm mê Việt Nam. Bèn quyết định ở lại thêm vài tháng. Trong vài tháng ấy, cô xin dạy học trong một trung tâm sinh ngữ tại Sài Gòn. Cô càng mê hơn nữa. Về lại Úc, cô bèn quyết định học tiếng Việt để sau này có cơ hội quay sang làm việc lâu dài tại Việt Nam. Hỏi lý do, cô cũng đáp như anh sinh viên người Na Uy kể trên: "Người Việt đáng yêu".

Người Việt đáng yêu như thế nào? Tôi chưa bao giờ có ý định làm một cuộc điều tra thật đàng hoàng về đề tài này. Nhưng từ những gì tôi nghe từ các sinh viên cũng như bạn bè, đồng nghiệp của tôi, những nét đáng yêu nhất của người Việt Nam thường được nêu lên là: vui vẻ, cởi mở và thân thiện.

Tuy nhiên, tất cả những điều kể trên chỉ là một khía cạnh. Có một khía cạnh khác, vì lịch sự, người khác ít nói; và vì tự ái, chúng ta cũng ít khi đề cập: Có vô số người chê người Việt là cục căn, thô lỗ, ích kỷ, tham lam vặt, hay nói dối vặt, thiếu kỷ luật, thiếu lịch sự, nói chung, là… dễ ghét. Ngay chính những người được xem là "mê" Việt Nam cũng thấy điều đó. Và dĩ nhiên, với tư cách là người Việt Nam, chúng ta cũng thừa biết điều đó.

Thật ra, ở quốc gia nào cũng có những người đáng yêu và những người dễ ghét. Đó là chuyện bình thường. Tuyệt đối không có gì đáng ngạc nhiên cả. Chỉ có vấn đề là: ở những nơi khác, nét đáng yêu và đáng ghét ở con người chủ yếu là do cá tính, hay nói cách khác, do Trời sinh; còn ở Việt Nam, chủ yếu do văn hoá, hay nói cách khác, do xã hội, đặc biệt, do chế độ tạo ra. Ở những nơi khác, sự phân bố của những người được xem là đáng yêu và những người bị xem là đáng ghét hoàn toàn có tính ngẫu nhiên; ở Việt Nam thì khác: nó có tính quy luật để theo đó, người ta có thể vẽ lên được một "bản đồ" đáng yêu / đáng ghét của người Việt một cách khá chính xác.

Đại khái "bản đồ" ấy như thế này:

Người Việt rất đáng yêu trong quan hệ cá nhân và ở những nơi quan hệ cá nhân đóng vai trò chủ đạo: gia đình, bàn tiệc, quán nhậu, và hàng xóm. Ở những nơi đó, người Việt, nói chung, rất nhiều tình cảm và tình nghĩa. Và cũng ở những nơi đó, ít ai phàn nàn về người Việt.

Nhưng vượt ra ngoài quan hệ cá nhân thì khác. Bước vào không gian công cộng ở Việt Nam, nhất là không gian công cộng thuộc quyền nhà nước, từ uỷ ban nhân dân đến công an phường, quận, thành phố; từ bưu điện đến bệnh viện; từ bàn hải quan đến văn phòng xuất nhập cảnh, v.v... ở đâu người Việt Nam cũng dễ ghét.

Cái dễ ghét ấy có thể được nhìn thấy ngay trên các chuyến bay về Việt Nam: Theo nhận định của nhiều người vốn đi nhiều, ít có tiếp viên hàng không nào dễ ghét như tiếp viên hãng Hàng Không Việt Nam; ít có công an cửa khẩu và nhân viên hải quan nào dễ ghét như những người làm việc tại các sân bay quốc tế tại Việt Nam. Một sinh viên của tôi, người Úc, rất mê Việt Nam, và vì mê Việt Nam, cuối cùng, lấy vợ Việt Nam. Chính trong thời gian làm đám cưới, phải chạy vạy làm đủ các loại giấy tờ, từ hôn thú đến bảo lãnh vợ sang Úc, anh phờ phạc cả người. Quay về Úc, anh than: Chưa bao giờ anh thấy nhân viên hành chính ở đâu dễ ghét bằng các nhân viên hành chính ở Việt Nam.

Một người bạn khác của tôi, về Việt Nam thăm thân nhân bị bệnh, phải nằm bệnh viện, than: Chưa bao giờ thấy bác sĩ và y tá ở đâu lại dễ ghét như ở Việt Nam. Mặt mày ai cũng hầm hầm hay lạnh tanh. Người ta hỏi gì cũng quát, nạt. Họ chỉ dịu giọng được một lát khi nhận tiền lót tay. Một người bạn khác rất có thiện chí giúp đỡ Việt Nam, nhiều lần tổ chức quyên góp từ quần áo, sách vở đến máy vi tính ở Úc để chuyển về tặng cho người Việt; nhưng sau đó, đâm nản, cuối cùng, bỏ cuộc. Anh nói: "Mình mang quà về giúp, nhưng ở đâu cũng bị làm khó dễ." Và kết luận: "Người Việt thật dễ ghét!"

Xin lưu ý: những nhân viên các loại và các cấp bị xem là dễ ghét trong công sở ấy có thể trở nên cực kỳ dễ thương với bạn bè, người thân hoặc người quen. Một viên công an mặt mày lúc nào cũng lạnh như tiền và lăm lăm đòi móc túi những người dân đến xin chứng nhận một thứ giấy tờ gì đó có thể là một người cởi mở, hào hiệp và hào phóng khi ngồi vào bàn nhậu với bạn bè. Nhưng trong quan hệ công cộng thì họ lại biến thành một người khác hẳn.

Có thể nói gọn lại thế này: Trong quan hệ cá nhân, người Việt thường đáng yêu; nhưng trong quan hệ công cộng, nhất là ở công sở, người Việt thường rất dễ ghét.

Cũng có thể nói một cách khái quát hơn: ở Việt Nam, cứ hễ có chút quyền lực, bất kể là quyền lực gì, người ta liền biến ngay thành người dễ ghét. Bản tính dễ thương đến mấy cũng thành dễ ghét. Nếu không dễ ghét vì sự hách dịch, quan liêu hay tham lam thì cũng dễ ghét vì sự chậm chạp, cẩu thả, lười biếng và vô trách nhiệm. Bởi vậy, nhiều người nhận xét: Chơi với người Việt thì vui, nhưng làm việc với người Việt thì đúng là một cực hình. Trên bàn nhậu, ai cũng thông minh, biết điều, cởi mở; nhưng quay lại bàn giấy thì người ta lại lề mề, khó khăn, tắc trách, rất ít đáng tin cậy.

Do đó, vấn đề không phải là bản tính mà là văn hoá. Mà văn hoá, nhất là văn hoá hành chính, lại gắn liền với chế độ.

Người Việt không biết cười (1)

Ít nhất từ đầu thế kỷ 20 đến nay, hầu như ai cũng nói là người Việt Nam hay cười. Cười nhiều đến độ vô duyên.

Người đầu tiên nhận định như thế là một học giả rất có uy tín: Nguyễn Văn Vĩnh (1882-1936). Trong bài "Gì cũng cười" đăng trên *Đông Dương tạp chí* số 6 năm 1913, Nguyễn Văn Vĩnh viết:

> An Nam ta có một thói lạ là thế nào cũng cười. Người ta khen cũng cười, người ta chê cũng cười. Hay cũng hì, mà dở cũng hì; quấy cũng hì. Nhăn răng hì một tiếng, mọi việc hết nghiêm trang.

Trong sự nghiệp khá đồ sộ của Nguyễn Văn Vĩnh, với tư cách một nhà văn, một nhà báo và một dịch giả, có lẽ đoạn văn vừa trích ở trên là đoạn văn được nhiều người nhớ và nhắc nhất. Đến nay, tôi chưa thấy ai phản đối ông cả.

Mà làm sao phản đối được? Chỉ bằng kinh nghiệm thường nhật, chúng ta cũng có thể thấy ngay là ông nói đúng. Nhìn những bức ảnh chụp hay các thước phim tư liệu quay tình cờ trên đường phố, chúng ta dễ thấy đặc điểm của từng dân tộc: ở Nhật thì người ta cắm cúi đi hay dí tai vào chiếc điện thoại di động; ở Trung Quốc, người ta vừa đi vừa nhai nhồm nhoàm, còn ở Việt Nam thì người ta cười (nếu mồm không bị cái khẩu trang bịt kín).

Trong đời sống, chúng ta càng dễ thấy vai trò của nụ cười và tiếng cười. Ở đâu có người Việt là ở đó có những tiếng cười rúc rích. Kể cả trong giảng đường hay thính đường ở các cuộc hội nghị quan trọng và đầy tính chuyên môn. Trong nhà, trong quán ăn hay ngoài đường phố thì... khỏi nói.

Có thể nói cười là một loại hình ngôn ngữ thân thể (body language) đặc biệt của người Việt Nam. Gặp bạn bè hay người quen, người khác "hello", "hi" hay "bonjour", người Việt chỉ cần nhoẻn miệng ra cười. Thay vì nói "cám ơn", người Việt cũng nhoẻn miệng ra cười. Thay vì nói "xin lỗi", người Việt cũng cứ nhoẻn miệng ra cười.

Bạn bè tôi, đám giáo sư ở đại học có đông sinh viên Việt Nam, thỉnh thoảng nhờ tôi "phiên dịch" giúp ý nghĩa nụ cười hay tiếng cười của người Việt Nam. Chẳng hạn, một giáo sư, chấm luận văn, phát hiện một sinh viên Việt Nam trích nguyên nhiều câu từ sách báo mà không hề ghi xuất xứ. Thay vì đánh rớt ngay vì tội đạo văn, ông thông cảm gọi sinh viên ấy vào phòng, chỉ cho sinh viên ấy thấy các câu văn ăn cắp và khuyên nên cố gắng diễn đạt bằng lời văn của mình hoặc phải ghi xuất xứ đàng hoàng. Nói xong, ông chờ đợi một lời xin lỗi. Nhưng anh sinh viên ấy chỉ... cười.

Người Việt Nam chúng ta, trong những trường hợp như trên, có thể "đọc" được dễ dàng lời xin lỗi ẩn sau nụ cười ấy. Tuy nhiên, người ngoại quốc, dù gần gũi với người Việt Nam nhiều đến mấy, cũng thấy ngỡ ngàng.

Nhưng dù hiểu đúng hay hiểu sai, một sự kiện phổ biến cũng cần được ghi nhận: Người Việt Nam sử dụng nụ cười và tiếng cười thật hào phóng!

Có điều, từ một khía cạnh khác, tôi lại nghĩ, trong văn hoá giao tiếp thông thường, người Việt Nam, nói chung, không biết cười.

Bạn ngạc nhiên ư?

Thì đây, bạn cứ tự mình kiểm tra đi. Sống ở hải ngoại, bạn bước lên máy bay về Việt Nam thăm nhà. Để ý mà xem, có tiếp viên nào ít cười bằng tiếp viên của Hàng Không Việt Nam không? Theo kinh nghiệm của tôi, câu trả lời là: Không. Bước vào máy bay của các hãng hàng không khác, ngay từ cửa ra vào, chúng ta đã bắt gặp ít nhất là hai tiếp viên đứng cười chào và chỉ hướng đi. Ở hãng Hàng Không Việt Nam, cũng hai tiếp viên ấy và những lời chỉ dẫn tương tự. Nhưng rất hiếm khi thấy nụ cười nào.

Xuống phi trường, những người đầu tiên bạn gặp là các công an cửa khẩu, nơi bạn trình hộ chiếu. Đố bạn bắt gặp nụ cười nào ở đấy!

Lấy hành lý xong, bạn sẽ gặp hải quan. Đố bạn bắt gặp nụ cười nào ở đấy!

Không phải chỉ những nơi có quyền lực mới thiếu vắng nụ cười. Bạn bước vào bưu điện hay ngân hàng mà xem, có nhân viên nào nhoẻn miệng cười chào bạn không?

Lần đầu tiên tôi về Việt Nam và ra Hà Nội là năm 1996. Bước vào các hiệu sách, tôi hay nhoẻn miệng cười chào các cô bán hàng. Lần nào cũng thế, tôi cũng chỉ được đáp trả bằng một cái nhìn trân trối, có chút ngạc nhiên và đầy tò mò. Nhưng không có nụ cười. Khiến tôi phải vội vàng tìm cách kéo môi lại cho đỡ ngượng ngùng.

Sau này, khi xu hướng thương mại hoá và tư nhân hoá phát triển, những người bán hàng giảm bớt thứ văn hoá hợp tác xã ngày xưa, tương đối lịch sự hơn. Nhưng lịch sự không phải là biết cười.

Bước vào tiệm ăn hay quán nước, bạn hãy quan sát và so sánh cách chào khách của các tiếp viên ngoại quốc và tiếp viên Việt Nam mà xem. Ở các tiệm ngoại quốc, bạn sẽ bắt gặp, hầu như thường xuyên, một nụ cười. Ở các tiệm Việt Nam, ngay cả ở hải ngoại, bạn thường gặp cái gì? Một gương mặt lạnh tanh.

Làm sao có thể giải thích hiện tượng nghịch lý là: một mặt, người Việt Nam cười một cách dễ dàng, thậm chí, thừa thãi; mặt khác, lại tiết kiệm nụ cười đến độ có thể bị chê là cục cằn và thô lỗ, như thế?

Người Việt Nam không biết cười (2)

Một câu hỏi như thế có thể là một đề tài thú vị, cần nhiều công phu nghiên cứu và nhất định sẽ dẫn đến nhiều cách trả lời khác nhau.

Về phương diện ngôn ngữ, tôi chỉ xin lưu ý mấy điểm:

Thứ nhất, như nhiều người đã ghi nhận, tiếng Việt có thật nhiều từ và ngữ mô tả tiếng cười. Ít nhất là hơn 100.

Thứ hai, tất cả các từ và ngữ ấy đều có thể xếp vào hai loại: hình thức và ý nghĩa.

Căn cứ vào hình thức, nhằm mô tả các kiểu cười khác nhau, chúng ta có, đại loại:

Cười ầm, cười bò, cười bò lê bò càng, cười bỏng tai, cười cắm cắt (giọng cao), cười chúm chím, cười chuột rúc, cười đổ quán xiêu đình, cười đứt ruột, cười giòn, cười ha hả, cười hà hà, cười hả hê, cười hăng hắc, cười hắt hắt, cười hê hê, cười hề hề, cười hềnh hệch, cười hi hí, cười hì hì, cười híp mắt, cười hô hố, cười hở lợi, cười hở mười cái răng, cười hoa, cười khan, cười khanh khách, cười khèng khẹc, cười khì, cười khín (cười hùn), cười khúc khích, cười lăn, cười lăn chiên, cười mép, cười mím chi (miếng chi), cười nắc nẻ, cười ngất, cười ngặt nghẽo, cười ngởn ngoẻn, cười lộn ruột, cười nhếch mép, cười nhoẻn, cười nôn ruột, cười nụ, cười nửa miệng, cười ồ, cười ồn ển, cười phì, cười ra nước mắt, cười ré, cười rộ, cười rú, cười rũ, cười rũ rượi, cười rúc rích, cười rùm, cười sặc sụa, cười sằng sặc, cười té đái, cười the thé, cười thơn thớt, cười tít mắt, cười toe toét, cười tức bụng, cười tủm, cười tủm tỉm, cười vãi đái, cười vỡ bụng, cười xoà, cười tuồng, cười vang…

Căn cứ vào ý nghĩa hay động cơ của tiếng cười, chúng ta có:

Cười ba lơn, cười bả lả, cười ba ngoe (cười nịnh), cười bông phèng, cười buồn, cười cầu phong, cười cầu tài, cười chớt nhả, cười chua chát, cười cợt, cười dã lã, cười dê, cười duyên, cười đế, cười đểu, cười Đổng Trác, cười động cỡn, cười đú đởn, cười đón, cười đưa, cười gằn, cười góp, cười gượng, cười hợm (hĩnh), cười huề, cười khà, cười khảy, cười khê, cười khinh khỉnh, cười lẳng, cười lấy lòng, cười lén, cười lỏn lẻn, cười mát, cười mỉa, cười mơn, cười mũi, cười ngả ngớn, cười ngạo, cười ngạo nghễ, cười ngựa, cười nhả, cười nhả nhớt, cười nham nhở, cười nhăn nhở, cười nhạo, cười nhạt, cười nịnh, cười ruồi, cười thái sư, cười thâm, cười thầm, cười theo, cười tình, cười trâu, cười trây, cười trừ, cười xã giao, cười xí xoá,…

V.v..

Nhiều. Thật nhiều. Nhiều đến độ Nguyễn Tuân nghĩ "e phải làm từ vựng từ điển Việt Nam đến nơi rồi cho tiếng cười giàu có của chúng ta".

Không những nhiều mà còn đa dạng.

Cũng theo Nguyễn Tuân: "Tổ tiên ta thiệt là những nghệ sĩ đã tạo hình cho tiếng cười Việt Nam, tạo cho tiếng cười bao nhiêu là bóng dáng, và có cả một cái gì như là biên chế đầy đủ thang bậc về tiếng cười."[1]

Thú thực tôi không biết trong các ngôn ngữ khác trên thế giới, có thứ tiếng nào có số lượng từ và ngữ mô tả tiếng cười phong phú và đa dạng đến như vậy hay không.

Tuy nhiên, bạn để ý mà xem, dù nhiều đến như vậy, trong tiếng Việt vẫn thiếu một thứ cười: Cười chào. Cười để chào.

Chúng ta cười để tán tỉnh nhau, để nịnh bợ nhau, để bày tỏ sự khinh bỉ hay căm ghét nhau... Đủ thứ. Và đủ kiểu. Nhưng chúng ta lại thiếu một nụ cười chào nhau, nhất là ở những lần gặp gỡ đầu tiên. Nụ cười đi kèm hay thay cho một cái bắt tay, một câu "hello" hay "bonjour" thông thường. Và bình thường.

Một nụ cười không có ý nghĩa gì khác ngoài việc làm cho quan hệ giữa người và người trở thành thân thiện và ấm áp.

---

1 *Tuyển tập Nguyễn Tuân 2*, Nguyễn Đăng Mạnh biên tập, nxb Văn Học, HN, 1982, tr. 393-4.

Phải tập cười

Căn cứ vào thời điểm chào đời, người ta thường nói: Con người biết khóc trước khi biết cười, biết đau đớn trước khi biết vui sướng.

Trong bài "Chữ nhàn", Nguyễn Công Trứ viết:

Thoạt sinh ra thì đà khóc choé
Trần có vui sao chẳng cười khì?

Tuy nhiên, nếu bỏ qua thời điểm lọt lòng mẹ, chúng ta lại có thể có một ghi nhận khác: Loài người tập cười trước khi tập nói. Thường, phải 9, 10 tháng trở lên, trẻ em mới bập bẹ tập nói vài ba âm căn bản như "a", "ba", "má". Còn việc tập cười thì sớm hơn nhiều. Khoảng một, hai tháng, trẻ em đã tập nhoẻn miệng cười, thường là ngay trong giấc ngủ. Không có bậc cha mẹ nào lại không từng ngây ngất nhìn ngắm con mình tập cười như thế.

Vậy tại sao lớn lên, trong vô số những trường hợp cần thiết, người Việt Nam lại không còn biết cười nữa?

Tôi nghĩ ở đây có vai trò của giáo dục.

Tôi nhớ, hồi nhỏ, từ trong gia đình đến lớp học, chưa bao giờ tôi học được bài học về cười. Cha mẹ hay thầy cô giáo, nếu có dạy gì về văn hoá giao tiếp, thường chỉ dạy cách vòng tay và cúi đầu; nhưng lại không dạy cười. Gặp người trưởng thượng: Vòng tay lại và cúi đầu xuống, "ạ". Hết. Còn gặp người đồng lứa hay nhỏ hơn thì sao? – Thì muốn sao cũng được! Trong trí nhớ của tôi, không có bài học nào về điều ấy cả. Nên, không hiếm trường hợp, hai đứa bé gặp nhau cứ trố mắt nhìn nhau.

Ở Tây phương thì khác. Người ta dạy trẻ em cười và nhìn, nhìn thẳng, khi nói chuyện. Khỏi vòng tay. Khỏi cúi đầu. Nhưng phải cười lúc gặp nhau và phải nhìn thẳng khi nói chuyện với nhau.

Những bài học ấy được lặp đi lặp lại hầu như cả đời. Đang học những năm cuối ở trung học hay những năm đầu ở đại học, học sinh và sinh viên phải học cách trả lời phỏng vấn lúc xin việc. Bài học đầu tiên bao giờ cũng là: Cười và nhìn thẳng.

Làm các công việc cần giao tiếp với khách hàng, từ việc chạy bàn trong quán ăn hay quán giải khát đến việc làm tiếp viên trong các văn phòng, các cơ quan… người ta cũng yêu cầu học cười!

Thời gian chuẩn bị cho Thế Vận Hội 2008, ở Trung Quốc, có người làm cuộc điều tra và phát hiện: Chỉ có khoảng 2% người Trung Hoa cười khi gặp người ngoại quốc. Chính phủ bèn tung ra cả một chiến dịch rầm rộ để dạy dân chúng cười. Riêng tại Bắc Kinh, có trên 40 huấn luyện viên dạy cách cười trên đường phố. Nhiều lớp dạy cười được mở cho công chúng. Nhiều công ty tự mở khoá huấn luyện cười riêng cho nhân viên của mình.

Đài Loan cũng mở chiến dịch học cười. Các tài xế xe buýt chở du khách từ lục địa đến Đài Loan phải tham dự khoá học, ở đó, họ phải cầm tấm biển khuyến khích cười và phải tập cười ít nhất 1.200 lần!

Ở Việt Nam, trước hiện tượng đa số du khách một đi không trở lại, trong một số cuộc họp và hội nghị, nhiều người cũng đã nhắc đến nhu cầu tập cười của các nhân viên hàng không và nhân viên hải quan, những người mà du khách ngoại quốc tiếp xúc đầu tiên trên đường đến Việt Nam cũng như khi mới bước chân xuống mảnh đất Việt Nam.

Nhưng không phải chỉ cần cười với du khách ngoại quốc. Người ta cần cười với mọi người.

Và đã có học thì phải có tập và phải có kiểm tra.

Tôi nhớ có lần ở phi trường Singapore, khi tôi vừa mới từ một cửa hàng bán đồ lưu niệm bước ra, một người phụ nữ liền đến gặp và xin làm một cuộc điều tra ngắn, chỉ khoảng vài ba phút. Cuộc điều tra gồm khoảng dưới một chục câu hỏi. Tất cả đều xoay quanh cách tiếp khách của nhân viên bán hàng.

Trong các câu hỏi ấy, có mấy câu tôi nhớ nhất: Cô bán hàng có cười chào không? Có nói "cám ơn" không? Có nài ép mua gì thêm không? Có nhìn thẳng mình khi nói chuyện không? Và, cuối cùng: Có ấn tượng gì về người bán hàng ấy? Tốt hay xấu?

Ở Việt Nam, không chừng chúng ta cũng cần những bài học như thế. Và những cuộc điều tra như thế. Nhất là ở các công sở. Để mọi người học lại cái bài học cơ bản đầu tiên khi mới chào đời: Cười.

Phần 6:
Thế nào là yêu nước?

Thế nào là yêu nước?

Xin nói ngay: cái nhan đề trên được mượn lại từ một bài viết của Joyce Anne Nguyễn (Nguyễn Đắc Hải Di), một blogger 16 tuổi, đang định cư tại Na Uy. Bài viết, vốn, thoạt đầu, được đăng trên blog cá nhân của Joyce, sau đó, được phổ biến rộng rãi trên nhiều trang mạng khác nhau và gây nên khá nhiều tranh cãi, là những cảm nhận riêng tư về ý niệm yêu nước trước tình hình chính trị tại Việt Nam hiện nay.[1]

Trong bài viết này, tôi thử nhìn vấn đề từ góc độ lý thuyết và lịch sử.

1.

Từ hai góc độ này, đặc biệt về phương diện lý thuyết, giới nghiên cứu không thu hoạch được điều gì đáng kể từ sách báo bằng tiếng Việt. Thật ra, nói cho công bằng, ngay bằng tiếng Anh và tiếng Pháp cũng không nhiều. Igor Primoratz và Aleksandar Pavkovié (2007), trong cuốn *Patriotism, Philosophical and Political Perspectives*, thừa nhận là tuy tình yêu nước là một nguồn cảm hứng mãnh liệt và lâu đời trong văn chương và nghệ thuật, nó lại ít được chú ý trong triết học và chính trị học cho tới khoảng thập niên 1980, đặc biệt sau bài thuyết giảng "Yêu nước có phải là một đứ c

---

[1] Blog của Joyce Anne Nguyễn tạm đóng nên quý bạn đọc có thể đọc bài này trên: http://danluanvn.blogspot.com/2010/02/joyce-anne-nguyen-nao-la-yeu-nuoc.html

hạnh?'' (Is Patriotism a Virtue?) nổi tiếng của Alasdair MacIntyre vào năm 1984.[1]

Chậm, nhưng ở Tây phương, khi đã được quan tâm, đề tài yêu nước thu hút ngay nhiều thành quả nghiên cứu của giới học giả. Ở Việt Nam, ngược lại, cho đến nay, dù ai cũng nói đến chuyện yêu nước và dù các cơ quan truyền thông cứ ra rả chuyện yêu nước, hầu như không ai bàn đến khái niệm yêu nước một cách nghiêm túc cả. Ngay trong cuốn *Trong dòng chủ lưu của văn học Việt Nam: Tư tưởng yêu nước* của Trần Văn Giàu cũng không hề có một câu, một dòng nào định nghĩa chữ yêu nước.[2] Nguyễn Gia Kiểng, trong bài "Yêu nước", khi cho người Việt Nam không hề yêu nước, hoặc nếu có, chỉ có một cách rất mờ nhạt và tương đối, cũng không hề có một lời giải thích nào về cái thuật ngữ ông sử dụng. Ông chỉ căn cứ trên một tiền đề: "Ta không có tự hào dân tộc, mà đã không có tự hào dân tộc thì không thể yêu nước".[3] Dường như, nếu Nguyễn Gia Kiểng không đồng nhất hai khái niệm tự hào dân tộc và yêu nước thì ít nhất ông cũng xem lòng tự hào dân tộc là biểu hiện duy nhất hay là điều kiện thiết yếu của tình yêu nước. Nhưng, có thực vậy không?

Có lẽ sự thực không đơn giản như vậy.

Các cuốn từ điển tiếng Việt, cũ cũng như mới, ở miền Nam cũng như ở miền Bắc, đều không có chữ "yêu nước". Lý

---

[1] Igor Primoratz và Eleksandar Pavkovic (2007), *Patriotism: Philosophical and Political Perspectives*, Hampshire: Ashgate, tr. 1.

[2] Nhà xuất bản Văn Nghệ thành phố HCM, 1983.

[3] Nguyễn Gia Kiểng (2001), *Tổ quốc ăn năn*, Paris: tác giả tự xuất bản, tr. 65-9.

do có thể giải thích thế này: người ta xem "yêu nước" là một ngữ (phrase) chứ không phải một từ (word). Là ngữ nghĩa là một kết hợp tự do, lỏng lẻo và có thể thay đổi. Như yêu người, yêu thể thao, yêu thiên nhiên, yêu thú vật. Tôi không đồng ý. Theo tôi, nên xem "yêu nước" là một từ hơn là một ngữ. Lý do: một, nó có cấu trúc chặt, không giống các ví dụ vừa kể; hai, mức độ phổ biến cao; và ba, ý nghĩa khá đặc biệt.

Như, yêu nước khác với yêu chó, yêu mèo, yêu hoa, yêu cỏ, hay yêu người, chẳng hạn.

Khác, ít nhất ở hai điểm.

Thứ nhất, trong yêu nước, có sự đồng nhất (identification) giữa chủ thể và khách thể. Bản sắc của một cá nhân bao giờ cũng được khẳng định một phần, thậm chí, phần lớn, từ bản sắc của đất nước. Ai cũng vừa là mình đồng thời vừa là đất nước. Ở Tây phương, gặp nhau, người ta thường hỏi: Ông/bà/anh/chị/em/mày từ đâu đến vậy? (Where do you come from? / D'où est-ce que tu viens?). Người Việt thẳng thừng hơn, hỏi: Ông/bà/anh/chị/em/mày là người nước nào vậy? Biết tỏng là người đối thoại có quốc tịch Úc, quốc tịch Mỹ, quốc tịch Pháp hay một quốc tịch nào đó, người ta cũng vẫn hỏi vậy. Cho nên, không phải quốc tịch mà chính cái gốc gác mới góp phần định nghĩa một cá nhân. Tôi là tôi. Đồng ý. Có vẻ như đó là chuyện hiển nhiên. Nhưng, không phải. Trừ các danh nhân ở tầm quốc tế, câu "tôi là tôi" thường là một câu vô nghĩa. Chẳng ai biết cái "tôi" ấy là gì cả. Người ta cần một định nghĩa khác: Cái "tôi" ấy là người nước nào? Việt? Lào? Miên? Tàu? Nhật? Hàn Quốc? V.v.. Như vậy, tôi là tôi nhưng tôi cũng là người Việt Nam. Thậm chí, dưới mắt vô số người, tôi là người Việt Nam trước khi là Nguyễn Hưng Quốc. Nhìn vào dáng dấp tôi, người ta biết tôi là người Việt Nam. Nhìn vào da dẻ tôi, người ta biết tôi là người Việt Nam. Nghe giọng nói tiếng Anh của tôi, người đối thoại, xa lắc bên kia đường dây điện thoại, chưa thấy mặt mũi tôi bao giờ, cũng có thể dễ dàng biết ngay tôi là người Việt Nam.

Hơn nữa, có thể nói "tôi là người Việt Nam" là giới hạn cuối cùng mà người ta có thể hình dung được. Thời cách mạng Pháp, năm 1789, de Maistre tuyên bố: "Tôi chỉ thấy người Pháp, người Ý, người Nga; còn con người, tôi chưa từng gặp; nếu hắn có, tôi không hề biết." Có lẽ đó cũng là quan niệm của Henry James khi ông viết cho William Dean Howells: "Con người không là gì cả. Làm người Mỹ, người Pháp, v.v.. đã quá nhiều rồi."[1] Các nhà Văn hoá học, sau này, ghi nhận thêm một đặc điểm: cái gọi là ký ức tập thể (collective memory) hay ký ức văn hoá (cultural memory), yếu tố căn bản tạo nên ý niệm về bản sắc, chỉ dừng lại ở giới hạn tối đa là một nước. Không có cái gọi là ký ức quốc tế hay ký ức toàn cầu.

Trong tình yêu gia đình cũng có sự đồng nhất tương tự. Nhưng khác hẳn về mức độ. Với gia đình, sự đồng nhất thường dừng lại ở phạm trù huyết thống, quyền lợi và danh dự. Rất hiếm khi nó liên quan đến vấn đề bản sắc. Trừ một ngoại lệ: các thế gia vọng tộc. Kiểu con vua, con chúa, chẳng hạn. Còn bình thường, cái gọi là bản sắc gia đình hay dòng tộc rất mờ nhạt, không đóng góp được gì cho bản sắc cá nhân

---

[1] Dẫn theo Adam Kuper (1999), *Culture, The Anthropologists' Account*, Cambridge: Havard University Press, tr. 6-7.

cả. Ví dụ, tôi mang họ Nguyễn: cái họ ấy chẳng nói thêm được điều gì về bản thân tôi. Nhấn mạnh thêm: "Nguyễn-Hưng". Thì cũng vậy. Ý nghĩa của một dòng họ hiếm khi vượt khỏi ranh giới của cái cổng làng. Đất nước thì khác. Đó không những là đơn vị lớn nhất mang bản sắc tập thể mà còn là đơn vị chính tạo nên cái gọi là văn minh nhân loại. Sự nối kết giữa ý niệm về bản sắc cá nhân và bản sắc dân tộc, do đó, là điều dễ hiểu.

Không những đồng nhất về bản sắc, giữa cá nhân và đất nước còn có sự đồng nhất về quyền lợi. Nếu sự đồng nhất về ý niệm bản sắc tương đối đồng đều, gắn liền với ngay cả một yếu tố phi - văn hoá như màu da, màu mắt và màu tóc, sự đồng nhất về quyền lợi có nhiều mức độ hơn; khoảng cách giữa các mức độ ấy có khi rất xa nhau, tuỳ vị thế chính trị và xã hội của mỗi người. Tuy nhiên, nói chung, vì tất cả chịu sự chi phối của một hệ thống thuế giống nhau, một chính sách an sinh xã hội giống nhau, bất cứ biến động nào về kinh tế, chính trị và xã hội đều ảnh hưởng đến mọi người. Trước năm 1975, chiến tranh Việt Nam không phải chỉ diễn ra ở chiến trường mà còn hiện hình ngay dưới từng mái nhà, ngay trên bàn học của học sinh sinh viên hay ngay trên giường ngủ của mỗi người, kể cả trong các thành phố lớn, lúc, trừ Tết Mậu Thân, có vẻ như bình an vô sự: Không ai thực sự thoát khỏi ảnh hưởng, trực tiếp hay gián tiếp của chiến tranh. Hành động khủng bố nhắm vào Trung tâm Thương mại Thế giới tại Manhattan và Ngũ Giác Đài ở Arlington vào ngày 11 tháng 9 năm 2001 không chỉ làm dân chúng ở New York hay Virginia rúng động mà còn làm cho cả nước Mỹ, mọi người dân sống trên đất Mỹ cũng như mọi người Mỹ ở rải rác trên khắp nơi trên thế giới, cảm thấy bất an.

Chính với sự đồng nhất về quyền lợi và ý niệm về bản sắc ấy, mọi người đều cảm thấy mình là một phần của đất nước. Cảm giác ấy nảy sinh ra ba yếu tố khác: liên đới, tự hào và cảm giác gắn bó.

Trước hết, nói về sự liên đới. Sống ở nước ngoài, theo dõi tin tức trên ti vi, thấy một người Việt Nam lạ hoắc nào đó được tuyên dương, chúng ta thấy sung sướng hẳn; ngược lại, thấy người Việt Nam nào đó, cũng lạ hoặc, bị bắt vì tội ăn trộm, ăn cướp hay buôn bán ma tuý, tự nhiên chúng ta cũng thấy có chút xấu hổ. Tại sao? Vì tất cả đều dính chặt với nhau trong cái gọi là "người Việt".

Cũng chính vì là một phần của đất nước nên hầu như ai cũng ít nhiều tự hào về đất nước. Xin lưu ý là: không có dân tộc nào không có lòng tự hào cả. Không tự hào về kinh tế, khoa học, kỹ thuật thì người ta tự hào về lịch sử, về truyền thống, trong đó, với người Việt Nam, chẳng hạn, có truyền thống đánh giặc. Không tự hào về hiện tại thì người ta tự hào về quá khứ. Không tự hào được khi so sánh với các nước lớn thì người ta tự hào khi so sánh với các nước nhỏ và yếu hơn. Không tự hào về những cái lớn lao hùng vĩ (kiểu Vạn lý trường thành hay Đế Thiên Đế Thích, v.v..) thì tự hào về những cái nho nhỏ, xinh xinh (kiểu nhà cổ, phố cổ, cầu khỉ, giếng làng, tranh trên giấy dó, v.v..). Nhưng nội dung phổ biến nhất của lòng tự hào là về văn hoá. Trong văn hoá, biểu hiện rõ nhất của sự tự hào là nhấn mạnh, thậm chí, cường điệu về tính cách đặc thù của dân tộc mình. Nếu dân tộc mình không nhất thì cũng... khác các dân tộc khác. Thứ chủ nghĩa mình-thì-khác ấy, nghĩ cho cùng, cũng là một biểu hiện của lòng tự hào dân tộc. Có điều đó là thứ tự hào của kẻ yếu và biết mình ở thế yếu. Do đó, vừa tự hào lại vừa tự ti. Quan hệ giữa tự hào và tự ti là thứ quan hệ cực kỳ phức tạp. Nó thay đổi tuỳ theo thời: có lúc, nhất là lúc bế quan toả cảng, lòng tự hào biến thành tự tôn một cách mù quáng: "Ta là ta mà vẫn cứ mê ta!"; thời khác, tiếp xúc nhiều với bên ngoài, biết người biết ta, lòng tự ti nổi lên, có khi làm biến tướng lòng tự hào: người ta bịt tai và nhắm mắt tự khen mình như những kẻ lên đồng. Nó cũng tuỳ người nữa: người tỉnh táo khác kẻ mê muội; người thành thực khác kẻ giả dối; người thông minh khác kẻ đần độn. Chỉ có điều chắc chắn là: không ai không có tự hào dân tộc. Chỉ khác nhau ở mức độ. Và nội dung của những điều tự hào. Tự hào dân tộc là một phần của tự hào về bản thân.

Một biểu hiện khác của sự đồng nhất cá nhân và đất nước là sự gắn bó và quan tâm một cách đặc biệt của cá nhân đối với đất nước. Ở nơi nào cũng thế, tin tức trong nước bao giờ cũng thu hút sự chú ý của nhiều người nhất. Người ta theo dõi từng chính sách, từng biến động trên thị trường, từng quan hệ ngoại giao với các nước khác trên thế giới. Người ta lo lắng về số phận của đất nước trong tương lai. Sự quan tâm ấy, một mặt xuất phát từ quyền lợi, mặt khác, từ thói quen, nhưng nhìn một cách tổng quát, chính là một biểu hiện của lòng yêu nước.

Tuy nhiên sự đồng nhất giữa cá nhân và đất nước (với ba biểu hiện chính là cảm giác liên đới, lòng tự hào và sự quan tâm) chỉ là một khía cạnh. Liên quan đến cái gọi là lòng yêu nước, người ta, nhất là giới cầm quyền, luôn luôn đòi hỏi một khía cạnh thứ hai: sự dấn thân tuyệt đối. Không phải dấn thân. Mà là dấn thân tuyệt đối. Không có chút giữ kẽ gì cả.

Có thể nói cái gọi là tình yêu trong lòng yêu nước đầy những yêu sách. Trước hết, nó yêu sách về bổn phận: yêu nước là phải làm gì cho đất nước. Kế, nó yêu sách về sự trung thành: với vợ hay chồng, người ta có thể ly dị; với đất nước thì không. Ngay cả khi tự từ bỏ quốc tịch, người ta vẫn bị đòi hỏi hoặc tự đòi hỏi sự trung thành như thường, nhất là khi đối diện với những hoàn cảnh buộc người ta phải lựa chọn. Nó còn yêu sách về sự hy sinh. Trong các loại tình yêu khác, sự hy sinh, nếu có, chỉ có tính chất tự nguyện. Trong tình yêu nước, hy sinh là một mệnh lệnh. Kể cả hy sinh tính mệnh của mình. Các câu khẩu hiệu kiểu "Giặc đến nhà đàn bà phải đánh", "Quốc gia hưng vong thất phu hữu trách" hay "Quyết tử cho tổ quốc quyết sinh" được lặp đi lặp lại trong nhiều thế hệ, bất chấp các chế độ chính trị khác nhau. Cuối cùng, nó yêu sách về sự khuất phục: đất nước là nhất, tình yêu nước là nhất. Tình gia đình, dù sâu đậm đến mấy, vẫn bị giới hạn bởi luật pháp. Không thể nhân danh tình yêu gia đình để giết người, hay thậm chí, đánh người. Đánh hay giết người, vì bất cứ lý do gì, cũng đều bị xem là phạm pháp. Liên quan đến tình yêu nước thì khác. Xâm chiếm tài sản của người khác ư? Được! Hành hạ người khác? Cũng được! Cầm súng bắn xả vào người khác ư? Thì cũng được nốt! Có thể nói, với lòng yêu nước, mọi thứ đều được phép.

Trong hai đặc điểm chính của lòng yêu nước kể trên, sự đồng nhất và sự dấn thân, đặc điểm thứ nhất dễ nhận được sự đồng tình của mọi người. Chỉ có đặc điểm thứ hai là có vấn đề. Tại sao đất nước lại có thể đứng cao hơn luật pháp, và nhất là, cao hơn đạo đức? Luật pháp nào cũng cấm đoán bạo động, trừ một ngoại lệ: vì yêu nước. Đạo đức nào cũng lên án sự sát nhân, trừ một ngoại lệ: vì yêu nước.

Trong lịch sử, phần lớn các tội ác tập thể đều liên quan đến lòng yêu nước. Nhân danh lòng yêu nước, người ta đối xử một cách đầy kỳ thị với người khác. Nhân danh lòng yêu nước, người ta xâm lăng các nước khác. Nhân danh lòng yêu nước, người ta tha hồ hành hạ người khác, bắt người khác làm nô lệ, thậm chí, tiêu diệt nguyên cả một sắc tộc hoặc chủng tộc.

Bạn nghĩ lại coi, những bất hạnh lớn nhất của dân tộc Việt Nam từ xưa đến nay chủ yếu đến từ đâu?

– Từ những cái được gọi là tình yêu nước của người Trung Hoa và của người Pháp đó! Nhân danh lòng yêu nước của họ, người Trung Hoa bao nhiêu lần tràn qua biên giới Việt Nam, giết chết và đày đoạ người Việt Nam. Cũng nhân danh tình yêu nước của họ, bao nhiêu người Pháp chĩa súng bắn vào những người Việt Nam vô tội.

Còn chính chúng ta nữa. Trong lãnh vực này, chúng ta không phải là những kẻ vô can. Cũng nhân danh tình yêu nước, chúng ta nhiều lần giết hại người khác cũng như giết hại chính đồng bào của mình. Bằng chứng đầy trong lịch sử và ký ức đó!

Đây là lý do chính khiến nhiều nhà đạo đức học, nhất là những người theo chủ nghĩa đạo đức phổ quát (moral universalism), không cho lòng yêu nước là một đức hạnh, mà còn, hơn thế nữa, coi đó là một tội ác. Guy de Maupassant cho lòng yêu nước là một quả trứng nở ra chiến tranh. Samuel Johnson cho "lòng yêu nước là chỗ ẩn náu cuối cùng của những kẻ vô lại". Leo Tolstoy, vâng, chính cái ông Tolstoy, tác giả của bộ *Chiến tranh và hoà bình* vĩ đại mà nhiều người Việt Nam sùng bái, cho lòng yêu nước là một thứ chủ nghĩa vị kỷ quốc gia (national egoism), là trái với đạo lý, là nguyên nhân chính gây ra những ngộ nhận, căng thẳng và cuối cùng, chiến tranh, giữa các quốc gia: "Lòng yêu nước là nguyên tắc biện chính cho việc giết người hàng loạt". Gustave Hervé coi lòng yêu nước chỉ là một thứ mê tín: về phương diện tôn giáo, mê tín nảy sinh từ sự dốt nát; về phương diện chính trị, sự mê tín về lòng yêu nước, ngược lại, nảy sinh từ giả dối và lừa đảo.[1]

2.

Yêu nước là yêu cái gì?

Trả lời vấn đề ấy, chúng ta lại phải hỏi: Nước là gì?

Ở đây, có ba điểm chính cần được nhấn mạnh: Một, nước là một khái niệm khá mơ hồ, và do đó, khá phức tạp; hai, trong lịch sử, cách định nghĩa khái niệm nước thay đổi theo nhiều góc độ và cấp độ khác nhau; và ba, những định nghĩa ấy đều mang tính chính trị rõ rệt và đều nhắm mục đích phục vụ cho một chiến lược chính trị mà nhà cầm quyền nhắm tới.

---

[1] Các ý kiến thuộc loại này thường được đăng tải rất nhiều trên các mục danh ngôn về tình yêu nước, có thể tìm thấy dễ dàng trên Google.

Trước hết, nói về định nghĩa. Đối với đất nước, dường như chỉ có một yếu tố ít gây tranh cãi: lãnh thổ. Là hết. Đó là yếu tố quan trọng nhất. Có thể thấy điều này ngay trong ngôn ngữ: trong tiếng Việt, chữ "đất nước", trước khi chỉ một quốc gia, đã có nghĩa là những yếu tố địa lý, liên quan đến lãnh thổ; trong tiếng Anh và tiếng Pháp, từ *country* đến *pays*, đều có hàm nghĩa ấy. Có điều lãnh thổ không phải chỉ là đất. Đó là mảnh đất mình sinh ra. Là nơi chôn nhau cắn rốn. Đó là "homeland" (quê) chứ không phải chỉ là "land" (đất). Xin lưu ý là chữ "nation" trong các ngôn ngữ Tây phương có gốc gác từ chữ "natus" trong tiếng Latin, nghĩa là sinh sản. Đất nước, do đó, được xem là một sinh điểm (birthmark) của con người: nó không chỉ có đất mà còn có máu.

Nhưng nơi mình sinh và sống nhiều đời cũng chưa hẳn đã là đất nước. Người Tibet vẫn sống trên mảnh đất của cha ông họ, nhưng đó không còn là nước của họ. Cũng như người Chàm vẫn sống trên mảnh đất ngày xưa tổ tiên họ vẫn sống nhưng đó không còn là nước của họ. Lãnh thổ là đất và là quê gắn liền với chủ quyền.

Mà chủ quyền lại thuộc về người.

Vấn đề là: người là ai?

Yếu tố đầu tiên để định nghĩa người trong tương quan với đất nước là chủng tộc. Nước là lãnh thổ của những người có cùng một cha (patrie/fatherland) hay cùng một ông tổ (tổ quốc, 祖 國). Nhưng điều đó chỉ đúng với thời các bộ tộc. Khi đất nước hình thành, có ít nhất hai xu hướng chính xảy ra: một, một nước có thể bao gồm nhiều chủng tộc khác nhau; và hai, một chủng tộc có thể bị phân tán và phân hoá, thuộc về hai hay nhiều nước khác nhau. Nước Pháp, nơi vốn thường đề cao sự thuần nhất, thật ra, là một tập hợp của rất nhiều sắc dân, bao gồm từ Franks đến Romans, Gauls, Celts, Bretons, Normans, Burgundians, v.v.. Điều thú vị là do kết quả của việc tái cấu trúc biên giới trong quá trình hình thành quốc gia thời hiện đại, rất nhiều người gốc Pháp sống ở lãnh thổ của Đức và trở thành người Đức, đồng thời, nhiều người Đức sống ở lãnh thổ của Pháp và trở thành người Pháp.[1] Hiện tượng ấy có lẽ diễn ra ở khắp nơi: rất nhiều người Việt sống dọc biên giới Việt và Trung Hoa, sau này thuộc về Trung Hoa, đã trở thành người Trung Hoa; ngược lại, cả triệu người Trung Hoa di cư sang Việt Nam từ thế kỷ 17 và 18, đã dần dần trở thành người Việt Nam. Chúng ta cũng có thể nói vậy đối với khoảng hơn một triệu người Khmer đang sống ở miền Nam Việt Nam, và một số không nhỏ người Việt sống ở Campuchia.

Một hiện tượng phổ biến cần ghi nhận: đất nước nào cũng đa chủng. Đất nước hiện đại lại càng đa chủng. Ở Việt Nam có hơn 50 sắc dân khác nhau. Ở các nước lớn và mới, như Mỹ và Úc, số sắc dân lại càng nhiều và đa dạng hơn nữa. Điều gì làm cho hàng triệu, hàng chục triệu, hàng trăm triệu, hoặc, như trường hợp của Trung Quốc và Ấn Độ, cả tỉ người như thế gắn kết với nhau trong một cái gọi là dân tộc? Ngôn ngữ hay văn hoá ư? Nhưng đa chủng thường cũng có nghĩa là đa ngữ và đa văn hoá. Ở Canada, cả tiếng Anh lẫn tiếng Pháp đều được công nhận là những ngôn ngữ chính thức. Ngoài

---

1 Xem Ingmar Karlsson trong bài "What is a nation?" trên website của Global Political Trends Center
http://www.gpotcenter.org/dosyalar/karlssonPB.pdf.

tiếng Anh và tiếng Pháp, có khoảng 20% dân số, tức khoảng hơn sáu triệu người sử dụng các thứ tiếng khác ở nhà, trong đó, dĩ nhiên có cả tiếng Việt. Ở Thuỵ Sĩ, có đến bốn ngôn ngữ chính thức: Đức, Pháp, Ý và Romansh. Ở Nam Phi, trước, có hai ngôn ngữ chính thức: tiếng Anh và tiếng Afrikaans; sau, từ năm 1994, số ngôn ngữ được coi là chính thức nhảy vọt lên đến 11. Mỗi ngôn ngữ gắn liền với một văn hoá riêng, vậy mà, ở các nước vừa nêu, tất cả vẫn tập hợp lại thành một quốc gia thống nhất. Đó là chưa kể một trường hợp khác: cả Anh, Mỹ, Canada, Úc và New Zealand đều xem tiếng Anh là ngôn ngữ chính thức, thế nhưng, đó vẫn là những quốc gia khác nhau. Chứ không phải là một. Bởi vậy, ngôn ngữ và văn hoá, tuy quan trọng, nhưng không phải là những yếu tố đủ để hình thành một nước.

Khi sự đa dạng về chủng tộc, văn hoá và ngôn ngữ được chấp nhận và công nhận, điều gì còn lại nối kết mọi người thành một khối chung? Câu trả lời của Benedict Anderson được nhiều người đồng tình: đất nước là một cộng đồng tưởng tượng (imagined community).

Là một cộng đồng tưởng tượng vì ngay ở những nước nhỏ nhất, ít dân nhất, không phải ai cũng gặp nhau, biết nhau, vậy mà, lạ thay, hầu như ai cũng có một hình ảnh giống nhau về đất nước của mình, đều cảm thấy có một sợi dây liên đới nào đó gắn chặt lại với nhau, để tất cả đều thống nhất với nhau trong một nhận định: mình là người Việt Nam, chẳng hạn. Theo Anderson, cái điểm chung nhất ấy, thật ra, chỉ là một điều tưởng tượng. Tính chất tưởng tượng ấy gắn liền với ba thao tác. Thứ nhất là hạn chế: Trong thế giới có mấy tỉ người, mỗi cộng đồng tự khoanh một giới hạn riêng để thành một quốc gia. Thứ hai là chủ quyền: khái niệm đất nước theo nghĩa hiện đại ra đời từ sự đổ vỡ của các chế độ thần quyền, nhằm thay thế cho thần quyền. Và thứ ba là cộng đồng: mỗi cá nhân, bất kể các dị biệt về chủng tộc, tôn giáo, giai cấp hay văn hoá, đều tự cảm thấy mình thuộc về một khối thống nhất được gọi là nước.[1]

Quá trình hình thành của các cộng đồng tưởng tượng này chịu ảnh hưởng của nhiều yếu tố. Lịch sử là một. Chữ viết chính thức là một yếu tố khác nữa. Nếu tiếng nói thường ra đời một cách tự nhiên, có trước lịch sử, chữ viết lại ra đời muộn, rất muộn, và thường gắn liền với khái niệm quốc gia, thậm chí, trở thành một trong những điều kiện dẫn đến việc hình thành quốc gia, theo nghĩa hiện đại chúng ta đang sử dụng ngày nay: một chỉnh thể chính trị thống nhất. Chính tính quốc gia là yếu tố phân biệt ngôn ngữ và phương ngữ. Nhiều người tóm tắt một cách đơn giản: khác với phương ngữ, ngôn ngữ có một chính phủ và một quân đội riêng. Sự thống nhất của Trung Hoa, một quốc gia rộng lớn bao gồm nhiều sắc tộc và nhiều ngôn ngữ khác nhau, trước hết, là sự thống nhất của chữ viết. Nói, người ta nói nhiều thứ tiếng khác nhau. Nhưng viết thì chỉ viết một thứ chữ. Có điều chữ viết chưa đủ. Người Việt, người Đại Hàn và người Nhật có thời chia sẻ chữ viết với người Trung Hoa; cũng viết như người Trung Hoa, nhưng vẫn tự hào là có nước riêng, độc lập với Trung Hoa. Anderson nêu thêm hai lý do khác: chủ nghĩa tư bản và kỹ nghệ in ấn. Chính nhờ chủ nghĩa tư bản và kỹ nghệ in ấn cũng như các hệ

---

[1] Benedict Anderson (1991), *Imagined Communities: Reflections on the Origin and Spread of Nationalism*, London: Verso, tr. 6-7.

quả của chúng, nền giáo dục đại chúng và truyền thông đại chúng, ký ức được tập thể hoá, nhờ đó, mọi người, bất chấp những dị biệt về nguồn gốc, về giai cấp và giới tính, có một tưởng tượng chung; và nhờ sự tưởng tượng chung ấy, mọi người tưởng mình thuộc về một dân tộc chung, một đất nước chung.

Trong câu trên có hai chi tiết quan trọng: tưởng tượng chung và ký ức được tập thể hoá. Đó cũng là những yếu tố quan trọng trong các định nghĩa về đất nước được chấp nhận rộng rãi hiện nay: một tập hợp người cùng chia sẻ một lãnh thổ chung, những huyền thoại và ký ức lịch sử chung, một nền văn hoá đại chúng chung, một nền kinh tế và một hệ thống pháp luật chung ở đó mọi công dân đều có những quyền lợi và nghĩa vụ giống nhau.[1]

Đặc điểm lớn nhất của huyền thoại và ký ức là chúng không ngừng được viết lại và diễn dịch lại theo những nhu cầu khác nhau của thời đại. Đó là lý do tại sao, vào cuối cuộc chiến tranh thế giới lần thứ hai, triết gia Karl Popper phát biểu: "Người ta thường nói chủng tộc là một tập hợp những người thống nhất với nhau không phải bởi nguồn gốc mà bởi một nhận thức sai chung về các tiền bối của họ. Tương tự như thế, chúng ta có thể nói quốc gia là một tập hợp những người thống nhất với nhau bởi sự nhận thức sai chung về lịch sử của họ."[2] Nói một cách tóm tắt, đất nước hay quốc gia không phải là những gì tự nhiên hay có sẵn. Nó được tạo dựng. Quá trình

---

[1] Montserrat Guibernau & John Hutchinson (biên tập) (2001), *Understanding Nationalism*, Cambridge: Polity Press, tr. 19.
[2] Dẫn theo Ingmar Karlsson, bài dẫn trên.

lập quốc không phải chỉ là một quá trình chinh phạt về quân sự, lấn chiếm lãnh thổ của nhau, thoán đoạt quyền hành của nhau, mà còn là một quá trình lâu dài và liên tục viết lại lịch sử, thậm chí, xuyên tạc lịch sử, và thực dân hoá huyền thoại và ký ức tập thể để tạo nên sự thống nhất và hợp nhất từ vô số các khác biệt.

Nói cách khác, để trả lời câu hỏi nêu lên ở đầu bài này, yêu nước, thật ra, là yêu những điều mình, hoặc người khác muốn mình, tưởng tượng.

Vậy thôi.

3.

Viết như vậy, hẳn nhiều người thấy lạ; phản ứng tự nhiên là phản đối. Tuy nhiên, luận điểm ấy lại rất dễ dàng được chứng minh bằng chính lịch sử của Việt Nam.

Người ta thường nói yêu nước, trước hết, là yêu ba yếu tố: yêu đất nước, yêu đồng bào, và yêu các thiết chế, chủ yếu là các thiết chế chính trị trên đất nước của mình. Trong ba yếu tố ấy, hai yếu tố đầu là quan trọng nhất. Vấn đề là: Tại sao tôi yêu hay phải yêu đất nước và đồng bào của mình? Người Việt, trong đó có các chính trị gia và các học giả, giống như Trần Văn Giàu, trong cuốn *Trong dòng chủ lưu của văn học Việt Nam: Tư tưởng yêu nước*, khẳng định một cách chắc nịch: Đó là thứ "tình cảm tự nhiên" (tr. 7). Nhưng, thật ra, chẳng có chút gì "tự nhiên" cả khi một người sống ở Hà Nội hoặc Sài Gòn, hơn nữa, sống tuốt tận California hay Melbourne, yêu mấy cái hòn đảo lởm chởm đá xa lơ xa lắc ở tận Hoàng Sa và Trường Sa. Cũng chẳng có chút "tự nhiên" nào cả khi người ta yêu một hay những người Việt lạ hoắc lạ huơ và hoàn toàn khác biệt với mình từ quê quán đến nghề nghiệp, trình độ học thức, quan điểm chính trị, cách sống, v.v..

Không, những tình cảm ấy chẳng "tự nhiên" chút nào cả. Yêu gia đình, họ hàng, hàng xóm có thể tự nhiên, vì nhiều lý do: huyết thống, quan hệ gần gũi, những kỷ niệm chung, v.v.. Nhưng, trừ tình trai gái, yêu một người một nơi hoàn toàn xa lạ, có khi đầy khác biệt, chắc chắn chẳng có gì tự nhiên cả.

Những thứ tình cảm ấy không tự nhiên nảy nở. Chúng được gieo cấy và vun trồng qua hệ thống giáo dục và tuyên truyền, qua nền văn học, nghệ thuật và văn hoá đại chúng nói chung từ thế hệ này qua thế hệ khác, từ đời này qua đời khác. Ở Việt Nam, trung tâm của toàn bộ nội dung giáo dục và tuyên truyền nằm ở câu chuyện Họ Hồng Bàng (mà tâm điểm là chuyện Lạc Long Quân và Âu Cơ với huyền tích trăm trứng trăm con): chúng ta yêu đất nước vì đó là lãnh thổ tổ tiên dày công xây dựng và gìn giữ; và chúng ta yêu đồng bào vì đó là... đồng bào, là ruột thịt của mình. Như vậy, đất nước được hình dung như một gia đình mở rộng. Đây chính là lý do tại sao nhiều người xem tình yêu nước là điều tự nhiên: Nó cũng giống như tình yêu gia đình.

Trong cuốn *Trong dòng chủ lưu của văn học Việt Nam: Tư tưởng yêu nước*, Trần Văn Giàu cho "truyện Họ Hồng Bàng là truyện đứng đầu tất cả các truyện đứng đầu" (tr. 28). Ông nhấn mạnh thêm: "Đã có thần thoại Họ Hồng Bàng thì, trong tâm tư người Việt Nam, chữ 'đồng bào' (cùng một bọc sinh ra) ắt có nghĩa thâm thuý hơn chữ 'cùng tổ quốc' của nhiều nhóm ngôn ngữ dân tộc khác. Nổi lên một áng văn truyền miệng hay, truyện Họ Hồng Bàng, xưa nay là một vũ khí chính trị sắc của người Việt Nam, tổ tiên thời xa xưa nhất của chúng ta đã dùng truyện con Hồng cháu Lạc để đánh tan sự khinh miệt của bọn xâm lược Tàu nói rằng dân tộc ta là 'man di', 'nam man'; gần đây nhất thì truyện con Hồng cháu Lạc được gợi lên để cổ vũ đồng bào khởi nghĩa tháng Tám và kháng chiến chống Pháp, chống Mỹ." (tr. 30).

Nhưng truyện Họ Hồng Bàng, hay, tập trung hơn, truyện Lạc Long Quân và Âu Cơ, như thế nào?

Xin chép lại lời kể trong cuốn *Lĩnh Nam chích quái* tương truyền do Trần Thế Pháp sưu tầm và biên soạn từ thế kỷ 15:

Đế Minh cháu ba đời họ Viêm Đế Thần Nông sinh ra Đế Nghi, sau nhân đi tuần về phía Nam đến núi Ngũ Lĩnh lấy được con gái bà Vụ Tiên rồi trở về, sinh ra Lộc Tục. Tục dung mạo đoan chính, thông minh phúc hậu, Đế Minh rất lấy làm lạ, muốn cho nối ngôi mình. Lộc Tục cố từ, xin nhường cho anh. Đế Minh liền lập Nghi làm kẻ nối ngôi. Lại phong Lộc Tục là Kinh Dương Vương để trị đất Nam, lấy hiệu nước là Xích Quỷ. Kinh Dương Vương có tài đi dưới Thuỷ Phủ, lấy con gái Long Vương ở hồ Động Đình, sinh ra Sùng Lãm hiệu là Lạc Long Quân, cho nối ngôi trị nước.

[...]

Long Quân lấy Âu Cơ rồi đẻ ra một bọc, cho là điềm bất thường, vứt ra cánh đồng; qua sáu bảy ngày, bọc vỡ ra một trăm quả trứng, mỗi trứng nở ra một con trai, mới đem về nhà nuôi. Không phải bú mớm, các con tự lớn lên, trông đẹp đẽ kỳ dị, người nào cũng trí dũng song toàn, người người đều kính trọng cho là triệu phi thường.

Long Quân ở lâu dưới Thuỷ Quốc vợ con thường muốn về đất Bắc. Về tới biên giới, hoàng đế nghe nói rất sợ hãi cho binh ra giữ cửa ải, mẹ con Âu Cơ không thể về được bèn quay về nước Nam mà gọi Long Quân rằng: "Bố ở nơi nào mà để mẹ con tôi cô độc, ngày đêm buồn khổ thế này". Long Quân bỗng trở về, gặp nhau ở đất Tương. Âu Cơ nói: "Thiếp vốn là người nước Bắc, ở với vua, sinh hạ được trăm con trai, vua bỏ thiếp mà đi, không cùng thiếp nuôi con, làm người vô phu vô phụ, chỉ biết thương mình". Long Quân nói: "Ta là nòi rồng, đứng đầu thuỷ tộc, nàng là giống tiên, sống ở trên đất, tuy khí âm dương hợp lại mà sinh ra con, nhưng thuỷ hỏa tương khắc, giòng giống bất đồng, khó ở lâu với nhau được, nay phải chia lìa. Ta đem năm mươi con về Thuỷ Phủ chia trị các xứ, năm mươi con theo nàng về ở trên đất, chia nước mà trị. Lên núi, xuống bể, hữu sự báo cho nhau biết, đừng quên".

Trăm con vâng theo, sau đó từ biệt mà đi. Âu Cơ và năm mươi con lên ở đất Phong Châu suy phục lẫn nhau, cùng tôn người con cả lên làm vua, hiệu là Hùng Vương, lấy tên nước là Văn Lang, đông giáp Nam Hải, tây tới Ba Thục, bắc tới Động Đình hồ, nam tới nước Hồ Tôn (nay là Chiêm Thành).

[...] Đó trăm người con trai chính là tổ tiên của người Bách Việt vậy.[1]

Liên quan đến truyện Lạc Long Quân và Âu Cơ, có mấy điều cần chú ý:

---

[1] Trích từ
http://vi.wikisource.org/wiki/L%C4%A9nh_Nam_ch%C3%ADch_qu%C3%A1i/T
ruy%E1%BB%87n_h%E1%BB%8D_H%E1%BB%93ng_B%C3%A0ng

Trước hết là xuất xứ. Trong bài "Truyền thuyết Hùng Vương", Trần Gia Phụng viết: "Ngày nay người ta cho rằng truyền thuyết Hùng Vương chính thức xuất xứ từ bộ *Đại Việt sử ký toàn thư* của sử quan Ngô Sĩ Liên".[1] Thực tình, tôi không dám chắc. Không có gì bảo đảm *Đại Việt sử ký toàn thư* ra đời trước *Lĩnh Nam chích quái* cả. So sánh tuổi tác của Vũ Quỳnh (đỗ tiến sĩ năm 1478) và của Kiều Phú (đỗ tiến sĩ năm 1475) với Ngô Sĩ Liên (đỗ tiến sĩ năm 1442), thật ra, không có ý nghĩa gì nhiều. Lý do đơn giản: Vũ Quỳnh cũng như Kiều Phú chỉ là những người hiệu chính lại một văn bản đã có sẵn, theo truyền thuyết, do Trần Thế Pháp (không rõ năm sinh và năm mất) biên soạn. Vì tiểu sử của Trần Thế Pháp không rõ và năm bản gốc của *Lĩnh Nam chích quái* được hoàn tất không được biết, mọi vấn đề đều tồn nghi. Tuy nhiên, tôi vẫn tin là *Lĩnh Nam chích quái* ra đời trước *Đại Việt sử ký toàn thư*. Thứ nhất, câu chuyện trong *Lĩnh Nam chích quái* nhiều chi tiết hơn hẳn trong *Đại Nam sử ký toàn thư* và tất cả các cuốn sách khác sau đó. Thứ hai, trong *Đại Việt sử ký toàn thư*,[2] khi kể chuyện Lạc Long Quân dẫn 50 con về miền Nam, Ngô Sĩ Liên chú: "Có bản chép là về Nam Hải" (tr. 128). Như vậy rõ ràng trong tay ông có ít nhất một văn bản nào đó. Văn bản đó có phải là cuốn *Lĩnh Nam chích quái* của Trần Thế Pháp hay không thì không có gì chắc cả. Chúng ta chỉ có thể chắc chắn một điều: Ngô Sĩ Liên không phải là người đầu tiên nhắc đến truyền thuyết Lạc Long Quân và Âu Cơ.

---

[1] Trần Gia Phụng (2002), *Những câu chuyện Việt sử*, tập 3, Toronto: Non Nước.
[2] Ngô Sĩ Liên (2004), *Đại Việt sử ký toàn thư*, tập 1, bản dịch của Ngô Đức Thọ, nxb Khoa Học Xã Hội, Hà Nội.

Không những không phải là người đầu tiên chép truyện Lạc Long Quân và Âu Cơ, Ngô Sĩ Liên còn thay đổi một số chi tiết trong truyện, trong đó, quan trọng nhất là: qua lời kể của ông, vị vua Hùng đầu tiên của nước Văn Lang là một trong những người con theo bố chứ không phải thuộc nhóm theo mẹ: "Một hôm, vua bảo Âu Cơ rằng: 'Ta là giống rồng, nàng là giống tiên, thuỷ hoả khác nhau, chung hợp thật khó.' Bèn từ biệt nhau, chia 50 con theo mẹ về núi, 50 con theo cha về ở miền Nam (có bản chép là về Nam Hải), phong con trưởng làm Hùng Vương, nối ngôi vua." (tr. 128). Sửa, ừ, thì sửa, nhưng có lẽ ông biết ngay là ngượng ngập: mọi chứng cứ đều cho thấy các triều đại đầu tiên của Việt Nam đều ở miền núi chứ không phải dưới biển hay đồng bằng. Bởi vậy, sau đó mấy trang, ông phân vân: "Nói 50 con theo mẹ về núi, làm sao biết không phải thế?" Rồi ông biện giải: "Vì mẹ làm quân trưởng, các con đều làm chúa một phương. Cứ xem như tù trưởng người man ngày nay xưng là nam phụ đạo, nữ phụ đạo."[1]

Lý do của sự thay đổi ấy không có gì khó hiểu: Tư tưởng chính thống theo quan điểm phụ quyền (ngôi vua là do cha truyền lại cho con trai trưởng). Chắc chắn đó là do ảnh hưởng của Nho giáo lúc ấy đang bắt đầu thịnh phát ở Việt Nam.

Ai là người đầu tiên công khai vạch trần những sự thay đổi ấy của Ngô Sĩ Liên?

---

[1] Mấy câu này trong bản dịch của Nhượng Tống (Đại Nam tái bản ở Mỹ, không ghi năm) rõ hơn: "Còn năm chục người con theo mẹ về núi, biết đâu là không như thế? Chắc là mẹ thì làm vua mà các con thì đều làm chúa một phương. Cứ xem như các chúa Mường ngày nay có danh hiệu nam phụ đạo, nữ phụ đạo thì hoặc giả có lẽ như thế." (tr. 39)

Có lẽ là một sử gia họ Ngô khác: Ngô Thì Sĩ (1726-1780). Trong *Việt sử tiêu án*,[1] Ngô Thì Sĩ viết:

> Trong truyện lại chép: Lạc Long cùng với Âu Cơ chia con ra mỗi bên một nửa, theo cha mẹ lên núi và xuống bể, có việc gì cũng cho nhau biết, Bà Cơ đưa 50 con đến ở Phong Châu, tôn người hùng trưởng, đời đời gọi là Hùng Vương. Nhà làm sử muốn lấy người theo cha làm chính thống, nên đổi lời văn mà nói rằng: 50 con theo cha ở phía nam, mà lấy Hùng Vương để ở sau, khiến cho sự việc mất sự thực, người đọc sách không thể không nghi được. (tr. 12)

Một điều khác cũng cần được chú ý là: suốt thời phong kiến, cho đến tận cuối thế kỷ 19, dường như không mấy người mặn mà với truyện Lạc Long Quân và Âu Cơ. Chép thì chép, nhưng, thứ nhất, người ta chỉ chép trong phần "ngoại kỷ"; thứ hai, vừa chép vừa nghi hoặc. Ngô Sĩ Liên thì cố biện bạch cho chuyện Âu Cơ đẻ ra trăm trứng: "có vợ chồng rồi sau mới có cha con, có cha con rồi sau mới có vua tôi. Nhưng thánh hiền sinh ra, tất có khác thường, đó là do mệnh trời. Nuốt trứng chim huyền điểu mà sinh ra nhà Thương, giẫm vết chân người khổng lồ mà dấy nhà Chu, đều là ghi sự thực như thế." (tr. 128-9). Ngô Thì Sĩ thì bác bỏ thẳng thừng: "Đến như việc Kinh Dương lấy con gái Động Đình, Lạc Long lấy nàng Âu Cơ, loài ở nước, loài ở cạn lấy nhau, thần với người ở lẫn, lời đó tựa hồ không hợp lẽ thường." (tr. 11).

Trong *Khâm định Việt sử Thông giám Cương mục*, sau khi đọc truyện Lạc Long Quân và Âu Cơ, Tự Đức phê:

---

[1] Ngô Thì Sĩ (1991), *Việt sử tiêu án*, bản dịch của Hội Việt Nam Nghiên cứu Liên lạc Văn hoá Á châu, Văn Sử tái bản ở San Jose.

Kinh Thi có câu 'Tắc bách dư nam' (hàng trăm con trai). Đó là lời chúc tụng cho nhiều con trai đấy thôi. Xét đến sự thực cũng chưa đến số ấy. Huống chi lại nói là đẻ ra trăm trứng. Nếu quả thực như vậy thì khác gì chim muông, sao gọi là người được?

Dẫu đến như chuyện nuốt trứng chim huyền điểu, giẫm vào dấu chân người khổng lồ cũng chưa quái lạ quá lắm như thế.

Vậy thì chuyện này dường như cũng hoang đường, lờ mờ, không kê cứu như chuyện 'Mình rắn đầu người, mình người đầu trâu' đó chăng?[1]

Từ những ghi chép trên, có hai điều cần ghi nhận:

Thứ nhất, những hoài nghi hay phản đối của Ngô Sĩ Liên, Ngô Thì Sĩ và Tự Đức về tính khả tín của huyền thoại Lạc Long Quân và Âu Cơ kể cũng khá... vô duyên. Tất cả đều lẫn lộn giữa huyền thoại và lịch sử. Lịch sử thì cần chính xác. Còn huyền thoại thì... chính xác một cách khác: Trước hết, nó không nhắm đến giải thích; nó chỉ nhắm mô tả; không phải mô tả hiện thực mà là mô tả kinh nghiệm, thậm chí, cả ước mơ, của con người về hiện thực; hơn nữa, nó đầy tính chất tượng trưng: chẳng hạn, chi tiết một trăm cái trứng không quan trọng bằng chi tiết cái bọc: không có cái bọc ấy sẽ không có, không thể có, ý niệm đồng bào bao trùm không những người ở đồng bằng mà còn cả những người sống trên các miền núi nữa.

Thứ hai, ý nghĩa câu chuyện thần thoại trên rất rõ ràng: Nó được dùng để giải thích nguồn gốc dân tộc Việt Nam trên

---

[1] Dẫn theo Nguyễn Khắc Ngữ (1985), *Nguồn gốc dân tộc Việt Nam*, Montréal: Nhóm Nghiên cứu Sử Địa, tr. 11.

các khía cạnh: lịch sử (xuất phát từ phương Bắc), lãnh thổ (bao gồm cả miền xuôi lẫn miền ngược), chủng tộc (tất cả đều ra đời từ một buồng trứng, đều là con Hồng cháu Lạc), và phần nào cả thể chế nữa (mẫu hệ: Sùng Lãm lấy họ mẹ khi lên ngôi; một trong 50 đứa con đi theo Âu Cơ trở thành vị vua Hùng đầu tiên của nước Văn Lang).

Với ý nghĩa như thế, truyện Lạc Long Quân và Âu Cơ đã đóng một vai trò cực lớn trong việc hình thành ý niệm về quốc gia và đồng bào, và trở thành biểu tượng chung của cả dân tộc. Nó là một tác nhân quan trọng trong việc phát triển tư tưởng yêu nước của người Việt Nam.

Thứ ba, dù vậy, tất cả các ý nghĩa vừa kể chỉ được người Việt Nam khám phá lại vào đầu thập niên 20 của thế kỷ 20 mà thôi. Trước, rất hiếm người nhắc đến truyện Lạc Long Quân và Âu Cơ; sau: cực kỳ nhiều. Trước, không ai nhắc đến chữ đồng bào; sau: hết sức phổ biến.

Tại sao?

4.

Chưa vội trả lời câu hỏi ấy, tôi chỉ xin tóm tắt những luận điểm chính: một, nền tảng của tư tưởng yêu nước của Việt Nam là một câu chuyện; hai, bản chất của câu chuyện ấy là một thần thoại; và ba, thần thoại ấy không ngừng bị/được cải biên.

Nói tóm lại, tất cả đều chỉ là những điều tưởng tượng.

Yêu nước là yêu những điều tưởng tượng đại loại như vậy.

Yêu nước là yêu những điều tưởng tượng. Nhưng đó là những sự tưởng tượng có định hướng, xuất phát từ những ý đồ chính trị và trình độ nhận thức nhất định. Nói cách khác, yêu nước được kiến tạo trên nền tảng những điều kiện văn hoá và lịch sử nhất định (historically and culturally constructed).

Có thể thấy rõ điều đó khi nhìn lại sự phát triển của tư tưởng yêu nước Việt Nam qua văn học viết thời Trung Đại. Liên quan đến chuyện yêu nước, cho đến nay, hầu như mọi nhà nghiên cứu đều đồng ý, trong gần một ngàn năm văn học viết bằng chữ Hán và chữ Nôm, ba tác phẩm tiêu biểu nhất là: "Thơ thần" (1076) của Lý Thường Kiệt, "Hịch tướng sĩ" (1285) của Trần Hưng Đạo và "Bình Ngô đại cáo" (1428) của Nguyễn Trãi. Trong ba tác phẩm ấy, tác phẩm đầu và tác phẩm cuối được xem là hai bản tuyên ngôn độc lập của Việt Nam thời tiền- hiện đại.

Gọi là "Thơ thần" vì, theo tương truyền, Lý Thường Kiệt cho người nửa đêm vào đền Trương Hát và Trương Hống ở cửa sông Như Nguyệt đọc vang bài thơ lên để kích động tinh thần binh sĩ trong trận chiến sinh tử chống lại quân Tống vào năm 1076. Lúc ấy, thế giặc đang rất mạnh. Binh sĩ dưới quyền Lý Thường Kiệt không ít người nao núng. Cũng theo tương truyền, nghe tiếng đọc thơ vang vang giữa khuya khoắt từ một đền thờ nổi tiếng linh thiêng, "quân ta phấn khởi, quân Tống vỡ mật không đánh đã tan".[1]

Bài thơ chỉ có bốn câu như sau:

Nam quốc sơn hà Nam đế cư
Tiệt nhiên định phận tại thiên thư.
Như hà nghịch lỗ lai xâm phạm,
Nhữ đẳng hành khan thủ bại hư!
(Sông núi nước Nam vua Nam ở
Sách trời phân giới định rạch ròi.
Cớ sao giặc dữ dám xâm phạm
Tan tành lập tức bay chờ coi!)

Tuy nhiên, liên quan đến bài thơ này, có mấy điều cần bàn: Trước hết, nói về văn bản. Trong bài "Thử xác lập văn bản bài thơ 'Nam quốc sơn hà'" đăng trên tạp chí *Hán Nôm* số 1 năm 1986, Trần Nghĩa cho biết ông tìm thấy cả thảy 26 dị bản khác nhau của bài thơ ấy. Bảy năm sau, cũng trên tạp chí *Hán Nôm*, số 2 năm 1993, có người cung cấp thêm một dị bản khác được khắc trên biển gỗ trong đền thờ Trương Hống, Trương Hát ở Hà Bắc. Cũng chưa hết. Ngay sau đó, cũng trên tạp chí ấy, có người lại công bố một dị bản khác nữa. Như vậy, đến nay, chúng ta có ít nhất 28 văn bản với câu, chữ khác nhau. Về hiện tượng đa dị bản này, Trần Nghĩa có một nhận xét rất đáng lưu ý: "trong đời sống xã hội của nó, bài thơ mà

---

[1] Trần Văn Giàu (1983), *Trong dòng chủ lưu của văn học Việt Nam: Tư tưởng yêu nước*, Thành phố HCM: nxb Văn Nghệ, tr. 85.

chúng ta đang theo dõi không ngừng được sửa sang, không ngừng được tái tạo... và chưa bao giờ thật sự định hình."[1]

Đó là về văn bản. Về tác giả, vấn đề cũng không đơn giản. Tất cả các nhà văn bản học đều dè dặt. Nói theo Hà Văn Tấn: "Không có một nhà sử học nào có thể chứng minh được rằng bài thơ 'Nam quốc sơn hà Nam đế cư' là của Lý Thường Kiệt. Không có một sử liệu nào cho biết điều đó cả. Sử cũ chỉ chép rằng trong trận chống Tống ở vùng sông Như Nguyệt, một đêm quân sĩ nghe tiếng ngâm bài thơ đó trong đền thờ Trương Hống, Trương Hát. Có thể đoán rằng Lý Thường Kiệt đã cho người ngâm thơ. Đi xa hơn, có thể đoán rằng Lý Thường Kiệt là tác giả bài thơ. Nhưng đó chỉ là đoán thôi làm sao nói chắc được bài thơ đó là của Lý Thường Kiệt. Thế nhưng cho đến nay, mọi người dường như đều tin rằng đó là sự thật, hay đúng hơn, không ai dám nghi ngờ đó không phải là sự thật."[2]

Như vậy, bài thơ được xem là "bản tuyên ngôn độc lập đầu tiên" của dân tộc Việt Nam, thật ra, chỉ là một huyền thoại, hoặc ít nhất, được huyền thoại hoá. Tại sao người ta cần một huyền thoại như thế? Thì cũng vì chính trị. Huyền thoại Lạc Long Quân - Âu Cơ với trăm trứng trăm con cần thiết để đoàn kết mọi người. Huyền thoại về bản "tuyên ngôn độc lập đầu tiên" này cần thiết để củng cố niềm tự tin và tự hào đối với dân tộc nhất là khi dân tộc đối diện với những thách thức đến từ bên ngoài.

---

[1] Tất cả các tài liệu này đều được dẫn lại từ cuốn *Khảo và luận một số tác gia – tác phẩm văn học trung đại Việt Nam*, tập 1 của Bùi Duy Tân (1999), nxb Giáo Dục, Hà Nội, tr. 13-22.

[2] Như trên.

Trần Văn Giàu thâu tóm bài thơ vào hai ý lớn: "Thứ nhất: quyền độc lập tự chủ của nước Nam ta là thiêng liêng, người muốn như thế, trời định như thế, không ai có thể chối cãi được. Thứ hai: ai đến xâm phạm quyền độc lập tự chủ của nó thì nhất định bại vong."

Rồi ông nhấn mạnh: "Đơn giản thế thôi!"[1]

Thật ra thì không đơn giản như thế. Có một điều quan trọng mà Trần Văn Giàu không đề cập: trong cách nhìn của Lý Thường Kiệt, non sông nước Nam, "Nam quốc sơn hà", chỉ là nơi vua Nam ở, "Nam đế cư"; ở đó, "quốc" đồng nhất với "đế", nước và vua là một. Quan niệm này rõ ràng được vay mượn từ Trung Hoa. Có điều nó được du nhập vào Việt Nam có lẽ đủ lâu để trở thành tục ngữ: "đất vua, chùa làng". Dù vậy, đó cũng là một sự thoái bộ so với truyện trăm trứng trăm con vốn xây dựng lòng yêu nước trên nền tảng huyết thống.

Sự thoái bộ này có lẽ xuất phát từ hai nguyên nhân: một, ảnh hưởng của Trung Hoa, đặc biệt của Tống Nho, càng lúc càng sâu đậm, qua đó, tư tưởng thiên mệnh trở thành niềm tin chính thống và mang tính phổ quát; hai, Việt Nam thời ấy đã dần dần trở thành một quốc gia rộng lớn bao gồm nhiều sắc tộc khác nhau; yếu tố huyết thống vốn là cốt lõi của huyền thoại Lạc Long Quân và Âu Cơ không còn khả năng thống nhất mọi người lại với nhau như thời các bộ tộc xa xưa nữa. Tuy nhiên, quan trọng hơn, nội dung của bài "Thơ thần"

---

[1] Trần Văn Giàu (1983), sđd, tr. 86.

không hẳn đã là lòng yêu nước. Đúng ra, đó chỉ là lòng trung quân. Dân chúng đánh giặc, bảo vệ chủ quyền và sự toàn vẹn lãnh thổ không phải vì lòng yêu nước mà chủ yếu là vì sự trung thành đối với vua, đấng Con Trời.

Mà Con Trời thì do Trời định.

Vậy thôi.

Quan niệm này kéo dài đến tận thời nhà Trần. Bài "Hịch tướng sĩ" của Trần Hưng Đạo cũng không nói đến lòng yêu nước. Nó chủ yếu chỉ đề cao lòng trung thành đối với vua, chúa và với chủ nói chung:

> Ta cùng các ngươi coi giữ binh quyền đã lâu ngày, không có mặc thì ta cho áo, không có ăn thì ta cho cơm; quan nhỏ thì ta thăng chức, lương ít thì ta cấp bổng; đi thuỷ thì ta cho thuyền, đi bộ thì ta cho ngựa; lúc trận mạc xông pha thì cùng nhau sống chết, lúc ở nhà nhàn hạ thì cùng nhau vui cười. Cách đối đãi so với Vương Công Kiên, Cốt-đãi-ngột-lang ngày trước cũng chẳng kém gì. Nay các ngươi nhìn chủ nhục mà không biết lo, thấy nước nhục mà không biết thẹn. Làm tướng triều đình phải hầu quân giặc mà không biết tức, nghe nhạc thái thường để đãi yến nguy sứ mà không biết căm...

Trong quan niệm của Trần Hưng Đạo, yếu tố thống nhất tướng sĩ và triều đình lại với nhau, ngoài lòng trung thành, còn có quyền lợi:

> Nếu có giặc Mông Thát tràn sang [...] ta cùng các ngươi sẽ bị bắt, đau xót biết chừng nào! Chẳng những thái ấp của ta không còn mà bổng lộc các ngươi cũng mất; chẳng những gia quyến của ta bị tan mà vợ con các ngươi cũng khốn; chẳng những xã tắc tổ tông ta bị giày xéo mà phần mộ cha mẹ các ngươi cũng

bị quật lên; chẳng những thân ta kiếp này chịu nhục, rồi đến trăm năm sau, tiếng dơ khôn rửa, tên xấu còn lưu, mà đến gia thanh các ngươi cũng không khỏi mang tiếng là tướng bại trận. Lúc bấy giờ dẫu các ngươi muốn vui vẻ phỏng có được không?

Có thể nói, với Trần Hưng Đạo, nước chỉ là một cộng đồng của những người có chung một số những quyền lợi nhất định. Những quyền lợi ấy được bảo vệ bởi một triều đình độc lập và vững mạnh. Bảo vệ triều đình, do đó, một mặt, là để đền đáp ơn nghĩa; mặt khác, cũng để bảo vệ chính bản thân mình và gia đình mình. Có thể thấy thêm một bằng chứng khác nữa cho luận điểm này: khẩu hiệu "Phá cường địch báo hoàng ân" gắn liền với vị thiếu niên anh hùng Trần Quốc Toản. Cũng thời nhà Trần.

Hơn một thế kỷ rưỡi sau, với "Bình Ngô đại cáo" (1428), Nguyễn Trãi là người đầu tiên có được một tầm nhìn bao quát và chính xác về khái niệm quốc gia. Ông viết:

Thay trời hành hoá, hoàng thượng chiếu rằng:
Từng nghe:
Việc nhân nghĩa cốt ở yên dân,
Quân điếu phạt trước lo trừ bạo.
Như nước Đại Việt ta từ trước,
Vốn xưng nền văn hiến đã lâu.
Nước non bờ cõi đã chia,
Phong tục Bắc Nam cũng khác.
Từ Triệu, Đinh, Lý, Trần; bao đời xây nền độc lập,
Cùng Hán, Đường, Tống, Nguyên; mỗi bên hùng cứ một phương.
Tuy mạnh yếu có lúc khác nhau,
Song hào kiệt thời nào cũng có.

Đoạn thơ ngắn nhưng bao quát được khá đầy đủ những yếu tố chính của một quốc gia: lãnh thổ, văn hiến, phong tục, chủ quyền, và lịch sử. Trong đó, có hai yếu tố mới: văn hoá và lịch sử. Nước, do đó, là một cộng đồng có một lãnh thổ riêng, độc lập, tự chủ, và một lịch sử cũng như một nền văn hoá với những phong tục riêng. Nhấn mạnh vào yếu tố văn hoá và lịch sử, trong quan niệm về lòng yêu nước của Nguyễn Trãi có một yếu tố vốn đã manh nha từ thời Trần: lòng tự hào. Tự hào về các bậc "hào kiệt đời nào cũng có". Và sự quan tâm sâu sắc đến số phận của dân chúng: "Việc nhân nghĩa cốt ở yên dân". Có điều sự quan tâm ấy xuất phát từ đạo lý hơn là từ tình đồng bào như trong huyền thoại trăm trứng trăm con hay như những điều chúng ta thường nhắc đến, sau này.

Việc nhấn mạnh vào hai yếu tố văn hoá và lịch sử có ảnh hưởng rất sâu và kéo dài đến tận nhiều thế kỷ sau này. Trong một bài hịch viết trước lúc xuất quân đánh dẹp giặc Thanh vào năm 1789, Quang Trung cũng nhắc lại hai ý ấy:

Đánh cho để dài tóc
Đánh cho để đen răng
Đánh cho nó chích luân bất phản
Đánh cho nó phiến giáp bất hoàn
Đánh cho sử tri Nam quốc anh hùng chi hữu chủ.

Có điều, cả bài "Bình Ngô đại cáo" của Nguyễn Trãi lẫn bài hịch của Quang Trung đều được hoàn thành khi Lê Lợi và Quang Trung mới lên ngôi vua, do đó, không nhắc đến lòng trung quân. Sau này, khi triều đại của họ bắt đầu vững vàng, cũng như mọi triều đại phong kiến khác, người ta chỉ đề cao lòng trung quân chứ không phải là lòng yêu nước. Văn học Việt Nam từ giữa thế kỷ 19 trở về trước rất hiếm khi nói đến ý niệm tổ quốc hay ái quốc. Người ta chỉ nói đến triều đình, triều đại, về lòng trung quân, về nghĩa vua tôi. Hết. Ái quốc tức là trung quân. Trung quân là ái quốc. Vua và nước hoàn toàn đồng nhất với nhau.

Để củng cố sự đồng nhất ấy, người ta phải vay mượn tư tưởng thiên mệnh từ Trung Hoa. Nói đến thiên mệnh là nói đến điều gì ít nhiều có tính chất mê tín. Tính chất mê tín ấy là một trong những cơ sở chính để xây dựng cái gọi là lòng yêu nước thời tiền-hiện đại. Tức trước thế kỷ 20.

Nói một cách tóm tắt, yêu nước, với người Việt Nam, ít nhất cho đến cuối thế kỷ 19, là yêu những điều tưởng tượng được định hướng bởi những ý đồ chính trị và bị tác động bởi những điều kiện văn hoá và lịch sử nhất định. Những điều tưởng tượng ấy được nuôi dưỡng bằng truyền thuyết và huyền thoại. Chưa đủ. Chúng còn được nuôi dưỡng bằng một điều mê tín mang nhãn hiệu triết học được nhập cảng từ Trung Hoa: tư tưởng thiên mệnh.

Tất cả những điều này bị sụp đổ hoàn toàn vào cuối thế kỷ 19 khi Pháp đánh chiếm Việt Nam và khi triều đình Huế, do khiếp nhược trước sức mạnh áp đảo của Pháp, đã ra lệnh cho dân chúng, đặc biệt dân chúng ở miền Nam, không được chống Pháp. Lúc bấy giờ mọi người phải đối diện với một lựa chọn gay gắt: Nếu tiếp tục trung với vua thì không yêu nước; nếu yêu nước thì không thể trung quân. Đó là lý do tại sao Phan Văn Trị đòi đái lên đầu vua:

Đứng lại làm chi cho mất công
Vừa đi vừa đái vẽ đầu rồng.

Và Ngô Đức Kế chửi cả vua Khải Định:

Ai về địa phủ hỏi Gia Long:
Khải Định thằng này phải cháu ông?

Tách ra khỏi ý thức trung quân, lòng yêu nước của người Việt Nam mới thực sự hình thành.

5.

Có thể nói không có lòng yêu nước nào lại không có tính chính trị, không xuất phát từ một động cơ chính trị và không nhằm phục vụ một mục tiêu chính trị nào cụ thể.

Trong lịch sử phát triển của tư tưởng yêu nước tại Việt Nam, những thập niên cuối cùng của thế kỷ 19 và đầu thế kỷ 20 là một khúc ngoặt quan trọng, ở đó, tư tưởng yêu nước được tách ra khỏi tư tưởng trung quân để mang một nội dung mới, hiện đại hơn, nhằm đáp ứng những thay đổi toàn diện không những ở Việt Nam mà còn trên cả thế giới: những thay đổi gắn liền với ý niệm quốc gia như một chỉnh thể chính trị thống nhất gắn liền với những ký ức tập thể và tưởng tượng tập thể hơn là sự chung nhất về sắc tộc mang tính bộ tộc như ngày xưa hay sự tập trung quyền lực vào một triều đại như thời phong kiến.

Khúc ngoặt ấy được hình thành từ sự thất bại của triều Nguyễn trước sự xâm lược của thực dân Pháp. Không đủ sức mạnh quân sự để ngăn chận Pháp, cũng không đủ kiến thức về Pháp hay chủ nghĩa thực dân ở Tây phương nói chung để hoạch định được một chiến lược chính trị nhằm bảo vệ đất nước hiệu quả, triều đình nhà Nguyễn lúng túng, loay hoay, bể tắc, cuối cùng, thảm bại. Nhưng thảm bại sâu sắc nhất là họ làm mất niềm tin của quần chúng và phần lớn giới nho sĩ, những người được giáo dục để trung quân, và được quần chúng tin cậy trong việc lãnh đạo các phong trào ái quốc. Biểu hiện rõ rệt nhất của việc mất niềm tin ấy là người ta nhận thức được một điều: Nước không thể đồng nhất với vua; yêu nước, do đó, không phải chỉ là trung quân.

Nhưng nếu nước không là vua; vậy nước là gì?

Đó là một câu hỏi quan trọng mà mất đến một, hai thế hệ, các nhà nho cách mạng mới tìm ra được. Câu trả lời đơn giản: Dân. Có thể nói, ở vị trí trung tâm của khái niệm quốc gia, trước, là vua; sau, từ đầu thế kỷ 20, là dân. Chữ "quốc dân" là một trong những chữ phổ biến, có tần số xuất hiện rất cao trong thơ văn cách mạng Việt Nam, đặc biệt, của Phan Bội Châu và Phan Châu Trinh. Trong "Hải ngoại huyết thư" sáng tác năm 1906 do Lê Đại dịch, Phan Bội Châu nhấn mạnh:

Người dân ta, của dân ta
Dân là dân nước, nước là nước dân.

Khám phá này, thật ra, đến từ Trung Hoa, chủ yếu từ các "Tân thư" mà các nhà nho thời ấy được đọc, trong đó, quan trọng nhất là các tác phẩm của Khang Hữu Vi (1858-1927) và Lương Khải Siêu (1873-1929). Ngoài ra, cũng có thể kể thêm quan điểm chính trị của Tôn Dật Tiên (1866-1925), người được xem là quốc phụ của Trung Hoa dân quốc. Từ phong trào Duy Tân ở Trung Quốc, các nhà nho Việt Nam học được ba nội dung chính của cuộc vận động đổi mới đất nước: giáo dân (giáo dục dân chúng), dưỡng dân (làm cho dân giàu mạnh) và tân dân (làm cho dân chúng đổi mới theo kịp trào lưu tiến hoá của nhân loại). Từ Tôn Dật Tiên, họ học được cái gọi là chủ nghĩa tam dân: dân tộc, dân quyền và dân sinh. Xin lưu ý là trong những ngày bôn ba tìm đường cứu nước, Phan Bội Châu được gặp cả Lương Khải Siêu lẫn Tôn Dật Tiên. Khi Tôn Dật Tiên mất, Phan Bội Châu có làm câu đối điếu bằng chữ Hán được Phạm Trung Điềm và Tôn Quang Phiệt dịch như sau:

> Chí ở tam dân, đạo ở tam dân, nhớ hai lần nói chuyện ở Trí Hoà đường, Hoành Tân, để lại tinh thần cho người chưa chết;
>
> Lo vì thiên hạ, vui vì thiên hạ, bị nhiều năm áp bức do bọn đế quốc chủ nghĩa, cùng chia nước mắt để khóc tiên sinh.[1]

Như vậy, một trong những bài học nổi bật nhất mà các nhà nho Việt Nam, trong đó có Phan Bội Châu, học được từ các trí thức cách mạng Trung Hoa thời ấy là vai trò của dân chúng. Có điều, trừ Phan Châu Trinh, phần lớn các nhà nho Việt Nam đều chưa thoát hẳn khỏi tư tưởng bảo hoàng. Họ không đến nỗi đồng nhất nước và vua như trước, nhưng họ cũng chưa đi đến nhận thức cho dân chúng là chủ thể của đất nước, những kẻ được quyền bầu và kiểm soát giới lãnh đạo như các nhà dân chủ sau này. Thiếu cái lý là chủ thể của đất nước, yếu tố gì nối kết dân chúng lại với nhau thành một lực lượng hợp nhất chống giặc? Người ta tìm ra một giải pháp: dựa vào tình. Trong các loại tình, không có gì hữu hiệu cho bằng tình máu mủ. Mà quan niệm về tình máu mủ giữa những người dân Việt Nam với nhau thì đã có sẵn, tiềm ẩn trong chữ "đồng bào".

---

[1] *Phan Bội Châu Toàn Tập*, tập 6, Chương Thâu sưu tầm và biên soạn, nxb Thuận Hoá, Huế, 1990, tr. 110.

Có thể nói khái niệm "đồng bào" là một trong những "phát minh" thuộc loại lớn lao và có ảnh hưởng nhất trong những thập niên đầu tiên của thế kỷ 20.

Xin lưu ý: Trong văn học Việt Nam ngày xưa, chúng ta không hề gặp hai chữ "đồng bào". Trong "Bình Ngô Đại Cáo" của Nguyễn Trãi, chúng ta chỉ thấy những "dân đen", những "con đỏ", chứ không có "đồng bào". Ngay trong thơ văn của Nguyễn Đình Chiểu, cuối thế kỷ 19, chúng ta cũng không thấy chữ "đồng bào" ấy. Thơ Phan Văn Trị, thơ Nguyễn Thông, thơ Bùi Hữu Nghĩa, thơ Nguyễn Quang Bích, những nhà thơ quyết liệt chống Pháp, cũng không có. Chỉ trong thơ Nguyễn Xuân Ôn (1825-1889), tôi mới bắt gặp, một lần duy nhất, hai chữ "đồng bào": "Lai nhân bất giải Vô y phú / Nhận tác đồng bào khủng vị chân" (Người kia không hiểu thơ Vô y / Nhận làm đồng bào, sợ chưa thật đúng). Tuy nhiên, chữ "đồng bào" này chỉ có nghĩa là chung áo, chỉ sự đồng cam cộng khổ, xuất phát từ bài "Vô y" trong *Kinh Thi*, trong đó có câu: "Khởi viết vô y, dữ tử đồng bào, vương vu hưng sư, tu ngã qua mâu, dữ tử đồng cừu" (Nếu không có áo thì cùng người chung áo, vua mà dấy quân thì sửa lại giáo mác của ta để cùng ngươi chung một kẻ thù).[1] Nó không phải là "đồng bào" theo cái nghĩa chúng ta đang dùng.

Chữ "đồng bào" với ý nghĩa chỉ những người cùng một bọc trứng, gắn liền với sự tích Lạc Long Quân và Âu Cơ chỉ được sử dụng rộng rãi từ đầu thế kỷ 20. Người sử dụng chữ "đồng bào" nhiều nhất và tự giác nhất là Phan Bội Châu. Trong "Hải ngoại huyết thư", "Đề tỉnh quốc dân hồn", "Ái

---

[1] *Thơ văn Nguyễn Xuân Ôn*, nxb Văn Học, Hà Nội, 1977, tr. 123-5.

chủng", "Ái quần" và nhiều bài thơ khác, ông dùng đi dùng lại rất nhiều lần chữ "đồng bào". Trong *Hậu Trần dật sử*, một cuốn tiểu thuyết có tính chất luận đề, Phan Bội Châu để cho một nhân vật của mình phát biểu:

> Hiểu được nghĩa đồng bào thì nghĩa quốc gia lại càng thêm đầy đủ và càng thêm mạnh. Đã biết đồng quốc là đồng bào thì biết hạnh phúc của người cùng nước là hạnh phúc của bản thân ta. Hạnh phúc của bản thân ta, chỉ khi nào tất cả đồng bào đều sung sướng, khi đó mới có thể nói là hạnh phúc chân chính của ta được. Vì cả đồng bào mà mưu hạnh phúc thì dù có hy sinh bản thân cũng không nên tiếc. Không phải như thế là không tiếc thân ta, mà chính là tiếc thân ta đấy. Vì hạnh phúc đã khắp cả đồng bào thì hạnh phúc và vinh quang của bản thân ta mới rất mực vậy. Bởi thế, những người đã rất yêu bản thân thì tất yêu đồng bào, mà đã rất yêu đồng bào thì tất yêu quốc gia, mà đã thật yêu quốc gia thì tất nhiên sẽ hy sinh vì quốc gia mà bỏ hết tự tư tự lợi của mình, đem hết sức mình ra bảo vệ Tổ quốc. Nghĩa đồng bào thực là nguyên khí của quốc gia vậy.[1]

Sử dụng khái niệm "đồng bào", do đó, dù muốn hay không, người ta cũng phục hoạt lại huyền thoại Lạc Hồng gắn liền với chuyện Lạc Long Quân - Âu Cơ, vốn là một ký ức tập thể và một tưởng tượng tập thể kéo dài nhiều đời như một cơ sở để tập hợp các bộ lạc và bộ tộc thời xa xưa. Nếu trước kia hai chữ Lạc Hồng rất hiếm khi được nhắc nhở thì sau này, từ đầu thế kỷ 20 trở đi, tần số xuất hiện của hai chữ ấy lại nở rộ. Một trong những người sử dụng hai chữ ấy nhiều nhất cũng

---

[1] Dẫn theo Trần Văn Giàu (1997), *Sự phát triển của tư tưởng ở Việt Nam*, tập 2, nxb Chính trị Quốc gia, Hà Nội, tr. 82.

lại là Phan Bội Châu. Cứ mở các tuyển tập thơ văn Phan Bội Châu ra là thấy ngay:

> *Nước non Hồng Lạc còn đây mãi*
> (Chơi xuân)

> *Chàng con nhà thi lễ*
> *Vốn nòi giống Lạc Hồng*
> (Vợ khuyên chồng)

> *Làm cho nổi tiếng Lạc Hồng*
> *Vẻ vang dòng dõi con Rồng cháu Tiên*
> (Ái quần)

Vân vân.

Có điều quan điểm của Phan Bội Châu dường như không được nhất quán. Một mặt, ông thường đề cao truyền thống Lạc Hồng, con Rồng cháu Tiên, mặt khác, ông lại phản đối tính khả tín của câu chuyện ấy. Trong bài "Ai là tổ nước ta? Người nước ta với sử nước ta" đăng trên báo *Tiếng Dân* số ra ngày 6 tháng 1 năm 1931, ông viết:

> Sử nước ta từ đời Thái cổ trước Tây lịch 2879 năm cho đến sau Tây lịch 111 năm, tất thảy là việc truyền văn: bảo rằng Hồng Bàng thị mà không biết có Hồng Bàng thị hay không, bảo rằng Lạc Long Quân mà không biết có Lạc Long Quân hay không. Bởi vì lúc đó nước ta chưa có văn tự, chưa có sử sách, chỉ theo ở miệng truyền tai nghe. Nói rằng: người đẻ ra trăm trứng, nửa thuộc về loài rồng, nửa thuộc về loài tiên, cứ theo sinh lý học mà suy ra, thiệt là theo lối thần quỷ mê tín, không đích xác gì.

Rồi ông đề nghị:

Sách xưa có câu: 'Vô trưng bất tín' nghĩa là không có chứng cớ thì không lấy gì làm tin được. Sử nước ta trở về trước nhiều điều vô trưng, thời bỏ quách đi e có lẽ đúng hơn.[1]

Hoài nghi và bác bỏ câu chuyện họ Hồng Bàng, nhưng Phan Bội Châu vẫn muốn giữ lại biểu tượng Lạc Hồng (vốn gắn liền với Lạc Long Quân và Âu Cơ) và ý niệm đồng bào (vốn gắn liền với chuyện trăm trứng trăm con). Giữ lại để làm gì? Để sử dụng yếu tố huyết thống làm chất xúc tác nối kết mọi người lại thành một chỉnh thể chính trị duy nhất gọi là quốc gia. Có thể nói cơ sở của tư tưởng yêu nước trong những thập niên đầu tiên của thế kỷ 20 là ý thức về chủng tộc. Nếu trước đây, cả hơn một ngàn năm, chống lại các cuộc xâm lược từ Trung Hoa, người Việt Nam chủ yếu chỉ nhấn mạnh vào yếu tố địa lý bằng cách phân biệt Bắc (Trung Hoa) và Nam (Việt Nam), và một ít, vào yếu tố chủng tộc (Việt/Hán), trong cuộc chiến đấu chống lại ách thống trị của Pháp, ám ảnh lớn nhất lại là ám ảnh về chủng tộc. Lý do dễ hiểu: Với Trung Hoa, dường như người ta không sợ lai căng hay mất gốc: Người ta tin cái gốc ấy là một (đồng văn, thậm chí, đồng chủng). Nhưng với người Pháp thì khác. Khác từ màu da đến màu tóc và màu mắt. Trước những khác biệt hiển nhiên ấy, cảm giác sợ hãi bị lai căng và bị mất gốc càng lớn.

Nhưng khi nhấn mạnh vào yếu tố chủng tộc, người ta đi đến chỗ ít nhiều đồng nhất bản sắc dân tộc và bản sắc khu vực: Tất cả những người Á châu đều thuộc dòng giống máu đỏ da vàng cả. Đây chính là luận điểm Phan Bội Châu và

---

[1] *Thơ văn Phan Bội Châu*, Chương Thâu tuyển chọn, nxb Văn Học, Hà Nội, 1985, tr. 295.

nhiều nhà cách mạng Việt Nam đầu thế kỷ 20 thường nêu lên. Người ta tin cậy người Trung Hoa và người Nhật vì tất cả đều thuộc giống "máu đỏ, da vàng". Người ta chống Pháp và nghi ngờ tất cả những người Âu châu khác chỉ vì họ là người "da trắng". Trong bức thư gửi Bộ trưởng ngoại giao Nhật vào ngày 11 tháng 12 năm 1909 để phản đối việc chính phủ Nhật trục xuất Cường Để, Phan Bội Châu cũng lặp lại nhiều lần quan điểm ấy. Ông bênh vực Cường Để: "Ông [Cường Để] là người châu Á thì không chịu làm trâu ngựa của người châu Âu, ông là một người da vàng thì không chịu làm nô lệ của người da trắng."[1]

Nhấn mạnh vào khái niệm đồng bào – mà nền tảng là ý niệm về huyết thống và chủng tộc, chưa đủ . Các nhà cách mạng đầu thế kỷ 20 còn sáng tạo thêm một khái niệm nữa để tập hợp dân chúng: hồn nước (hay còn gọi là "hồn cố quốc" hay "hồn nòi giống"). Những chữ này cũng được lặp đi lặp lại ở nhiều tác phẩm của nhiều tác giả khác nhau. Phan Châu Trinh có bài thơ khá dài, non 500 câu, nhan đề "Tỉnh quốc hồn ca". Phan Bội Châu có bài thơ "Gọi hồn quốc dân" (còn gọi là "Đề tỉnh quốc dân hồn") bắt đầu bằng hai câu: "Hồn cố quốc biết đâu mà gọi / Thôi khóc than rồi lại xót xa." Trong bài "Ái quốc", ông cũng gọi hồn: "Hồn ơi! về với giang san." Giữa thập niên 20, Phạm Tất Đắc, lúc ấy mới 16 tuổi, đã viết bài thơ "Chiêu hồn nước" nổi tiếng với những câu thống thiết: "Nghiến răng nuốt cái thẹn thùng / Mà chiêu hồn cũ lại cùng non sông."

---

[1] *Phan Bội Châu Toàn Tập*, tập 2, tr. 27.

Với sự xuất hiện của khái niệm "hồn nước", đất nước, cũng như con người, được hiểu là gồm hai phần: hồn và xác. Xác là lãnh thổ, những cái hữu hình. Nhưng còn hồn? Không có ai định nghĩa cả. Và vì không có ai định nghĩa chính xác, do đó, nó thay đổi khá tuỳ tiện theo thời gian. Thoạt đầu, vào những năm đầu tiên của thế kỷ 20, khi nhu cầu hiện đại hoá đất nước còn khẩn thiết và phong trào Duy Tân mới khởi phát rầm rộ, nội dung khái niệm "hồn nước" rất hẹp, chủ yếu là tình cảm yêu nước và quyết tâm tranh đấu cho độc lập của đất nước. Bởi vậy, lúc ấy, người ta vừa kêu gọi giữ "hồn nước" vừa hô hào cắt tóc ngắn, mặc Âu phục, học chữ quốc ngữ, đọc sách Tây và sống một cách khoa học, nghĩa là... như Tây mà không hề thấy có gì mâu thuẫn cả. Tuy nhiên, ít lâu sau đó, khi về phương diện ngoại hình, người Việt Nam đã ít nhiều Âu hoá rồi, búi tóc củ tỏ đã cắt đi rồi, hàm răng đã cạo trắng rồi, áo dài khăn đóng đã vất bỏ rồi thì nội dung khái niệm "hồn" dần dần được mở rộng ra, thành những tình tự dân tộc nói chung.

Mà những tình tự ấy biểu hiện ở đâu? Ở văn chương. Phạm Quỳnh xem *Truyện Kiều* là "quốc hồn" và là "quốc tuý" của Việt Nam;[1] Hoàng Tích Chu xem "văn chương là nguyên khí của quốc gia";[2] Phan Kế Bính cho văn chương là "cái tinh

---

[1] Xem bài "Bài diễn thuyết bằng quốc văn" đọc tại lễ kỷ niệm Nguyễn Du tại Hà Nội vào ngày 8.9.1924; in trên tạp chí *Nam Phong* số 86 ra vào tháng 8.1924; sau in lại ở nhiều nơi. Bản tôi đọc được in lại trong cuốn *Tuyển tập phê bình, nghiên cứu văn học Việt Nam 1900-1945*, tập 1, Nguyễn Ngọc Thiện, Nguyễn Thị Kiều Anh và Phạm Hồng Toàn sưu tập, nxb Văn Học, Hà Nội, 1997, tr. 270-277.

[2] Dẫn theo Tuyển tập phê bình, nghiên cứu văn học Việt Nam 1900-1945, tập 1, sđd, tr. 281.

thần của một nước."[1] Bảo vệ hồn nước, do đó, là bảo vệ văn chương. Nói cách khác, văn chương trở thành một thành luỹ của hồn nước. Hậu quả là: khoa học có thể Âu hoá được; kỹ thuật có thể Âu hoá được; giáo dục có thể Âu hoá được, nhưng văn chương thì không. Nên lưu ý : văn chương chứ không phải văn nghệ. Hội hoạ có thể Âu hoá được; kiến trúc và điêu khắc có thể Âu hoá được; một phần của âm nhạc có thể Âu hoá được: cái phần phi ngôn ngữ. Riêng văn chương, thứ nghệ thuật sử dụng ngôn ngữ, phương tiện chính để thể hiện "hồn nước" thì không được đổi khác. Nó là ngoại lệ. Lưu Trọng Lư, một trong những kiện tướng của phong trào Thơ Mới lúc nó mới xuất hiện, trong bài "Một nền văn chương Việt Nam", viết vào năm 1939, tuyên bố dứt khoát: "Chúng ta có thể mất hết, trừ văn chương. Và chúng ta chỉ mất 'văn chương' khi ta muốn 'ngoại hoá' nó đi mà thôi".[2] "Ngoại hoá" ở đây thực chất là Âu hoá.

Nói một cách tóm tắt, trong những thập niên đầu tiên của thế kỷ 20, dưới ách đô hộ của thực dân Pháp và với sự sụp đổ của ý thức hệ phong kiến, trong nỗ lực vận động kết tập lực lượng để giành độc lập, người Việt Nam, đi tiên phong là các nhà nho cách mạng, đã đồng nhất nước và dân, xem dân chúng là trung tâm của đất nước. Để nối kết cả hàng chục triệu người dân ở những địa phương khác nhau, với những thành phần xã hội, văn hoá, giáo dục và chính trị khác nhau vào một khối thống nhất gọi là quốc gia, người ta phải huy

---

[1] Trong Việt Nam phong tục, viết năm 1913 và 1914; dẫn theo Tuyển tập phê bình, nghiên cứu văn học Việt Nam 1900-1945, tập 1, sđd, tr. 81.
[2] In lại trong Tuyển tập phê bình, nghiên cứu văn học Việt Nam 1900-1945, tập 3, sđd, tr. 24-30.

động đến hai yếu tố: huyết thống và lịch sử. Yếu tố huyết thống được kết tinh trong ý niệm đồng bào, còn yếu tố lịch sử được kết tinh trong ý niệm hồn nước.

Yêu nước, do đó, trước hết là yêu đồng bào và bảo vệ được cái hồn của đất nước.

Quan niệm này kéo dài ít nhất đến năm 1945, khi cách mạng tháng Tám bùng nổ.

Lúc ấy mọi sự đều đổi khác.

Khác hẳn.

6.

Từ năm 1930, khi thành lập đảng Cộng sản Đông Dương và nhất là từ năm 1945, khi giành được chính quyền, đảng Cộng sản thay đổi triệt để khái niệm yêu nước.

Thay đổi chứ không phải xoá bỏ.

Bộ máy tuyên truyền ở miền Nam trước đây thường gọi chủ nghĩa cộng sản là chủ nghĩa tam vô: vô tổ quốc, vô gia đình và vô tôn giáo. Mà không phải chỉ ở miền Nam. Hình như ở đâu cũng thế. Ở đâu người ta cũng thấy khó có sự kết hợp giữa chủ nghĩa cộng sản và chủ nghĩa quốc gia, nền tảng hiện đại của lòng yêu nước.

Cách nhìn như vậy không phải không có cơ sở.

Cả hai người sáng lập chủ nghĩa Marx, Marx và Engels, đều tin, thứ nhất, động lực cơ bản nhất trong việc thúc đẩy sự phát triển của lịch sử là kinh tế chứ không phải chính trị, là giai cấp chứ không phải dân tộc hay chủng tộc; và thứ hai, khác với Hegel, người tin quốc gia là một hiện tượng có tính chất phổ quát, Marx và Engels đều xem cái gọi là quốc gia cũng như chủ nghĩa quốc gia chỉ là sản phẩm của lịch sử, ra đời cùng với chủ nghĩa tư bản và được chủ nghĩa tư bản sử dụng như một công cụ để phát triển và thống trị.

Theo hai ông, trong cuộc đấu tranh chống lại chế độ phong kiến, để phát triển nền kinh tế tư bản chủ nghĩa, giới quý tộc phải chiếm lĩnh thị trường; và để chiếm lĩnh thị trường, họ phải thống nhất lãnh thổ về phương diện chính trị, từ đó, hình thành các quốc gia; và để củng cố quốc gia, họ ra sức tuyên truyền cho tinh thần dân tộc hay chủ nghĩa quốc gia.

Hai ông cũng tin, sau này, khi chủ nghĩa cộng sản được xác lập trên phạm vi toàn cầu, cả hình thức nhà nước lẫn ý niệm quốc gia cũng sẽ bị triệu tiêu; và cùng với chúng, những cái gọi là chủ nghĩa quốc gia và lòng yêu nước cũng đều thuộc về quá khứ. Chúng không còn có ý nghĩa gì cả.

Đối với hiện tại, hai ông quan niệm cả giới tư bản lẫn giới vô sản đều có tính chất quốc tế. Giai cấp tư bản lúc nào cũng có tham vọng biến thành đế quốc bằng cách bành trướng, chiếm đoạt và thống trị người khác để buộc họ phải theo mô hình kinh tế, chính trị và văn hoá của mình. Giai cấp vô sản cũng vậy, cũng có tính chất quốc tế: ở đâu họ cũng bị bóc lột như nhau, cũng cùng khổ như nhau, và cũng có nhiệm vụ tranh đấu để tự giải phóng và thúc đẩy quá trình vận hành của lịch sử như nhau.

Nói cách khác, theo Marx và Engels, tự bản chất, giai cấp vô sản gắn liền với chủ nghĩa quốc tế chứ không phải chủ nghĩa quốc gia. Trong *Tuyên ngôn cộng sản*, hai ông khẳng định: "Giai cấp vô sản không có tổ quốc." Không có tổ quốc, do đó, giai cấp vô sản không sợ bị mất nước vì "người ta không thể lấy từ họ những gì họ không có". Hai ông kết thúc bản tuyên ngôn bằng lời hiệu triệu: "Giai cấp vô sản toàn thế giới, hãy đoàn kết lại!"[1]

Xuất phát từ cách nhìn như thế, Marx và Engels không quan tâm nhiều đến ý niệm quốc gia và chủ nghĩa quốc gia. Trong suốt cuộc đời cầm bút khá dài của mình, hai ông không hề phát triển một quan niệm hoàn chỉnh nào về hai vấn đề quan trọng ấy. Nói theo Roman Szporluk, lý thuyết Mác-xít về quốc gia, nếu có, có thể được tóm gọn vào một điểm: "quốc gia không cần lý thuyết".[2] Theo giới nghiên cứu, đây chính là một trong những lỗ hổng lớn nhất trong hệ thống tư tưởng của Marx.

Lenin và Stalin sẽ cố gắng lấp đầy cái khoảng trống ấy. Cả hai đều viết nhiều và tuyên bố nhiều về quốc gia và chủ nghĩa quốc gia. Nền tảng của sự thay đổi này là một thay đổi khác: theo Marx và Engels, cuộc cách mạng xã hội chủ nghĩa, nếu xảy ra, sẽ xảy ra, trước hết, ở những nơi chủ nghĩa tư bản phát triển nhất và có tính chất đồng bộ; theo Lenin, nó xảy ra ở những nơi chủ nghĩa tư bản yếu nhất, bao gồm từ các quốc

---

[1] Xem bản tiếng Anh trên:
http://www.marxists.org/archive/marx/works/1848/communist-manifesto/
[2] Roman Szporluk (1988), *Communism and Nationalism: Karl Marx versus Friedrich List*, New York: Oxford Universitty Press, tr. 192.

gia lạc hậu đến các thuộc địa. Khi cách mạng Nga bùng nổ và thành công vào năm 1917, Lenin biết chắc chắn đồng minh của ông không đến từ phương Tây cũng như từ giai cấp vô sản ở phương Tây mà chủ yếu là các dân tộc tiền- hiện đại và tiền-tư bản chủ nghĩa, trong đó có khá nhiều dân tộc đang bị các đế quốc phương Tây thống trị. Chính vì vậy, Lenin, một mặt, nhấn mạnh vào vai trò của lòng yêu nước và cùng với nó, của chủ nghĩa quốc gia, như những động lực chính của cuộc cách mạng vô sản; và mặt khác, tuyên bố ủng hộ cuộc đấu tranh giành độc lập và quyền dân tộc tự quyết của các thuộc địa và các dân tộc thuộc Thế giới Thứ ba.

So với Lenin, Stalin viết nhiều về vấn đề quốc gia hơn. Quan điểm của ông cũng thay đổi theo thời gian và theo các diễn biến chính trị phức tạp ở Nga: thoạt đầu, ông ủng hộ chủ nghĩa quốc gia; nhưng sau, khi chế độ Xô Viết đã được vững mạnh, đối diện với yêu sách độc lập hay tự trị của nhiều nước nhỏ nay thuộc Liên Bang Xô Viết, ông lại đề cao chủ nghĩa quốc tế.[1]

Hồ Chí Minh đã trực tiếp có kinh nghiệm về những chuyển biến trong quan điểm về quốc gia và chủ nghĩa quốc gia của hai người lãnh đạo tối cao của Liên Xô. Ông quyết định tham gia vào đảng Cộng sản sau khi đọc "Những luận cương về vấn đề dân tộc và vấn đề thuộc địa" của Lenin vì xem đó là con đường hữu hiệu nhất trong việc giải phóng đất nước ra khỏi ách thống trị của thực dân Pháp. Tuy nhiên, khi đã trở thành người sáng lập và lãnh tụ của đảng Cộng sản Việt

---

[1] Xem Erik van Ree (2002), Political Thoughts of Joseph Stalin: A Study in Twentieth Century Revolutionary Patriotism, London: Routledge.

Nam, như các tài liệu đã được công bố rộng rãi, ông lại bị Stalin nghi ngờ, thậm chí, bạc đãi, chỉ vì Stalin cho là ông có tinh thần quốc gia chủ nghĩa nhiều hơn là quốc tế chủ nghĩa.

Tôi không chút nghi ngờ lời kể của Hồ Chí Minh trong bài "Con đường dẫn tôi đến chủ nghĩa Lenin": "Lúc đầu, chính là chủ nghĩa yêu nước, chứ chưa phải chủ nghĩa cộng sản đã đưa tôi tin theo Lênin, tin theo Quốc tế thứ ba. Từng bước một, trong cuộc đấu tranh, vừa nghiên cứu lý luận Mác-Lênin, vừa làm công tác thực tế, dần dần tôi hiểu được rằng chỉ có chủ nghĩa xã hội, chủ nghĩa cộng sản mới giải phóng được các dân tộc bị áp bức và những người lao động trên thế giới khỏi ách nô lệ."[1] Tôi cũng tin đó là tâm trạng chung của hầu hết các đảng viên cộng sản thuộc thế hệ thứ nhất, trước 1945: Họ đến với chủ nghĩa xã hội, trước hết, vì lòng yêu nước. Nhưng tôi tin chắc là lòng yêu nước ban đầu của họ, kể cả của Hồ Chí Minh, sau khi đã tham gia vào phong trào cộng sản thế giới, dưới ảnh hưởng và áp lực từ bên ngoài, đặc biệt từ Liên Xô và Trung Quốc, đã bị biến thái, thậm chí, biến chất hẳn. Tên gọi của cái phong trào chính trị đầu tiên do đảng Cộng sản phát động tại Việt Nam, Xô Viết Nghệ Tĩnh, đã nói lên điều đó: mâu thuẫn giai cấp được coi trọng hơn mâu thuẫn dân tộc; chủ nghĩa quốc tế được nhấn mạnh hơn chủ nghĩa quốc gia. Phong trào Xô Viết Nghệ Tĩnh bị dập tắt một cách tàn khốc. Rút kinh nghiệm, về sau, đảng Cộng sản tập trung hẳn vào các vấn đề dân tộc và độc lập. Tính dân tộc trở thành một trong những nội dung chính của cuộc vận động văn hoá

---

[1] Hồ Chí Minh (1980), *Tuyển tập 2*, Hà Nội: Sự Thật, tr. 176.

và chính trị do Việt Minh khởi xướng từ nửa sau thập niên 1930.

Nhưng từ đầu thập niên 1950, khi Mao Trạch Đông đã chiếm Trung Hoa lục địa, quan niệm về lòng yêu nước của đảng Cộng sản Việt Nam thay đổi một cách triệt để. Câu khẩu hiệu "yêu nước là yêu chủ nghĩa xã hội" có lẽ chỉ xuất hiện sau này, ít nhất là sau năm 1954, nhưng việc đồng nhất quốc gia và chủ nghĩa xã hội thì hẳn đã manh nha từ những năm 1949, 1950, khi chủ nghĩa Stalin và chủ nghĩa Mao bắt đầu tràn vào Việt Nam.

7.

Thật ra, việc đồng nhất quốc gia và chủ nghĩa xã hội cũng không có gì đáng ngạc nhiên. Cái gọi là nước hay quốc gia vốn là một ý niệm rất mơ hồ. Xưa, nó được đồng nhất với chủng tộc; sau, với triều đại; sau nữa, vào đầu thế kỷ 20, với lịch sử và văn hoá, gắn liền với chủ nghĩa khu vực, đặc biệt trong quan hệ đồng chủng và đồng văn với người Nhật. Bây giờ, người ta thay thế các yếu tố ấy bằng yếu tố chủ nghĩa xã hội thì, thật ra, cũng chẳng sao cả.

Có điều đó là một sự thay đổi khá triệt để và toàn diện. Nó làm thay đổi hẳn những nội dung căn bản của ý niệm quốc gia và lòng yêu nước. Từ bản chất, nước hay quốc gia bao giờ cũng gắn liền với những biên giới nhất định, nay, trong cái gọi là yêu nước xã hội chủ nghĩa, những biên giới ấy bị xoá mờ đi: nó mang tính quốc tế. Mở rộng như thế, nước không còn nguyên vẹn là nước nữa. Nếu còn, nó chỉ còn một cách tạm thời. Nền tảng của nó thay đổi: trước, nó dựa trên các yếu tố truyền thống như dòng máu hay văn hoá, bây giờ nó dựa trên quan hệ giai cấp. Trước, lúc nào người ta cũng đề cao tổ tiên như một yếu tố để nối kết mọi người lại với nhau; nay, trên bàn thờ tổ tiên, xuất hiện những nhân vật hoàn toàn mới lạ: "bác" Mao và "cha" hay "Ông" Stalin (Chế Lan Viên, trong bài "Stalin không chết", có mấy câu: "Stalin mất rồi / Đồng chí Stalin đã mất! / Thế giới không cha nặng tiếng thở dài."). Cái "Ông" hay "Cha" mới ấy lấn át hẳn mọi người cha hay ông ruột thịt có thực ở Việt Nam như Tố Hữu từng tuyên bố trong mấy câu thơ tai tiếng: "Thương cha, thương mẹ, thương chồng / Thương mình thương một, thương Ông thương mười!"

Khi bàn thờ tổ tiên thay đổi, quan hệ giữa con người với nhau cũng thay đổi. Trước, đó là tình đồng bào; sau, là tình đồng chí. Từ cuối thập niên 1940 và đầu thập niên 1950, hai chữ "đồng chí" trở thành một trong những nội dung tuyên truyền chính của đảng Cộng sản. Rất nhiều bài thơ về tình đồng chí ra đời, trong đó, tiêu biểu và được biết đến nhiều nhất là bài "Đồng chí" bắt đầu bằng mấy câu "Quê hương anh nước mặn đồng chua / Làng tôi nghèo đất cày lên sỏi đá" của Chính Hữu.

Xin lưu ý là chữ "đồng chí" vốn không phải là sự sáng tạo của đảng Cộng sản. Chữ "đồng chí" ấy đã được sử dụng khá phổ biến trong các bài viết của các nhà nho cách mạng trong những thập niên đầu tiên của thế kỷ 20. Phan Bội Châu có bài thơ nhan đề "Đông du ký chư đồng chí" (Gửi các đồng chí khi Đông du), sáng tác năm 1905, trong đó có hai câu thơ được nhiều người nhắc: "Giang sơn tử hĩ sinh như nhuế /

Hiền thánh liêu nhiên tụng diệc si" (Chương Thâu dịch: "Non sông lỡ chết, sống vô ích / Hiền thánh vời xa, đọc uổng hơi!"). Trong cuốn *Việt Nam Quang phục quân phương lược*, Phan Bội Châu cũng lặp đi lặp lại nhiều lần chữ "đồng chí", hơn nữa, còn dành hẳn một mục nhan đề "Cùng anh em đồng chí tổ chức ra đội sĩ tử Cần Vương". Thật ra, cách dùng này có nguồn gốc từ Trung Quốc, nhưng không phải Trung Quốc - Cộng sản mà là Trung Quốc - Quốc Dân đảng mà người chủ xướng chính là Tôn Dật Tiên, người thường xuyên sử dụng nó trong các bài diễn văn của mình.[1]

Nhưng cách dùng chữ "đồng chí" của những người cộng sản và các bậc tiền bối có hai điểm khác biệt quan trọng: một, trước, chữ "đồng chí" được sử dụng chủ yếu như một danh từ; sau, dưới chế độ cộng sản, nó được sử dụng như một đại từ nhân xưng; và hai, trước, nó chỉ xuất hiện một cách chừng mực; sau, thành đại trà, ngay trong ngôn ngữ giao tiếp hàng ngày.

Có điều, ngay từ đầu, cách dùng chữ "đồng chí" của những người cộng sản đã có những dấu hiệu bất thường. Thứ nhất, trên nguyên tắc, mọi đảng viên đều là đồng chí của nhau; nhưng trên thực tế, với tư cách đại từ nhân xưng, chữ "đồng chí" thường chỉ được cấp trên gọi cấp dưới. Với cấp trên, đặc biệt với hàng ngũ lãnh đạo tối cao trong hệ thống đảng, người ta xây dựng một thứ quan hệ khác: quan hệ gia đình. Theo đó, các "đồng chí" lãnh đạo được gọi là "bác" (bác Hồ, bác Tôn), là anh Ba, anh Năm, anh Sáu, anh Bảy, anh

---

[1] Xem http://www.chinadaily.com.cn/life/2010-06/04/content_9934295.htm

Mười, anh Tô, anh Văn, anh Lành, v.v.. Như vậy, chữ "đồng chí" mặc nhiên có ý nghĩa: đó là thuộc cấp, những người chia sẻ, hay đúng hơn, tuân phục lý tưởng của lãnh đạo. Thứ hai, người ta sử dụng cách xưng hô "đồng chí" một cách chọn lọc: nó được dùng, phần lớn, trong hai trường hợp: hoặc rất nghi thức (formal) hoặc khi phê phán người khác. Bạn bè trong đảng, khi thân tình thì gọi nhau bằng anh, em, cô, chú... tuỳ tuổi tác; khi đánh nhau, ở các buổi kiểm thảo, thì người ta nghiêm mặt gọi nhau là "đồng chí".[1]

Bởi vậy, ý đồ sử dụng chữ "đồng chí" để thay thế chữ "đồng bào" như một yếu tố nối kết trong cái gọi là tình yêu nước xã hội chủ nghĩa đã thất bại thảm hại. Nó không những không nối kết được gì mà còn gây nên cảm giác nghi kỵ, sợ hãi. Nó có âm hưởng của một thứ khủng bố. Hiện tượng ấy không những xảy ra ở Việt Nam mà còn ở tất cả các nước xã hội chủ nghĩa. Ở Nga và các nước Đông Âu, cách xưng hô ấy biến mất từ ngày chế độ cộng sản sụp đổ. Ở Trung Quốc, từ nhiều năm nay, chữ "đồng chí" mang một ý nghĩa khác hẳn, chủ yếu xuất phát từ Hong Kong và Đài Loan: cách xưng hô

---

[1] Có thể thấy điều này qua một ví dụ khá tiêu biểu: Bài thơ "Cho một nhà văn nằm xuống" viết nhân cái chết của nhà văn Nguyên Hồng của Trần Mạnh Hảo (1982) bị phê phán kịch liệt. Võ Văn Kiệt, lúc ấy là Bí thư thành uỷ thành phố Hồ Chí Minh, cho gọi Trần Mạnh Hảo đến gặp. Trần Mạnh Hảo rất sợ. Thế nhưng cảm giác sợ hãi ấy tiêu tan ngay khi ông nghe câu nói đầu tiên của Võ Văn Kiệt: "Hảo à! Đù má... Mày làm cái gì mà dữ vậy?". Trần Mạnh Hảo giải thích: "Anh phải hiểu rằng tính cách người Nam Bộ là thế. Sống với nhau trong cơ quan hay lúc sinh hoạt thường hay dùng câu ĐM kèm theo. Thân tình mới có câu ĐM. Còn đã gọi nhau bằng đồng chí là 'có chuyện'. Nghe được lời mắng của anh Sáu (Võ Văn Kiệt) lại có kèm ĐM, tôi biết ngay là 'thoát'." Chuyện này được thuật lại trong bài "Much Ado About Nothing" của Phạm Xuân Nguyên trên Talawas: http://www.talawas.org/talaDB/suche.php?res=1621&rb=0102

của những người đồng tính luyến ái. Từ đầu năm 2010, chính phủ khuyên chỉ nên sử dụng một cách hạn chế: trên các phương tiện giao thông công cộng, tài xế được chỉ dẫn là nên chào hành khách là "ông/bà" hay "quý khách" thay vì là "đồng chí" như trước.[1] Ở Việt Nam, không có ai chính thức khai tử chữ "đồng chí", nhưng việc sử dụng nó thì càng ngày càng trở nên hoạ hoằn, cực kỳ hoạ hoằn, hầu như chỉ còn một ngoại lệ duy nhất: trong các hội nghị!

Một trong hai nền tảng nòng cốt của lòng yêu nước xã hội chủ nghĩa, tình đồng chí, như vậy, đã bị phá sản. Nòng cốt thứ hai là chủ nghĩa xã hội cũng bị phá sản nốt. Ngày nay, hầu như không ai còn tin vào chủ nghĩa xã hội nữa. Nó đã chết và đã được lịch sử chôn cất từ cuối thập niên 1980 và đầu thập niên 1990. Bản thân những người cộng sản Việt Nam, trên lý thuyết, chưa chịu nhìn nhận thực tế ấy, vẫn còn tiếp tục sử dụng danh từ chủ nghĩa xã hội trên các văn bản chính thức, nhưng trên thực tế, tôi tin họ đã thấm thía điều đó, ít nhất, ngay từ sau năm 1975, trong hai cuộc chiến tranh với Campuchia và Trung Quốc, ở đó, rõ ràng chủ nghĩa quốc gia có tầm quan trọng cao hơn hẳn tinh thần quốc tế; quan hệ chủng tộc có ý nghĩa hơn hẳn quan hệ giai cấp; quyền lợi của cộng đồng dân tộc được ưu tiên hơn hẳn tình hữu ái trong cái gọi là cộng đồng các nước xã hội chủ nghĩa.

Tình yêu nước xã hội chủ nghĩa đã bị phá sản. Tôi cho một trong những nhiệm vụ quan trọng và cấp thiết nhất của

---

[1] Xem bản tin trên
http://www.straitstimes.com/BreakingNews/Asia/Story/STIStory_533468.html

đảng Cộng sản và chính quyền Việt Nam hiện nay, nếu họ muốn huy động lòng yêu nước của dân chúng cho các mục tiêu chính trị, là phải xây dựng lại, từ đầu, ý niệm yêu nước, và cùng với nó, chủ nghĩa quốc gia.

Nhưng liệu họ có làm được?

8.

Ở các phần trên, điều tôi muốn chứng minh là: yêu nước là một tình cảm dựa trên một ký ức chung và một sự tưởng tượng chung.

Nói như vậy, không phải tôi muốn phủ nhận giá trị hay công dụng của lòng yêu nước. Không phải. Như nhiều lý thuyết gia trên thế giới đã từng chứng minh, ký ức và tưởng tượng đóng vai trò cực kỳ quan trọng trong việc định hình bản sắc cá nhân cũng như tập thể. Chính ký ức và tưởng tượng tạo nên ý nghĩa không phải chỉ cho những gì chúng ta làm mà còn cho chính sự hiện hữu của chúng ta nữa. Ký ức và tưởng tượng ràng buộc chúng ta với những người khác và những cái khác, tạo nên cảm giác thuộc về, qua đó, nối kết nội giới và ngoại giới, cá nhân và xã hội, quá khứ, hiện tại và tương lai. Có thể nói: Chúng ta là những gì chúng ta nhớ và chúng ta tưởng tượng.

Nếu ký ức và tưởng tượng tập thể là những điều cần thiết, lòng yêu nước cũng cần thiết không kém. Chính lòng yêu nước làm cho chúng ta bị ràng buộc vào một cái gì khác, lớn hơn, nhờ đó, chúng ta có trách nhiệm hơn và trở thành giàu có hơn. Giữa các cá nhân có sự liên thông; chính sự liên thông ấy lại củng cố bản sắc của từng người. Mỗi người vừa là mình lại vừa là cả cái khối tập thể chung quanh mình. Có thể nói: chúng ta không thể sống một cách phong phú và đẹp đẽ nếu không có lòng yêu nước.

Không phủ nhận lòng yêu nước; tất cả những gì tôi muốn làm qua bài tiểu luận này là cố gắng giải hoặc lòng yêu nước. Nhằm phá tan những huyền thoại, đồng thời cũng là những ngộ nhận chung quanh nó. Nhằm vạch trần những lợi dụng và lạm dụng đằng sau những chiêu bài yêu nước của các thế lực chính trị khác nhau. Nhằm xác định lại những ranh giới và những điều kiện của một thứ yêu nước trong sáng. Như những điều chúng ta vẫn thường làm đối với mọi thứ tình cảm khác, kể cả tình cảm nam nữ.

Tất cả những điều tôi muốn chứng minh trong nỗ lực giải hoặc ấy là:

Thứ nhất, yêu nước là tình cảm cần thiết, nhưng nó lại không phải là tự nhiên. Và nhất là, không phải cái gì nhất thành bất biến. Lòng yêu nước được hình thành, phát triển và biến dạng qua lịch sử. Yếu tố chính góp phần làm thay đổi nội hàm khái niệm yêu nước là nhu cầu chính trị. Mỗi thời đại có một cách diễn dịch khác nhau về ý niệm nước và yêu nước để tập hợp mọi người lại với nhau nhằm phục vụ cho một nhu cầu chính trị riêng của một nhóm hoặc một thời đại.

Thứ hai, mang tính chính trị, lòng yêu nước luôn luôn bị xuyên tạc và lợi dụng. Sự lợi dụng bao giờ cũng thể hiện ở nỗ lực định nghĩa lại nội dung của cái gọi là nước và lòng yêu nước. Xưa, chế độ phong kiến thu hẹp nước vào một người: vua; qua đó, đồng nhất lòng yêu nước với sự trung quân.

Những thập niên đầu tiên của thế kỷ 20, trong nỗ lực vận động giải phóng dân tộc khỏi ách thống trị của thực dân Pháp, các nhà nho cách mạng chuyển nội dung của đất nước từ vua sang dân; chuyển tư tưởng thiên mệnh vào ký ức tập thể qua cái gọi là "hồn nước": Với họ, yêu nước thành ra là yêu chủng tộc và yêu truyền thống. Từ năm 1945, đặc biệt từ năm 1954, ở miền Bắc và từ năm 1975, trong cả nước, đảng Cộng sản tái định nghĩa yêu nước là yêu chủ nghĩa xã hội. Ở vị trí trung tâm của khái niệm đất nước, trước là vua, sau là dân, bây giờ là đảng.

Thứ ba, biểu hiện rõ rệt nhất của sự lợi dụng lòng yêu nước là mập mờ đồng nhất nước và các thiết chế chính trị. Đã đành trong khái niệm nước bao giờ cũng bao gồm thiết chế chính trị, vốn, một phần thuộc về lịch sử, và nhất là, văn hoá. Nhưng nước không phải chỉ là thiết chế. Thiết chế chỉ là một bộ phận nhỏ của nước. Có lúc không những nhỏ, nó còn có ý nghĩa phản động, làm lệch lạc hẳn ý niệm đất nước. Tuy vậy, bộ máy tuyên truyền ở nhiều nước vẫn muốn người dân biến tình cảm yêu nước thành yêu chế độ và yêu chính phủ. Hậu quả là, thay vì trung thành với đất nước, người ta lại trung thành với giới lãnh đạo. Sự trung thành ấy không phải là vấn đề lớn khi chế độ tiến bộ và giới lãnh đạo có nhiều tài năng cũng như tâm huyết. Nhưng nó sẽ trở thành một sự ngu trung, thậm chí, phản quốc, trong những trường hợp ngược lại. Bởi vậy, ở nhiều nơi trên thế giới, đặc biệt ở các quốc gia phát triển và dân chủ, rất nhiều người vẫn được xem là các nhà yêu nước lớn nhưng lại thường xuyên chỉ trích chính quyền của họ, hơn nữa, còn yêu sách thay đổi từ cả chính phủ lẫn thể chế.

Thứ tư, sự lợi dụng lòng yêu nước trở thành triệt để khi người ta xem yêu nước như một phạm trù siêu đạo đức. Nó đứng ngoài mọi nguyên tắc đạo đức. Hơn nữa, nó cũng đứng trên luật pháp. Nó không chịu sự chi phối của luật pháp cũng như các nguyên tắc đạo đức thông thường. Đạo đức và luật pháp quy định: Không được chiếm đoạt tài sản của người khác. Có một ngoại lệ: Nhân danh lòng yêu nước, người ta có thể lấn chiếm đất đai và toàn bộ tài sản trên đất đai của người khác. Đạo đức và luật pháp quy định: Không được giết người. Lại cũng có một ngoại lệ: Nhân danh lòng yêu nước, người ta có thể xả súng vào người khác mà không hề bị buộc tội, hơn nữa, còn được tôn vinh là anh hùng. Trong lịch sử, nhân loại phạm nhiều tội ác. Nhưng có lẽ không có tội ác tập thể nào gây tác hại nhiều và ở phạm vi rộng lớn cho bằng những tội ác xuất phát từ cái gọi là lòng yêu nước và từ những cái gọi là lý tưởng cao cả nào đó. Nhân danh lý tưởng tôn giáo, người ta đã từng cầm quân đi chinh phạt vô số quốc gia và giết chết vô số những kẻ gọi là ngoại đạo. Nhân danh ý thức hệ, người ta cũng giết chết cả hàng chục triệu, thậm chí hàng trăm triệu người, chỉ riêng trong thế kỷ 20 vừa qua. Và nhân danh lòng yêu nước, nước này lấn chiếm nước khác, người này giết hại người khác. Con số các nạn nhân từ xưa đến nay không thể nào đếm nổi.

Nói tóm lại, tôi không phản đối lòng yêu nước. Tôi chỉ muốn phân tích và chứng minh một điều: Cái tình cảm lớn lao và cao cả ấy rất thường bị lợi dụng!

Khi bị lợi dụng, cái gọi là lòng yêu nước ấy không khác một con điếm.

Bảng tra cứu

www.ingramcontent.com/pod-product-compliance
Lightning Source LLC
Chambersburg PA
CBHW020601270326
41927CB00005B/127